சக்கரவாளம்
பௌத்தம் பற்றிய குறிப்புகள்

சக்கரவாளம்
பௌத்தம் பற்றிய குறிப்புகள்

கணேஷ் வெங்கட்ராமன் (பி. 1969)

லால்குடியில் பிறந்து தமிழ்நாட்டின் பல்வேறு ஊர்களில் பள்ளிப் படிப்பு; இளநிலை வணிகவியல் பட்டப்படிப்புக்குப் பிறகு வேலை தேடி வடக்குக்கு இடப்பெயர்வு. குஜராத், மகாராஷ்டிரம், சில அயல் நாடுகள் என்று பல இடங்களில் பல நிறுவனங்களில் வேலை செய்துவிட்டு, கடந்த ஏழு வருடங்களாக ஒரு பன்னாட்டு உணவு நிறுவனத்தில் விற்பனைப் பொது மேலாளராகப் பணியாற்றி வருகிறார். 2011இலிருந்து வலைதளத்திலும் இணையப் பத்திரிகைகளிலும் சிற்றிதழ்களிலும் தொடர்ந்து எழுதிவருகிறார். பௌத்தம், வரலாற்று நூல்களை வாசிப்பதில் மிகவும் ஆர்வமுடையவர். இவரது சிறுகதைத் தொகுப்பு 'டைசுங் நகரில் ஒரு புத்தர் கோவில்' (2016).

மனைவி: ஹேமா; புதல்விகள்: பூஜா, ஷ்வேதா ஆகியோருடன் தில்லியில் வசிக்கிறார்.

மின்னஞ்சல்: *hemgan@gmail.com*

கணேஷ் வெங்கட்ராமன்

சக்கரவாளம்
பௌத்தம் பற்றிய குறிப்புகள்

காலச்சுவடு பதிப்பகம்

அன்பார்ந்த வாசகருக்கு,
வணக்கம்.

காலச்சுவடு நூலை வாங்கியமைக்கு நன்றி.

நூலின் உள்ளடக்கம், உருவாக்கம், அட்டைப்படம் இன்ன பிற அம்சங்கள் பற்றிய உங்கள் கருத்துகளையும் ஆலோசனைகளையும் காலச்சுவடு வரவேற்கிறது. தகவல், எழுத்து, வாக்கியப் பிழைகள் தென்பட்டால் கட்டாயம் தெரிவித்து உதவுங்கள். நூல் தயாரிப்பில் கடும் குறைபாடு இருப்பின் மாற்றுப் பிரதி உங்களுக்குக் கிடைக்கக் காலச்சுவடு ஏற்பாடு செய்யும்.

மின்னஞ்சல்: publisher@kalachuvadu.com

காலச்சுவடு நாகர்கோவில் தலைமையகத்துக்கும் கடிதம் அனுப்பலாம்.

தங்கள்
எஸ்.ஆர். சுந்தரம் (கண்ணன்)
பதிப்பாளர் — நிர்வாக இயக்குநர்

சக்கரவாளம் பௌத்தம் பற்றிய குறிப்புகள் ❖ பத்திகள் ❖ ஆசிரியர்: கணேஷ் வெங்கட்ராமன் ❖ © கணேஷ் வெங்கட்ராமன் ❖ முதல் பதிப்பு: டிசம்பர் 2019 ❖ வெளியீடு: காலச்சுவடு பப்ளிகேஷன்ஸ் (பி) லிட்., 669, கே.பி. சாலை, நாகர்கோவில் 629001

காலச்சுவடு பதிப்பக வெளியீடு: 924

cakkaravaaLam Notes on Buddhism ❖ Columns ❖ Author: Ganesh Venkatraman ❖ © Ganesh Venkatraman ❖ Language: Tamil ❖ First Edition: December 2019 ❖ Size: Demy 1 x 8 ❖ Paper: 18.6 kg maplitho ❖ Pages: 272

Published by Kalachuvadu Publications Pvt. Ltd., 669 K.P. Road, Nagercoil 629001, India ❖ Phone: 91-4652-278525 ❖ e-mail: publications@kalachuvadu.com ❖ Wrapper printed at Print Specialities, Chennai 600014 ❖ Printed at Mani Offset, Chennai 600077

ISBN: 978-81-943027-9-7

12/2019/S.No. 924, kcp 2485, 16 (1) 9ss

என் அப்பாவுக்கு

பொருளடக்கம்

என்னுரை	13
புத்த பூர்ணிமா	15
பத்மசம்பவர் யார்	20
மணிமேகலா தெய்வமும் ஏது நிகழ்ச்சியும்	25
சுட்டுணர்வும் அனுமானங்களும்	29
முதல் நீலம்	34
நகர்ந்த ஸ்தம்பங்கள்	36
முன்செல்லும் நம்பிக்கை	41
இரு வாகனங்கள்	45
பிரம்ம விகாரம்	50
மச்ச ஜாதகம்	55
லோட்டஸ் சூத்ரா – ஓர் அறிமுகம்	60
சுகாவதி	65
ஒரு நிலவை பார்த்து...	70
மழையிடம் தோற்காதிரு	74
பௌத்தத்தின் சீன நிறம்	81
அனிச்சம்	85
பட்டுப் போன அத்திமரம்	90
பவத்திறமறுத்தல்	95

பவத்திறமறுத்தல் – 2	103
தம்மம் என்பது என்ன?	109
இந்தியா மேற்கில் இருக்கிறது	114
ஐந்து ஜென் கதைகள்	118
தாரா தாரா தாரா	121
புத்த வசனம்	127
குரங்கு ராஜன்	134
ஸ்ராவஸ்தியில் நிகழ்ந்த அற்புதங்கள்	138
அகந்தை அழிதல்–1	143
அகந்தை அழிதல்–2	150
பௌத்தத்தில் மகாவிஷ்ணு	159
மந்திரம் – இணைவு – மண்டலம்	166
சில துணுக்குகள்	169
புத்தருக்கு ஒரு கடிதம்	174
இடைத்தங்கல் மையங்கள்	176
ஒரு கொலைகாரனின் புனிதத்துவம் நோக்கிய பயணம்	180
மகா சித்தர்கள்	186
புத்தரும் நாத்திகமும்	191
அரகான் மகாமுனியும் பெரும்பான்மைவாத நோயும்	193
மூன்றாம் பேரவை – ஆதி பௌத்தத்தின் பிளவுச் சிந்தனைப் போக்குகள்	199
தம்மபதமும் நதிநீர்ப் பங்கீட்டுத் தகராறும்	205
சுதனன் – வசுமித்ர சந்திப்பு	212
மிலரேபா	218
நம் மகளைக் காதலிக்கப்போகும் கணவர் இவரல்ல	224
பிரஜ்ன பாரமிதை	232
புத்தரை மறந்த இந்தியா – மிகப்பெரும் இந்திய ஏற்றுமதியின் வீணடிப்பு	234

மரங்கொத்தியும் சிங்கமும்	239
பௌத்தர்களின் வன்முறை நம்மை ஏன் ஆச்சர்யப்படுத்துகிறது?	242
மேலும் சில துணுக்குகள்	249
தத்துவங்களின் கைகுலுக்கல்கள்	255
செய்திகளில் பௌத்தம்	261
பனித்துளியின் உலகம்	267
பௌத்தம் பற்றி அறிய விழைவோருக்கான ஆரம்ப நூல்கள்	268
நூற்பட்டியல்	269

என்னுரை

'பாஞ்சாலி சபதம்' கவிதை நூலின் முன்னுரையில் பாரதி குறிப்பிடுவான். "ஆசையினால் இதை எழுதுகின்றேன்; ஆதர்சமாக அன்று." அதுபோலவே தான் சக்கரவாளமும். பௌத்தம் பற்றித் தமிழில் எழுத வேண்டுமென்று பல வருடங்களாக ஆசை. அந்த ஆசையை இந்தக் கட்டுரைகள் வாயிலாகத் தீர்த்துக்கொண்டேன். இவற்றைக் கட்டுரைகளென்று சொல்லச் சிறிது தயக்கமாக இருக்கிறது. கட்டுரைகள் ஆசிரியரின் சொந்தக் கருத்துக்களைச் சொல்லும். வெறுமனே வாசித்தவற்றைப் பகிர்வது காத்திரமான கட்டுரை ஆவதில்லை. இந்தக் 'கட்டுரைகள்' பெரும்பாலும் என் வாசிப்பின் பகிர்தல்தான். என் சொந்தக் கருத்துக்களோ மறுவிளக்கங்களோ கிட்டத்தட்ட இல்லை. வாசிப்பவர்களின் எண்ணத்தில் பௌத்தம்பற்றி அறிய விழையும் ஆர்வத்தை மூட்டுதல் மட்டுமே இந்தப் 'பத்தி'களின் நோக்கம். மற்றபடி, ஆய்வுக்கட்டுரைகளுக்கான பாவனைகள் ஏதுமின்றித் தகவல் பகிர்வுப் பத்திகள் எழுத வேண்டுமென்பதே என் பிரதான நோக்கம். இதையும் தாண்டிச் சில கட்டுரைகள் கனமாக ஒலிக்கலாம். குறிப்பாகப் பௌத்தத் தத்துவக் கோட்பாட்டை விளக்கும் கட்டுரைகள். சற்று ஊன்றி ஆழமாக இந்தக் கட்டுரைகள் வாசிக்கப்பட்டால் இந்தியத் தத்துவ வாசிப்பின் ஆரம்பப் பயிற்சியாக அது அமையலாம். விபத்தாக நாவில் விழுந்த தேன்துளி தேன்கூட்டை நோக்கிய பயணத்துக்கான முதல் அடியாக இருக்கக்கூடும். பௌத்தத் தத்துவங்கள் காந்தாரக் கலையின் புத்தச் சிற்பங்களைவிட அழகானவை.

பௌத்த இலக்கியம், வரலாறு, சமூகம், தத்துவம் என்கிற ஒரு விரிந்த பரப்பைத் தொடர்ச்சியற்ற கட்டுரைகளின் வாயிலாக அறிமுகப்படுத்த விழையும் இந்தச் சிறு முயற்சி வாசகர்களுள் பௌத்த வாசிப்பின் மீதான ஆர்வத்தைச் சிறு அளவிலாவது ஏற்படுத்தக்கூடும் என்பது என் நம்பிக்கை. இந்தக் கட்டுரைகளை எழுத நான் எடுத்துக்கொண்ட மூன்றரை வருடங்களில் ஏராளமான நூல்களை வாசித்திருக்கிறேன். சில நூல்களின் பெயர்களைப் புத்தகத்தின் இறுதியில் குறிப்பிட்டிருக்கிறேன். நூலில் காணப்படும் தகவல், கருத்துப் பிழைகளுக்கு நானே பொறுப்பாளி. இப்பிழைகளைச் சுட்டிக்காட்டினால் திருத்திக் கொள்வேன். ஏற்கனவே குறிப்பிட்டது மாதிரி இவை ஒரு தேர்ந்த ஆய்வாளனின் கட்டுரைகள் அல்ல. பௌத்த மரபின் மேல் பேரார்வம் கொண்ட ஒருவனின் முதல் முயற்சி.

இதிலுள்ள பாதிக் கட்டுரைகளை வாராவாரம் என் வலைத்தளத்தில் பதிவு செய்த நாட்களில் என்னைத் தொடர்ந்து ஊக்கப்படுத்தி வந்தவர் நண்பர் நட்பாஸ். இதில் வரும் ஒரு சில மொழிபெயர்ப்புக் கட்டுரைகளைச் சரிபார்த்தவர்; அவருக்கு என் நன்றிகள். தொகுப்பின் சில தத்துவ விவரிப்புக் கட்டுரைகளின் தர்க்கத் துல்லியத்தைச் சரிபார்த்து உரிய திருத்தங்களைச் சொன்ன ராஜன்குறைக்கும் பௌத்தம் பற்றிய சில மதிப்பு வாய்ந்த ஆய்வு நூல்களை எனக்கு வாசிக்கத் தந்த ரவீந்திரன் ஸ்ரீராமசந்திரனுக்கும் என் உளமார்ந்த நன்றிகள். ஆரம்பக் கட்டுரைகளை வலைதளத்தில் பகிர்ந்துகொண்ட நாள் முதல் பல நண்பர்கள் தொடர்பு கொண்டு இக்கட்டுரைகள் ஒரு நூல் வடிவில் கொண்டுவரப்பட வேண்டுமென்ற எண்ணத்தை விதைத்தனர். அவர்களில் குறிப்பாக இருவர் பெயர்களை இங்கு குறிப்பிட்டாக வேண்டும். நண்பர்கள் சுகன் (பாரீஸ்) மற்றும் பாதசாரி விஸ்வநாதன். இருவருக்கும் என் அன்பும் நன்றியும்.

புதுடெல்லி **கணேஷ்**
29.11.2019

புத்த பூர்ணிமா

மே நான்காம் தேதி (2015இல்) வரப்போகிற புத்த பூர்ணிமா தினத்தன்று பௌத்தம் பற்றிய கட்டுரையொன்றை எழுதிப்பதிவிட வேண்டுமென ஆசையாக இருந்தது. தொடர்ச்சியாகப் பயணத்தில் இருந்ததால் எதையும் தயார் செய்ய முடியவில்லை. சனிக்கிழமையன்று அலுவலகப் பணியின் காரணமாகத் தற்செயலாக ஔரங்காபாத் செல்லும் சந்தர்ப்பம் அமைந்தபோது அஜந்தா குகை ஓவியங்கள் நம்மை அழைக்கின்றனவோ என்று தோன்றியது. ஆனால் அஜந்தா செல்ல முடியவில்லை. நான்கு மணி விமானத்தில் தில்லி திரும்ப வேண்டியிருந்ததால் நேரம் போதாது என்று சொன்னார்கள். விமானத்தில் என் பக்கத்தில் ஜப்பானியர் ஒருவர் அமர்ந்தார். Pure Land Buddhism பற்றியோ Nichiren Daishonin Buddhism பற்றியோ பேச்சு தொடங்குமா என்று பார்த்தேன். இனங்கண்டு கொள்ள முடியாததொரு கோட்டோவியத்தை முகப்பாய்க் கொண்டிருந்த புத்தகத்துள் தன்னை புதைத்துக்கொண்டார் அவர். மேலிருந்து கீழாய்ச் சித்திர எழுத்துக்கள்! கவிதைப் புத்தகமோ? சில நிமிடங்களில் அஜந்தா குகை ஓவியம் – பத்மபாணி – அச்சிட்ட தபாலட்டையைப் படித்துக் கொண்டிருந்த பக்கத்தில் வைத்துப் புத்தகத்தை மூடி தூக்கத்திலாழ்ந்தார்.

நேற்று ஞாயிற்றுக்கிழமை. பௌத்தம் குறித்த கட்டுரைகளை வாசித்தேன். அவற்றிலிருந்து உத்வேகமுற்று ஏதேனும் பொறி கிளம்பலாம்.

Expedient Means என்ற கலைச்சொல் பற்றிப் பல கட்டுரைகளை இணையத்தில் வாசித்தேன். ஆங்கிலேய தத்துவவாதி ஜான் ஹிக்கின் கட்டுரை என்னை மிகவும் ஈர்த்தது. *(http://www.johnhick.org.uk/article9.html)* அக்கட்டுரையை மொழிபெயர்க்கலாம் என்ற எண்ணமும் தோன்றியது. ஆனால் Expedient Means அல்லது Skilful Means – என்னும் கலைச்சொல்லை எப்படித் தமிழ்ப்படுத்துவது என்று தெரியவில்லை. இச்சொல்லின் தமிழிணையைப் பிடித்து விட்டால் கட்டுரையை மொழிபெயர்ப்பது எளிதாகிவிடும்.

ஃபேஸ்புக்கில் கீழ்க்கண்ட நிலைத்தகவலைப் பகிர்ந்தேன்:

"Expedient Means" அல்லது "Skilful Means" என்ற பௌத்த கலைச் சொல்லுக்கிணையான தமிழ்ச்சொல் என்ன? வடமொழியில் Upaya-Kausalya என்று சொல்வார்கள்."

என்ன பதில் வருமென்று பார்க்கலாம்! ஆதி பௌத்தத்தில் Skilful Meansஇன் மூலம் பற்றி பீட்டர் நெல்சன் எழுதிய கட்டுரை முக்கியமான கட்டுரையாகப் பட்டது. *(http://www.buddhanet.net/skilful-means.htm).* பீட்டர் நெல்சன் கட்டுரையில் தெவிஜ்ஜ சுத்தம் பற்றிக் குறிப்பிட்டிருந்தார். புத்தரை அணுகிச் சந்தேகம் கேட்ட இரு வைதீக பிராமணர்களுக்கு வைதீக கலைச் சொற்களைப் பயன்படுத்தி ஐயம் போக்கிய சுத்தம் அது. திக்க நிகாயத்தில் வருவது. பிரம்மம், பிரம்ம நிலை, பிரம்மத்துடன் இணைதல் போன்ற கருத்தியல்களை பௌத்தம் ஏற்கவில்லை என்றாலும் தெவிஜ்ஜ சுத்தத்தில் வைதீகக் கலைச்சொற்களை புத்தர் பயன்படுத்தியதை Skilful Means என்று சொல்கிறார் பீட்டர் நெல்சன்.

Rhys davids மொழிபெயர்த்த தெவிஜ்ஜ சுத்தத்தை இணையத்தில் தேடினேன். கிடைத்தது. *(http://www.bps.lk/olib/wh/wh057.pdf)* படிக்கச் சுவையாக இருந்தது. கதைகளும் உவமைகளும் நிறைந்த உரையாடல் வாயிலாக இரண்டு வைதீக பிராமணர்களுக்கு நான்கு பிரம்ம விகாரங்களை புத்தர் விவரிக்கிறார்.

ஃபேஸ்புக்கில் இட்ட நிலைத்தகவலுக்கு ஒரு பதிலும் வரவில்லை. தமிழ் தெரியாத பஞ்சாபி நண்பர் ஒருவர் மட்டும் 'லைக்' போட்டிருந்தார்.

எதுவும் எழுதத் தோணவில்லை. வெளியில் சென்று உலாவி வரலாம் என்று கிளம்பினேன். காலனிக்கு வெளியே பகுஜன் சமாஜ் கட்சியினர் பந்தல் போட்டிருந்தார்கள். புத்த பூர்ணிமா கொண்டாட்ட நிகழ்ச்சிகள். இளைஞர் ஒருவர் வினாடிவினா நடத்திக்கொண்டிருந்தார்.

"புத்தர் எங்கு பிறந்தார்?"

பந்தலில் இருந்த சிலர் லும்பினி என்று கத்தினார்கள்.

"தவறான விடை"

ஒரு வயோதிகர் எழுந்து நின்று "வேறு எங்கு பிறந்தார்?" என்று கேட்டார்.

"புத்த கயா"

வயோதிகருக்குக் கோபம் வந்துவிட்டது. பல்லை இறுக்கிக் கொண்டு "கயாவிலா புத்தர் பிறந்தார்?" என்று கேட்டார்.

"அய்யா, சித்தார்த்த கௌதமர் எங்கு பிறந்தார் என்று நான் கேட்கவில்லை. அப்படிக் கேட்டிருந்தால் லும்பினி என்ற விடை சரியாக இருந்திருக்கும். சித்தார்த்த கௌதமர் புத்தரானது கயாவில்தானே! எனவே புத்த கயாவில்தானே புத்தர் பிறந்தார்"

வயோதிகரின் முகத்தில் ஏமாற்றம் தெரிந்தது. வினாடி வினா நடத்திக்கொண்டிருந்த இளைஞருக்கருகில் சென்று ஏதோ சொன்னார். வயோதிகர் சொல்வதைக் கேட்டு இளைஞர் தலையசைத்தார். வினாடிவினா நிகழ்ச்சி பாதியிலேயே நின்று விட்டது. பிறகு இளைஞர் உரையாட ஆரம்பித்தார். மகன் இறந்த சோகம் தாளமுடியாமல் தாயொருத்தி புத்த பகவானிடம் சென்று அவனை உயிர்ப்பிக்க வேண்டுமாறு கேட்ட கதையைச் சொன்னார். கிராமத்தில் இருந்த வீடுகளுக்குச் சென்று எள் வாங்கி வரத் தாயை அனுப்பினார் புத்தர். ஒரு நிபந்தனையும் இட்டார். எந்த வீட்டில் ஒரு சாவும் விழுந்ததில்லையோ அந்த வீட்டில் இருந்துதான் எள் வாங்க வேண்டும். இறப்பைக் கண்டிராத வீடொன்று கூட அவளுக்குக் கிடைக்கவில்லை.

வீட்டுக்குத் திரும்பிய பிறகு என் வாசிப்பு மீண்டும் தொடர்ந்தது. "புத்தர் போதித்த தர்மமே *skilful means* தானோ என்ற சிந்தனை மகாயான பௌத்தர்களைப் பெரிதும் பாதித்தது" என்று ஜான் ஹிக் தனது கட்டுரையில் சொல்லியிருப்பார். மகாயான சூத்திரங்களில் முக்கியமானதாகக் கருதப்படும் சத்தர்ம புண்டரீகச் சூத்திரத்தில் *(Lotus Sutra)* பகவான் ஒரு கதை சொல்லுவார். மிக அழகான கதை.

ஒரு செல்வந்தரின் மாளிகையின் ஒரு பகுதி தீப்பற்றி எரிகிறது; விரைவில் முழு மாளிகையும் எரியப்போகும் அபாயம் இருக்கிறது. அவருடைய குழந்தைகளோ வீடு எரியப்போகும் அபாயம் பற்றிக் கவலை இல்லாமல் தந்தை வாங்கிக் கொடுத்திருந்த பொம்மைகளை வைத்து விளையாடிக்

கொண்டிருந்தனர். தந்தையார் எவ்வளவு அழைத்தும் அவர்கள் தம் அறையிலிருந்து வெளியே வர மாட்டேன் என்கிறார்கள். தந்தையார் அப்போது மூன்று குழந்தைகளுக்கும் – ஆடுகளால் இழுக்கப்படும் வண்டி, காளைகளால் இழுக்கப்படும் வண்டி, மானால் இழுக்கப்படும் வண்டி என – மூன்று வண்டிகள் வாங்கி வந்திருப்பதாகவும் அவைகள் வெளியே நிற்பதாகவும் சொல்கிறார். சீக்கிரம் குழந்தைகள் மாளிகையை விட்டு வெளியே வந்தால் அவர்களுக்கு அந்த வண்டிகள் பரிசாகக் கிடைக்குமென்றும் சொல்லுகிறார். குழந்தைகள் ஆர்வத்துடன் வெளியே ஓடி வருகின்றனர். ஆபத்திலிருந்தும் தப்புகின்றன. சில நாட்கள் கழித்துச் செல்வந்தர் தன் குழந்தைகளுக்கு அணிகலன் பூட்டிய வெண்ணிறக் காளையால் இழுக்கப்படும் பெரியதொரு வாகனத்தைப் பரிசாக அளித்தார்.

தந்தையார் சொன்னது பொய் என்றாலும் குழந்தைகளை ஆபத்திலிருந்து மீட்பதற்காகவே அந்தப் பொய்யைச் சொன்னதால் அவர் தவறு செய்யவில்லை என்றே கொள்ளப்பட வேண்டுமென்று புத்தர் சத்தர்ம புண்டரீகச் சூத்திரத்தில் அறிவிக்கிறார். தந்தையார் தெரிவிக்கும் மூன்று வாகனங்கள் பௌத்தத்தின் மூன்று வழிகளைக் குறிப்பதாகக் கொள்ளலாம். ஸ்ராவகர்களின் வாகனம், பிரத்யேக புத்தர்களின் வாகனம் மற்றும் போதிசத்வர்களின் வாகனம். குழந்தைகளுக்குக் கிடைத்தது போதிசத்வர்களின் வாகனம் – மகாயானம்.

சுவையான கட்டுரைகள், உவமைகள், கதைகள் எல்லாம் படித்தும் என்ன எழுதுவதென்ற தெளிவு கிடைக்கவில்லை.

ஃபேஸ்புக்கில் பகிர்ந்திருந்த நிலைத்தகவலுக்கு ஒரு பதிலும் இல்லை. Skilful Means - ஐ விட்டுவிட வேண்டியதுதான்!

வேறு ஏதாவது படிப்போம் என்று சாந்தி தேவர் எழுதிய மகாயான நூலான "போதிசார்யாவதாரா" வின் ஆங்கில மொழிபெயர்ப்பைக் கையில் எடுத்தேன். சாம்பலா புத்தக நிறுவனத்தின் வெளியீடு. தவத்திரு தலாய் லாமா அவர்கள் இந்நூலுக்கு முகவுரை எழுதியிருக்கிறார். ஏழாம் நூற்றாண்டில் இயற்றப்பட்ட நூல். நாகர்ஜுனரின் மாத்யமக பள்ளியைச் சேர்ந்தவர் சாந்தி தேவர். இன்றைய குஜராத் மாநிலம் சௌராஷ்டிரா பிராந்தியத்தில் பிறந்தவர். நாலந்தாவில் பயின்றவர். போதிசித்தம் என்ற கருத்தை விரித்துக் கூறும் நூல். மாத்யமக தத்துவத்தின் அடிப்படையில் இந்நூலின் கருத்துகள் அமைந்திருக்கின்றன.

பத்து நிமிடங்கள் படித்திருப்பேன். கண்கள் சுழன்று கொண்டு வந்தன. தூங்கும் முன்னர் மீண்டுமொருமுறை ஃபேஸ் புக்கைப் பார்த்தேன் பனிரெண்டு மணியாகிவிட்டது. பூட்டானில் இருக்கும் ஒரு புத்த பிட்சு நண்பர் புத்த பூர்ணிமாவுக்கு என் டைம் லைனில் வாழ்த்து சொல்லியிருந்தார். அவருக்கு நன்றி சொல்லி வாழ்த்து தெரிவித்தேன். வாட்ஸ்–அப்பிலும் என் குடும்பக்குழுமத்தில் *"Sukho Buddhanam Uppado - Joyful is the birth of the Buddhas - HAPPY WESAK DAY"* என்று வாழ்த்த்துச் செய்தியை அனுப்பினேன்.

இன்று காலை எழுந்தவுடன் கணினியின் வெண் திரைக்கு முன்னால் உட்கார்ந்து எழுத முயன்றேன். கணினித் திரை போன்று என் சிந்தனையும் வெறுமையாக இருந்தது. கைத்தொலைபேசியில் வாட்ஸ் – அப்பில் என் உறவினர்கள் என் வாழ்த்துக்குச் சில எதிர்வினைகள் இட்டிருந்தார்கள்.

"வேஸாக் நாள் என்பது புத்த பூர்ணிமாவைக் குறிக்கிறதா?"

"சித்ரா பௌர்ணமி நேற்று; புத்த பூர்ணிமா இன்று;" என்று நிஜமான பௌர்ணமி?"

"என்னப்பா . . . பௌத்தத்துக்கு கன்வர்ட் ஆகலாம்னு இருக்கியா?"

மீண்டும் கணினித்திரையை நோக்கி என் பார்வையைத் திருப்பினேன்; நிறைய எழுதலாம்; எழுதுவதற்கு நிறைய இருக்கிறது என்ற நிச்சயவுணர்வு புத்த பூர்ணிமா தினக்காலையில் என்னுள்ளில் நிறைந்தது.

பத்மசம்பவர் யார்

குளிர் காதுக்குள் நுழையாதபடி ஸ்வெட்டருக்கு மேல் போட்டுக்கொண்ட ஜம்பரின் நீளமான காலர்களால் மூடிக்கொண்டேன்; ஆக்சிஜன் அளவு காற்றில் குறைவாக இருந்ததால் மூச்சை இழுத்து இழுத்து விட வேண்டியதாயிற்று. கல் படிகளில் மெதுவாக ஏறி ஹெமிஸ் பௌத்த மடாலயத்தின் வாசலை அடைந்தோம். லடாக்கின் லெஹ் நகரிலிருந்து 45 கிலோ மீட்டர் தொலைவில் ஒரு குன்றின் மேலிருக்கிறது ஹெமிஸ் மடாலயம். 11ஆம் நூற்றாண்டில் நிறுவப்பட்டது. பதினேழாம் நூற்றாண்டில் புதுப்பிக்கப்பட்டது.

இந்தியாவின் பல பிரதேசங்களிலும் இருந்து வந்த சுற்றுலாப் பயணிகள் இதுவரை அறிந்திராத உருவங்களில் புத்தரையும் பெயர் தெரியா தெய்வங்களையும் பார்த்துக்கொண்டிருந்தனர். மடாலயத்துக்கு நடுவே பரந்து விரிந்த முற்றத்தில் சுற்றுலாப் பயணிகள் நின்று புகைப்படம் எடுத்துக் கொண்டனர். நாய் ஒன்று 'லொள் லொள்' என்று புகைப்படம் எடுப்போரை நோக்கி விடாது குரைத்துக் கொண்டிருந்தது. பல அடுக்குகளில் குளிராடைகள் அணிந்திருந்த இரு இளைஞர்கள் ஓடிப்பிடித்து விளையாடுபவர்கள் போல் ஓடிக்கொண்டிருந்தனர்.

மடாலயத்தின் மூன்றாம் மட்டத்தில் அந்தப் புகழ்பெற்ற விக்கிரகம் இருந்தது. காவியுடை கட்டி சாந்தவுருவான புத்தபிக்ஷுவின் உருவமில்லை. அந்தக் கால ராஜாக்கள் போன்றதொரு கம்பீர உருவம். ஐந்து இதழ் கொண்ட தாமரைத் தொப்பி;

குறுந்தாடி; வளைந்த சிறு மீசை; கோபமான ஊடுருவும் பார்வை; வெண்ணிற வைர உள்ளாடை; அதன் மேல் அடுக்குகளாகச் செந்நிற அங்கி, அடர் நீல நிறச் சொக்காய், பொன்னிற மலர்கள் பொறித்த காவி நிறச் சால்வை மற்றும் ஜரிகை பூ வேலை செய்த அரக்கு நிற மேலாடை. வலது கையில் ஐந்து முனை வஜ்ரமும் வலது கையில் அமிர்தம் நிரம்பி வழியும் கபாலக் கோப்பையும் இருக்கின்றன. கபாலக் கோப்பைக்குள் நீண்ட ஆயுளைக் குறிக்கும் குவளை இருக்கிறது. கபாலக்கோப்பை அழகான வரமளிக்கும் மரமிருக்கும் மூடியால் மூடப்பட்டிருக்கிறது. அவரிடம் தடியொன்றும் இருக்கிறது; அதனுள் மூன்று கொய்யப்பட்ட தலைகள் சொருகப்பட்டுள்ளன. தடியின் உச்சி பாகத்தைத் திரிசூலமொன்று அலங்கரிக்கிறது.

பத்மசம்பவரைப் பற்றி என் துணைவியாருக்குச் சொல்லிக் கொண்டிருந்தேன். என்னை 'டூரிஸ்ட் கைடு' என்று நினைத்துக் கொண்டு ஒரு பெண்மணி என்னருகில் வந்துவிட்டார். மேற்கு வங்கத்திலிருந்து வந்திருக்கிறார். "பௌத்தம் என்றாலே அமைதி, சாந்தம் என்றுதான் நினைத்துக்கொண்டிருந்தேன்; ஆனால் இவ்விக்கிரகத்தைப் பார்த்தால் உக்கிரமாக இருக்கிறதே?" என்று கேட்டார். மருந்தும் மாந்திரிகமுமாய் இருந்த 'பான்' கலாச்சார விளைநிலமான திபெத்தில் எட்டாம் நூற்றாண்டில் நிலவிய சூழல், பௌத்த சமயத்தைத் தழுவிய மன்னர் த்ரிசாங் டெட்சென் மக்களுக்கு நடுவில் பௌத்தத்தைப் பரவலாக்குவதற்காக இந்தியாவிலிருந்து சில மடாதிபதிகளை அழைத்தது, அழைக்கப்பட்டவர்களுள் ஒருவர் பத்மசம்பவர் (அப்படி அழைக்கப்பட்ட புகழ்பெற்ற இன்னொருவர் சாந்தரக்ஷிதர்), திபெத்தில் முதல் பௌத்த மடாலயமான சம்யே மடாலயத்தைக் கட்டுவதற்குப் பத்மசம்பவர் உதவியது போன்ற வரலாற்றுக் குறிப்புகளை மட்டும் அவரிடம் பகிர்ந்துகொண்டேன். "பௌத்தம் பல நாடுகளில் தழைத்ததன் காரணம் அந்நாடுகளில் ஏற்கெனவே இருந்த நம்பிக்கைகளை ஒட்டி வடிவமைத்துக் கொண்டதுதான்" என்றும் அவரிடம் சொன்னேன். "புத்தர் அமானுஷ்ய விடயங்களில் கவனம் செலுத்தாதவராகவே அல்லவா இருந்தார்?" எனக் கேட்டார் அந்தப் பெண்மணி. *Skilful Means* பற்றிச் சிறிது அவருக்கு விளக்கினேன்.

அப்பெண்மணிக்குத் தோன்றிய சந்தேகம் எனக்கும் தோன்றியதுண்டு. சாக்கியமுனி புத்தரின் வாழ்க்கை வரலாற்றைப் படிக்கையில் புனைவு சார்ந்த தொன்மம் மிகமிகக் குறைவாகவே படிக்கக் கிடைக்கிறது. இரண்டாம் புத்தர் என்று வஜ்ரயான பௌத்தர்களால் நம்பப்படும் பத்மசம்பவரின் பல்வேறு வாழ்க்கை

வரலாறுகளைப் படிக்கையில் ஒரு சூப்பர் ஹீரோவின் காமிக்ஸ் கதை படிக்கிற அனுபவம் கிடைக்கிறது.

பத்மசம்பவர் எட்டு வயதினனாக ஒரு தாமரைப்பூவிலிருந்து உயிர் பெறுகிறார். உத்தியானா (இன்றைய பாகிஸ்தானின் கைபர்–பக்துன்க்வா மாநிலத்தில் இருக்கும் ஸ்வாட் பள்ளத்தாக்கு) என்னும் ராச்சியத்தின் மன்னன் அவரைத் தன் மகனாகத் தத்தெடுத்துக்கொள்கிறான். மன்னனாக விரும்பாததால் மந்திரி ஒருவரின் மகனை பத்மசம்பவர் கொன்றுவிடுகிறார். கொலைகாரர்களை நாடு கடத்தும் வழக்கம் இருந்தமையால் பத்மசம்பவர் நாடு கடத்தப்படுகிறார். இந்தியாவுக்கு வந்து சில பௌத்த யோகிகளிடமிருந்து இரகசிய தாந்த்ரீகப் பயற்சிகளைக் கற்றுக்கொள்கிறார். சஹோர் (இன்றைய இமாச்சலப்பிரதேசம்) இராஜ்ஜியத்தில் ஒரு குகையில் அந்நாட்டு இளவரசி மண்டரவையுடன் இரகசிய தாந்த்ரீகப் பயிற்சிகளில் ஈடுபடுகிறார். சஹோர் மன்னனுக்கு விஷயம் தெரியவர பத்மசம்பவரைத் தீமூட்டி எரித்துவிடுகிறார்கள். தீ எரிந்து முடிந்து புகை நடுவிலிருந்து ஒரு காயமுமில்லாமல் எழுந்து வருகிறார் பத்மசம்பவர். அந்த அதிசயத்தைக் கண்ட மன்னன், இளவரசி மண்டரவையை பத்மசம்பவருக்கே மணமுடித்துவிடுகிறார். இந்த அதிசயம் நிகழ்ந்த இடம் இமாசலப்பிரதேசத்தில் உள்ள ரேவல்சார் ஏரி என்று சொல்லப்படுகிறது. அவ்வேரிக்கு நடுவில் பத்மசம்பவரின் பிரம்மாண்ட சிலையொன்றும் இருக்கிறது.

பின்னர் பத்மசம்பவர் திபெத் செல்கிறார்; சம்யே பௌத்த மடாலயத்தை மன்னன் டெட்சென் கட்டத்தொடங்குகிறான். நாடெங்கும் பெரியம்மைத் தொற்று நோய் பரவி ஆயிரக்கணக்கானோர் இறக்கின்றனர். பௌத்த தர்மத்தின் பரவலைத் தடுக்க அசுரப்படைகளின் முயற்சிதான் பெரியம்மை தாக்குதல் என்பதாக பத்மசம்பவர் புரிந்துகொண்டு தாந்த்ரீகப் பயிற்சிகளை மேற்கொண்டு அசுரர்களைக் கட்டுப்பாட்டுக்குள் கொண்டு வந்துவிடுகிறார். கிபி 774இல் பத்மசம்பவர் திபெத்தை விட்டு வெளியேறியதாக வரலாறு சொல்கிறது. மன்னனின் மனைவியையும் (தகினி யெஷெ ட்சொக்யால்) அவர் துணையாகக் கூட அழைத்துச் சென்றதாக மரபு சொல்கிறது. நேபாளம் செல்கிறார்; அங்கு இளவரசி சாக்ய தேவியைத் துணையாகச் சேர்த்துக்கொள்கிறார்.

ஒருமுறை யெஷெ ட்சொக்யாலைப் பறக்கும் பெண் புலியாக மாற்றி அதன் மேல் உட்கார்ந்து பூடானுக்குப் பறந்து செல்கிறார். அங்கு குன்றிலிருக்கும் ஒரு குகையில் (பூடானின் முக்கியமான கோயில் – புலிக்கூண்டு என்று பொருள்படும் –

takhtsang என்ற கோயில் வளாகம் அங்கிருக்கிறது) மூன்று வருடம், மூன்று மாதம், மூன்று நாள், மூன்று மணி நேரம் இருந்து தாந்த்ரீகப் பயிற்சிகள் செய்கிறார். பூடான் நாட்டில் பௌத்த சமயத்தை நிறுவியதில் பத்மசம்பவரின் பங்கு முக்கியமானது. அங்கே பும்தாங் மாநிலத்தில் அரசனால் அவமதிக்கப்பட்ட துர்த்தேவதை ஒன்றினை அடக்கி அமைதியுறச் செய்கிறார். அருகிருக்கும் க்ஹுர்ஜே–லாக்ஹாங் கோயிலின் பக்கத்தில் உள்ள குகைச்சுவருக்குள் பத்மசம்பவரின் உடற்தடத்தை இன்றும் காணலாம்.

இதுபோன்று நூற்றுக்கணக்கான தொன்மக் கதைகள்; கற்பனை, உண்மை என்ற வித்தியாசங்கள் இல்லாமல் பிரபஞ்ச இருமையின் ஒன்றுமற்ற தன்மையைக் கோடிட்டுக் காட்டும் வெவ்வேறு நிகழ்வுகளைக் கூறும் நூற்றுக்கணக்கான பத்மசம்பவர் வாழ்க்கை வரலாற்று நூல்கள் திபெத்திய மொழியில் இருக்கின்றன. தகினி யெஷெ ட்சொக்யாலின் நூல் இவற்றுள் மிக முக்கியமானதாகக் கருதப்படுகிறது.

வஜ்ரயான மரபில் அமிதாபா புத்தர் மற்றும் சாக்கியமுனி புத்தல் – இருவரின் சாக்கியமுனி புத்தரின் அம்சங்களை ஒன்றிணைத்த அவதாரமாகப் பத்மசம்பவர் வணங்கப்படுகிறார்.

டெர்மா எனப்படுபவை முக்கியமான திபெத்திய பௌத்த மற்றும் பான் கொள்கைகளின் சாவியாகும். இச்சாவிகள் பத்மசம்பவராலும் அவருடைய தகினிகளாலும் (துணைவிகள்) எட்டாம் நூற்றாண்டில் இரகசியமாக மறைத்துவைக்கப்பட்டது என்று சொல்லப்படுகிறது; அவைகள் க்டேர்ஸ்டான்கள் என்னும் எதிர்கால நிபுணர்களால் மீண்டும் தேடி எடுக்கப்படும் என்பதும் இந்த க்டேர்ஸ்டான்கள் பத்மசம்பவரின் 25 சீடர்களின் மறு பிறப்பாக இருப்பார்கள் என்பதும் ஐதீகம். டெர்மாக்கள் தாந்த்ரீக இலக்கியத்தின் அங்கங்கள்.

தருக்க மரபு வளர்ச்சி பெற்ற பின்–உபநிடத காலத்தில் வாழ்ந்த சாக்கியமுனி புத்தர் தருக்கங்கள் வாயிலாக பௌத்தம் வளர்த்தார். பத்மசம்பவர் திபெத்தின் பான் கலாச்சாரப் பயிற்சிகளுடனும் இந்தியாவில் அப்போது வளர்ந்துகொண்டிருந்த தாந்த்ரீகச் சிந்தனைகளுடனும் பௌத்தக் கொள்கைகளை இணைத்து வஜ்ரயான வடிவத்தைத் தந்தார் எனலாம்.

மணிமேகலா தெய்வமும் ஏது நிகழ்ச்சியும்

மணிமேகலையை முதலில் பதிப்பித்த தமிழ்த் தாத்தா உ.வே.சா அந்நூலைப் படிக்க நேர்ந்த அனுபவத்தைத் தன் சுயசரிதை நூலான 'என் சரித்திர'த்தில் இவ்வாறு குறிப்பிடுவார்:

"அடுத்தடுத்து மணிமேகலையைப் படித்து வந்தேன். புலப்படாமல் மயக்கத்தை உண்டாக்கிய பல விஷயங்கள் சிறிது சிறிதாகத் தெரியலாயின. இனிய எளிய வார்த்தைகளில் பௌத்த சமயக் கருத்துகள் அதில் காணப்பட்டன. அவற்றைப் படித்து நான் இன்புற்றேன். ரங்காச்சாரியார் கேட்டுக் கேட்டுப் பூரித்துப்போவார். "ஆ! ஆ! என்ன அழகாயிருக்கிறது! மொழிபெயர்ப்பு வார்த்தைகள் எவ்வளவு பொருத்தமாக அமைந்திருக்கின்றன." என்று சொல்லிச் சொல்லிப் பாராட்டுவார். புத்தரைப் புகழும் இடங்களைப் பலமுறை படித்துக் காட்டச் சொல்லி மகிழ்ச்சியடைவார்"

மணிமேகலை ஆராய்ச்சியைத் தொடங்குவதற்கு முன் பௌத்தம் பற்றி ஒன்றும் அறிந்ததில்லை என்று தமிழ்த் தாத்தா 'என் சரித்திரம்' நூலில் சொல்கிறார்.

பௌத்தத்தைப் பற்றி மேலும் படித்தறியும் ஆவலை என்னுள் தூண்டிய காரணிகளுள் முக்கிய மானது மணிமேகலை காப்பியம். புத்தரைப் போற்றும் வரிகளும் ஆழமான பௌத்தச் சிந்தனை களை அழகு தமிழில் விளங்கவைக்கும் இடங்களும், படிமங்களும், சார்புடைத் தோற்றம் போன்ற

பௌத்த தத்துவங்களைத் தெள்ளத் தெளிவாய் விளக்கும் பகுதிகளும் என பௌத்தம் பற்றிய வாசிப்புக்கு மணிமேகலை ஓர் இன்றியமையா நூலாகும்.

❍

வரலாற்று புத்தர் போதித்ததும் தேரவாத பௌத்தக் கருத்து களும் நேரடியாகக் கடவுளர்களின் இருத்தலை மறுக்கவில்லை என்றாலும், அவை நாத்திகத் தன்மை கொண்டவைகளாகவே இருந்தன. மகாயான பௌத்தத்திலோ இப்பிரபஞ்சமெங்கும் வான் புத்தர்களும், ஆண் கடவுளாகவும் பெண் கடவுளாகவும் துதிக்கப்பட்ட போதிசத்வர்களும் நிறைந்திருந்தனர். வரலாற்று புத்தரைக் கொண்டாடும் வழிமுறையாகவே வான் புத்தர் மற்றும் போதிசத்வர்களின் வழிபாடு கருதப்பட்டது. ஆனால் பிற பௌத்த தெய்வங்கள், பௌத்த சமயம் எதிர்கொண்ட கலாச்சாரங்களிலிருந்து பெறப்பட்டவை – திபெத், சீனா, தாய்லாந்து போன்ற நாடுகளில் ஏற்கனவே வழங்கி வந்த சமயங்களிலிருந்தும். மற்ற சமயங்களைப் போலன்றி பௌத்தத்தில் கடவுளர்கள் மனிதர்களைப் போல் நிலையற்ற தன்மை கொண்டவர்களே; மேற்கத்திய பண்பாட்டில் குறிக்கப்படுவது போல் சர்வ சக்தி கொண்ட, படைப்பாற்றல் வாய்ந்த கடவுளர் களாக பௌத்தத்தில் கருதப்படுவதில்லை.

தமிழின் ஐம்பெருங்காப்பியங்களுள் ஒன்றான – மணிமேகலைக் காப்பியத்தில் பௌத்த தெய்வங்களு[illegible] பூதங்களும் வித்யாதரர் களும் பாத்திரங்களாய்ச் சித்தரிக்கப்படுகின்றனர். மணிமேகலா, சம்பாபதி, தீவதிலகை, சிந்தா தேவி, கந்திற்பாவை ஆகிய பெண் தெய்வங்கள் காப்பியம் முழுவதும் வந்து போகின்றனர்.

மணிமேகலா தெய்வம் காப்பியத்தில் முக்கியமான கட்டங் களில் தோன்றி கதையை முன்னகர்த்துகிறது. 'ஏது நிகழ்ச்சி எதிர்ந்துள்ள' மணிமேகலையின் வாழ்வில் அவள் சம்சார வழியில் புகத்தக்க சம்பவங்கள் நடக்கையில் மணிமேகலா தெய்வம் அவள் முன் தோன்றுகிறது.

காப்பியத்தின் தொடக்கத்தில் உவவனத்திற்கு மணிமேகலை வந்திருக்கிறாள் என்ற செய்தியைக் கேள்விப்பட்டு அவளைச் சந்திக்கத் தேரேறி வருகிறான் உதயகுமாரன். அவன் தேரொலி கேட்டு வருவது உதயகுமாரனே என்றும் அவன் தன்மேல் காதல் உடையவன் என்றும் மணிமேகலை சுதமதியிடம் கூறுகிறாள். உதயகுமாரனிடமிருந்து தப்பிக்க உவவனத்துப் பளிங்கறையில் புகுந்துகொள்கிறாள் மணிமேகலை. தேடிவந்த மணிமேகலையைக் காணாமல் சுதமதியிடம் அவள் எத்திறத்தாள்? என்று வினவும் உதயகுமாரனுக்குச் சுதமதி கூறுகிறாள்:

எத்திறத் தாள்நின் இளங்கொடி ? உரைஎன
குருகுபெயர்க் குன்றம் கொன்றோன் அன்னநின்
முருகச் செவ்வி முகந்துதன் கண்ணால்
பருகாள் ஆயின்இப் பைந்தொடி நங்கை
ஊழ்தரு தவத்தள் சாப சரத்தி
காமற் கடந்த வாய்மையள் என்றே
தூமலர்க் கூந்தல் சுதமதி உரைப்ப (5:86–91)

'கிரவுஞ்ச மலையை எறிந்த முருகவேளை ஒத்த உன் இளமை அழகினை அவள் தன் கண்ணாலும் பார்க்கமாட்டாள். முன்வினைப் பயனால் தவநெறி புகுந்தவள். தீயோரைச் சுடுகின்ற சாபமாகிய அம்பினை உடையவள். காமனை வென்ற மெய்ம்மையுடையவள்' என்றெல்லாம் சுதமதி மணிமேகலை குறித்து உதயகுமாரனுக்கு உரைக்கிறாள்.

"மணிமேகலையின் பாட்டி சித்திராபதியின் உதவியால் மணிமேகலையை அடைவேன்" என்று சொல்லி உதயகுமாரன் அங்கிருந்து அகன்றதும் பளிங்கறையைவிட்டு வெளியே வரும் மணிமேகலை தன் எண்ணவோட்டத்தை வெளிப்படையாகச் சொல்லுகிறாள்.

கற்புத் தான்இலள் நல்தவ உணர்வுஇலள்
வருணக் காப்புஇலள் பொருள்விலை யாட்டிஎன்று
இகழ்ந்தனன் ஆகி நயந்தோன் என்னாது
புதுவோன் பின்றைப் போனதுஎன் நெஞ்சம்
இதுவோ அன்னாய்! காமத்து இயற்கை
இதுவே ஆயின் கெடுகதன் திறம்! என (5:86–90)

"கற்பில்லாதவள், நல்ல தவவுணர்ச்சி இல்லாதவள், மரபிற்கேற்ற காவலற்றவள், பொருள் கொடுப்பார்க்குத் தன்னை விற்கும் விலைமகள் என்றிவ்வாறாகப் பழித்துரைத்தவனாய் விரும்பினான் என நினைக்காமல் அவன் பின்னே என்னுடைய உள்ளம் சென்றது. இங்ஙனமுள்ளதோ காமத்தின் இயல்பு! இவ்வாறாயின் இதன் வலி கெடுவதாகுக"

அக்கணம் அங்கே அவள் முன் மணிமேகலா தெய்வம் பிரசன்னமாகிறது. கடலில் கப்பல் யாத்திரை செய்யும் நல்லோருக்கு இடுக்கண் நேரிடுமாயின், துயர் தீர்த்து உதவி செய்யும் தெய்வமாக மணிமேகலா தெய்வம் வணங்கப்பட்டது.

நடுக்கடலில் கப்பல் உடைந்து நீரில் மூழ்கி இறக்குந் தறுவாயிலிருந்த நல்லோரை இந்தத் தெய்வம் காப்பாற்றிய செய்திகள் பௌத்த நூல்களில் கூறப்பட்டுள்ளன. 'சங்க ஜாதகம்' மற்றும் 'மகாஜனக ஜாதகம்' என்னும் இரண்டு ஜாதகக் கதைகளில் மணிமேகலா தெய்வம் சித்தரிக்கப்படுகின்றது.

காப்பிய நாயகி மணிமேகலை முன் தோன்றிய மணிமேகலா தெய்வம் அவளை மணிபல்லவத்தீவுக்குத் தூக்கிச்செல்கிறது. அங்கேதான் மணிமேகலைக்கு அள்ள அள்ளக் குறையாத அமுதசுரபி கிடைக்கிறது. அதன் வாயிலாக 'உண்டி கொடுத்தோர் உயிர் கொடுத்தோரே உயிர்க்கொடை பூண்ட உரவோய் ஆகி கயக்கறு நல்லறம்' கண்டடைகிறாள் மணிமேகலை.

○

பயனுக்கு ஏதுவாகிய வினையின் நிகழ்ச்சி 'ஏது நிகழ்ச்சியாகும்'; "ஏது நிகழ்ச்சி யீங்கின் றாதலின்" என்று ஒன்பதாம் காதையிலும் "ஏது நிகழ்ச்சி யாவும் பலவுள" என்று பனிரெண்டாம் காதையிலும் என பின்னரும் இச்சொல் திரும்பத் திரும்ப வருகிறது.

மணிமேகலைக் காப்பிய ஆராய்ச்சியாளர் Anne E Monius இவ்வாறு குறிப்பிடுகிறார்:

"கதைகூறல் நுண்விவரணைகளின் உள்ளடுக்குகளிடையே இத்தமிழ்ப் பிரதியின் கவனமான ஆய்வு வெளிப்படையாகவே உள்ள ஒரு குவிமையத்தை உணர்த்துகிறது: பிரதானப் பாத்திரத்தின் வாழ்வில் வீடுபேற்றுக்கு அவசியப்படும் சூழ்நிலைகள் படிப்படி யாக உருவாகி தோற்றம் பெறுதல் ("ஏது" என்ற தமிழ்ப்பதம் இதன் சமிக்ஞை. "காரணம்"). புத்தராலேயே தர்மத்தின் பால் திருப்பப்பட்ட கொலைகாரத் கள்வன் அங்குலிமாலா முதல் "செறிவான ஆதார நல்நிலைகள்" (உசன்னகுசலமூலா) அமையப்பெற்ற காரணத்தால் "போதனை பெறத் தயாராய்" உள்ள மத்தகுண்டலியின் கதை வரை புத்தர் மற்றும் அவரது சீடர்களின் வாழ்வு குறித்த ஏராளமான கதையாடல்களில் உள்ளது போலவே, மணிமேகலை தன் மையப் பாத்திரத்தின் கர்மம் கனிதலின் கதையைக் கூறுகிறது, பௌத்தரின் போதனைகளை உள்ளவாறே செவிக்கவும் புரிந்துகொள்ளவும் நாளுக்கு நாள் மணிமேகலை தயாராகி வருவதைச் சொல்கிறது. நல்நிலைகள் முழுமையடைவது மீண்டும் மீண்டும் கூறப்படுவது பிரதான கதையாடலுக்கு வடிவம் அளிப்பதோடு மட்டுமல்லாமல், கருப்பொருள் சார்ந்து குறிப்பிடத்தக்க வகையில் பிரதியின் கதையாடலையும் தத்துவப் பகுதிகளையும் ஒருங்கிணைக்க உதவுகிறது."

மயக்கத்திலிருந்து விழித்து, மணிமேகலைக்கு என்ன நடந்தது என்பதை அறியாமல் பயந்திருந்த சுதமதிக்கு மணிமேகலா தெய்வம் சொல்கிறாள்:—

ஆதிசான் முனிவன் அறவழிப் படூஉம்
ஏது முதிர்ந்த திளங்கொடிக் காதலின்

> விஞ்சையிற் பெயர்த்துநின் விளங்கிழை தன்னையோர்
> வஞ்சமில் மணிபல் லவத்திடை வைத்தேன்   (7:19–22)

"புத்த தேவனின் அறநெறியிற் செல்லும் ஏது நிகழ்ச்சி மணிமேகலைக்கு முற்றினதாதலின் நின் மெல்லியலை என் வித்தையினாலே பெயர்த்து மணிபல்லவத்தின் கண் வைத்துள்ளேன்"

தெய்வங்களெல்லாம் தானே அருளளிக்க இயலாதன; அவை அருள் செய்ய *"beneficial root conditions"* முதிர்ந்திருப்பது அவசியம்; இது அவரவர் உற்ற கர்மபலனைப் பொருத்தது என்கிற பௌத்த நெறியை சிறப்புற நிகழ்த்திக் காட்டுவது மணிமேகலையானது ஒப்பற்ற பௌத்த காவியம் என்பதற்கு ஒரு சான்று.

சுட்டுணர்வும் அனுமானங்களும்

திக்நாகர்

யோகாசார பௌத்தத்தை முன்மொழிந்த பௌத்த ஆசான்களுள் முக்கியமானவர் திக்நாகர். கி.பி 480இலிருந்து 540 வரை வாழ்ந்ததாகக் கூறப்படும் திக்நாகரைப் பற்றி நமக்குக் கிடைக்கும் வரலாற்றுக் குறிப்புகள் மிகக் சிலவே. பௌத்த தர்க்கத்தை வடிவமைத்த முன்னோடி என்று அறியப்படும் திக்நாகர் காஞ்சி நகருக்கருகிலிருந்த சிம்ஹவாக்தம் எனும் கிராமத்தில் பிறந்தார் என்று சொல்லப்படுகிறது. அவர் வடமொழியில் இயற்றிய முக்கியமான நூலான –'பிரமாண சமுச்சய'வில் – சுட்டுணர்வு, மொழி மற்றும் கருத்தளவை போன்றவைகளை ஆய்கிறார். சுட்டுணர்வெனப் படுவது கருத்துருவாக்கத்திற்கு முன்னதான, விஷயங்களைப் பற்றிய அப்பட்டமான அறிதல் என்றும், எனவே சுட்டுணர்வு கருத்துருவாக்கச் செயலற்றது என்றும் திக்நாகர் குறிப்பிடுகிறார். மாறாக, மொழியானது கருத்துகளுடன் தொடர்புள்ளது; ஆனால் கருத்துகளெல்லாம் 'அபோஹ' அல்லது 'விலக்கல்' *(Exclusion)* எனும் செயல்முறை வாயிலாக உருவாக்கப்பட்ட புனைவுகளே. வேறு விதமாகச் சொன்னால், நீலம் என்னும் கருத்து எல்லா நீல நிற வஸ்துக்களும் விஷயங்களும் பகிர்ந்துகொள்ளும் ஒரே தன்மையை (நீலத்தன்மை) ஒத்ததாகத் தோன்றுகிறது. உண்மையில், ஒவ்வாத எல்லாவற்றையும் விலக்கி விடுவதன் வாயிலாக எழுப்பப்படும் கற்பிதமே இந்த ஒரே தன்மை. இந்த நிலைப்பாடு கருத்தாக்கங்களின்

(ஆன்மா முதலான!) இவ்வுலகின் உண்மைப் பொருட்களுடனான நேரடித் தொடர்பை மறுக்க திக்நாகரை அனுமதித்தது.

மொழி, சுட்டுணர்வு ஆகியவற்றின் மீதான திக்நாகரின் பார்வைகள் பின்னால் வந்த பௌத்தர்களினுள் உயரிய செல்வாக்கைப் பெற்றன; ஆயினும் ஆகப்பெரிய தாக்கத்தை அவரின் கருத்தளவை பற்றிய பகுப்பாய்வு ஏற்படுத்தியது. அவருக்கு முந்தைய இந்தியச் சிந்தனையாளர்கள் போலல்லாமல் விவாதங்களில் பயன்படுத்தப்படும் தர்க்கங்களையும், அனுமானங் களின் உள்ளீடான அறிவார்ந்த அமைப்பையும் முனைப்புடன் திக்நாகர் வேறுபடுத்திக் காட்டினார். அனுமானச் சான்றின் (உதாரணத்திற்கு 'புகை') மேலும் அது எதை நிருபிப்பதற்காக இருக்கிறதோ ('நெருப்பு') அதன் மேலும் கூர்மையாகக் கவனம் செலுத்தி, எங்கெல்லாம் இவ்வுறவு பொருந்துகிறது அல்லது தோல்வியுறுகிறது என்பதை ஆராய்ந்து முறையாக வகைப்பாடுகளை வரிசைப்படுத்தினார். இந்த பகுப்பாய்வு அவரது புகழ்பெற்ற உருவாக்கமான ஏற்கத்தக்க சான்றுகளின் மூன்று கூறுகளுக்கும் (*trairūpya*) ஆதாரமாக அமைகிறது.

பௌத்த தத்துவ வரலாற்றின் முக்கியமான சிந்தனையாள ராகத் திக்நாகர் கருதப்பட்டாலும், அவரின் வழிவந்த தர்மகீர்த்தி (கி.பி 600–670) வழங்கிய பௌத்த தர்க்கச் சிந்தனையே பின்னாளைய இந்திய, திபெத்திய பௌத்தர்களால் பயிற்சிக்கென ஏற்றுக்கொள்ளப்பட்டது.

பௌத்த தர்க்கம்

பல்வேறு மரபுகளைச் சேர்ந்த இந்தியச் சிந்தனையாளர்கள் – பௌத்தத்தையும் சேர்த்து – நம்பகமான அறிவு ஆன்ம (இவ்வுரிச்சொல்லை பௌத்தம் ஏற்காது என்பது வேறு விஷயம்) விடுதலைக்கு இன்றியமையாதது என்று எண்ணினார்கள். நான்காம் நூற்றாண்டில் இத்தகைய பல சிந்தனையாளர்கள் இவ்வாறான உரையாடல்களில் இரண்டு கேள்விகளுக்கு விடைகள் தேடும் முகமாக அடிக்கடி சிந்தித்தார்கள்; அவை, (1) நம்பகமான அறிவு என்பது எதைக் குறிக்கிறது? (2) நம்பகமான அறிவின் வகைப்பாடுகள் யாவை? இவ்விரண்டு கேள்விகட்கான விடை தேடும் முயற்சிகள் சுட்டுணர்வு, மொழி மற்றும் காரணங்களின் இயல்புகள் பற்றிய நுணுக்கமான உரையாடல்களுக்கு வழி வகுத்தன. பௌத்தர்கள் இவ்வுரையாடல்களில் முக்கியமான பங்களிப்பைச் செய்தார்கள்; எனினும் அவர்களின் பங்களிப்புகள் ஒரு தனி சிந்தனைப் பிரிவு என்ற தகுதியைப் பெறவில்லை. அதற்கு பதிலாக, ஒரு தனிப் பாணி பௌத்த தத்துவம் என்று

காலப்போக்கில் இந்திய பௌத்த சிந்தனையாளர்களிடையே பலத்த பிராபல்யத்தை எய்தியது. திபெத்திய மரபுகள் இன்றளவும் இதை பௌத்த சாதனாவிற்கு உகந்ததாகப் பயன்படுத்தி வருகின்றன. இந்தத் தத்துவ பாணிக்குப் பூர்விகமாக இடப்பட்ட பெயரேதும் இல்லாததால், திக்நாகரால் முதலில் அறிமுகம் செய்யப்பட்டு, பின்னர் தர்மகீர்த்தியால் செம்மைப்படுத்தப்பட்ட உருவாக்கங்களை மேற்கத்திய கல்விமான்கள் "பௌத்த தர்க்கம்" என்றழைக்கலாயினர்.

பௌத்த தர்க்கம் பற்றிய முறையான முதல் விளக்கத்தைத் திக்நாகர் அளித்தார். ஆனால் தர்மகீர்த்தியும் அவரின் சீடர்களும் இந்தியாவெங்கும் பரவி பிரபலமடையும்படியான வடிவத்தை அதற்களித்தனர். நம்பகமான அறிவின் வகைகளை இரண்டு என்று பௌத்த தர்க்கம் வரிசைப்படுத்துகிறது – (1) சுட்டுணர்வு *(Perception)* – விஷயங்களின் தனித்துவத்தைக் கண்டுணர்தல் *(Particulars)* *(2)* அனுமானம் *(Inference)* – பொதுமையை *(Universals)* அறிதல். தனித்துவம் என்பது முழுக்கவும் விந்தையான, கணநேரத்துக்கு மட்டுமே நீடிக்கக்கூடிய, காரணகாரியங்களுக்குட்பட்டுப் பயனளிக்கும் உட்பொருள்; தனித்துவம் உண்மையானதென்று நாம் அறிவோம் ஏனெனில் அவை நேரடியாகவோ அல்லது மறைமுகமாகவோ காரணகாரியங்களுக்குட்பட்டவை. அனுமானத்துக்குள்ளாகும் பொருட்களின் பொதுமை எனப்படுவது பல தனித்துவங்களின் மேல் பொருந்தக் கூடிய கருத்துகள் மட்டுமே. காரணகாரிய இயைபைப் பொறுத்த வரை செயல்திறனற்றவை. ஆகையால், பொதுமைகளை நாம் உண்மையெனக் கொண்டாலும் அறிவுணர்ச்சியின் காரணங்களாக அவை என்றும் இருக்கப்போவதில்லை. இதனால், பௌத்த தர்க்கவியலார் தனித்துவங்கள் மட்டுமே உண்மையானவை என்று சொல்கின்றனர்; பொதுமைகள் உண்மையானவைகளாகத் தோன்றலாம்; ஆனால் கையில் இருக்கும் தறுவாய்க்குப் பொருத்தமற்றவைகளை விலக்குவதன் வாயிலாக நாம் உருவாக்கிய மனப்புனைவுகளே அவை.

தனித்துவங்களுக்கும் பொதுமைகளுக்கும் இடையிலான வேறுபாட்டைப் புரிந்துகொள்வதற்கு, இந்தப் புள்ளியை • தனித்துவப் புள்ளியென வைத்துக்கொள்வோம். இப்புள்ளி அதைப் போலத் தோற்றமளிக்கும் இந்தப் புள்ளியைப் • போன்று இருப்பது மாதிரி தெரியலாம். இந்த ஒரே தன்மை இரண்டு வெவ்வேறு புலன் அனுபவங்களைப் புள்ளி என்னும் ஒற்றைப் பொதுமையோடு தொடர்புபடுத்துவதாலேயே எழுகிறது. ஒவ்வொரு குறிப்பிட்ட உதாரணமும் காலப்போக்கில் நிலைப்பது மாதிரி தோன்றலாம், ஆனால் தனித்துவங்களின்

காலங்கடந்த, வெளிப்படையான ஸ்திரத்தன்மை கூட ஒற்றைப் பொதுமையுடன் தொடர்புபடுத்துவதனால் எழும் பிரமையே. பக்கத்தின் மேலிருக்கும் உண்மையான புள்ளியே • சுட்டுணர்வைத் தோற்றுவிக்கும். புள்ளிகளின் பொதுமை அதைத் தோற்றுவிக்காது (ஏனெனில் நாம் இதைப் • புலன்களால் காணமுடியும். அது பற்றிய நம் கருத்தை நாம் புலன்களால் காண முடியாது)

பௌத்த தர்க்கவியலார் நம்பகமான அறிவு பயனுள்ள அறிவுணர்ச்சியாகவும் இருக்க வேண்டுமென்று வாதிடுகின்றனர். பயனுள்ளதென்றால் ஏதாவதோர் இலக்கை அடையத்தக்க வகையில் இருக்க வேண்டும். கண்டிப்பாகச் சொல்லப்போனால், நம்பகமான அறிவு ஓரளவு குறைபாடுள்ளதாக இருக்க முடியும். உதாரணமாக, அறிவுணர்ச்சி ஆனது ஒரு விஷயத்தின் மேல் சில குணங்களைத் தவறாகக் கற்பிக்கக் கூடுமென்றாலும் திறம்பட்ட ஒன்றாக இருக்க முடியும். பற்றி எரியும் ஒன்றை தீ என்று சரிவர புலன்களால் அறிந்தாலும், அந்தத் தீ மற்றெல்லா இடங்களிலும் எரியும் தீ வகையைச் சார்ந்ததான தீ என்ற தவறான முடிவுக்கு வரலாம். இருப்பினும், இவ்வறிவுணர்ச்சி பயனுள்ள இலக்கை அடைவதற்கு இடையூறாக இருப்பதில்லை. கரங்களைக் கதகதப்பாக்கிக் கொள்வதற்கு நம் முன்னால் எரியும் தீயானது மற்றெல்லாத் தீயைப் போன்றதே என்று தவறாக நம்புதல் ஒரு விஷயமே இல்லை.

பௌத்த தர்க்கவியலார் நம்பகமான அறிவு பகுதி குறைபாடுள்ளதாக இருக்கக்கூடுமென்பதை அனுமதித்தாக வேண்டும். ஏனென்றால் பொதுமைகளுக்கு உட்கிடையான சில பண்புகளை ஏற்றுக்கொள்ளாமல் அவர்கள் மொழியைப் பயன்படுத்த வேண்டும். புள்ளி எனும் கருத்து நம்மை எல்லாப் புள்ளிகளும் ஒரே மாதிரியானவை என்று நம்மைத் தவறாக நம்ப வைக்கலாம். இருப்பினும் நாம் இந்தக் கருத்தை இப்பக்கத்தில் உள்ள எல்லாப் புள்ளிகளைப் (உண்மையில் அவை எல்லாம் தனித்தன்மை வாய்ந்த புள்ளிகளாக இருந்தாலும்) பற்றிப் பேசப் பயன்படுத்திக்கொள்ளலாம். இதேபோல், 'நபர்' என்னும் கருத்து 'குழந்தை'யாக இருந்த என்னை ஒத்திருப்பவனைப் போன்று என்னைத் தவறாக நம்ப வைக்கிறது. இருப்பினும், துக்கத்திலாழ்ந்து மோட்சத்தை விழைபவனைப் பற்றிப் பேசுவதற்கு 'நபரை' நாம் பயன்படுத்திக் கொள்ளலாம்.

தர்க்கக் கோட்பாடுகளை விவரிக்கும்போது பொதுமை களைப் பற்றிய விமர்சன அணுகுமுறை பௌத்த தர்க்கவிய லாருக்குப் பிரச்சினையை உண்டாக்குகிறது. தர்க்கக் கோட்பாடுகள் எனப்படுபவை அனுமானங்கள் பற்றிய விவரமான

கோட்பாடுகளே. இங்கு, *S* என்பதைப் பொருளாகவும், *P*ஐப் பயனிலையாகவும், *E* என்பதை ஆதாரமாகவும் கொண்டால், "*S* என்பது *P* ஏனென்றால் *E*" என்பது அனுமானத்தின் வடிவமாகும். உதாரணமாக. "ராமு அழியக்கூடியவன் ஏனென்றால் அவன் மானிடன்". நன்கு வடிவமைக்கப்பட்ட அனுமானம் மூன்று உறவுகளைக் கைக்கொண்டிருக்கும். (1) ஆதாரம் பயனிலைக்கு இன்றியமையாததாகும் (மானிடன் அழியக்கூடியவனாக இருக்க வேண்டும்) (2) ஆதாரத்தின் மறுப்பு பயனிலையின் மறுப்புக்கு வழி வகுக்கும் (அழிவில்லாதவன் மானிடனல்லாதவனாக இருக்க வேண்டும்) (3) ஆதாரம் பொருளின் தன்மையதாய் இருக்கும் (ராமு மானிடனே). இந்த அனுமானக் கோட்பாட்டைக் கைக்கொள்ளும் பௌத்தர்கள் இரண்டு குறிப்பிடத்தக்க பிரச்சினைகளை எதிர்கொள்கிறார்கள். (1) அனுமானத்தின் நிபந்தனைகள் பொதுமைகளாக இருக்க வேண்டும்; பொதுமைகள் உண்மையற்றதாகக் கருதப்படுகையில், பொதுமைகளுக்கிடையிலான உறவுமுறையை எப்படிக் கணக்கிலெடுத்துக் கொள்வது? (2) "சுத்தமான கற்பனா வஸ்துவொன்று வாஸ்தவத்தில் இல்லை" என்பதை நிருபிக்க அனுமான விதிகளைப் பயன்படுத்துகையில், சுத்தமான கற்பனா வஸ்து எப்படி அனுமானத்தின் பொருளாக இருக்க முடியும்? "முழுமையான 'சுயம் என்றெதுவுமில்லை" என்று ஒருவன் நிரூபிக்க விரும்பினால், சுத்தமான கற்பனா விஷயமாகிய 'முழுமையான சுயம்' எப்படிப் பயனிலையைச் சுமக்க முடியும்? குறிப்பாக, பௌத்த தர்க்கவியலாளர்களின் அனுமான விதிகளை உபயோகிக்கும் மாத்யமக பௌத்தர்களுக்கு இரண்டாவது வினா கடும் பிரச்சினையை ஏற்படுத்துகிறது.

Source: இந்தக் குறிப்பைக் கிட்டத்தட்ட *John Dunne*–இன் "திக்நாகர்" மற்றும் "பௌத்த தர்க்கம்" என்ற கருப்பொருள்கட்கான *Encyclopedia of Buddhism* பதிவுகளின் மொழிபெயர்ப்பென்றே சொல்லிவிடலாம். *Thanks Prof. John Dunne.*

முதல் நீலம்

அது புதிதாய் என் கண்ணில் பட்டது. வெற்றிடமாகத் தெரிந்த இடத்தின் மேல் எதுவோ பூசப்பட்டிருந்தது. ஒரு சில கணங்கள் என் புலனுக்கு உணவானது அந்த தோற்றம். அருகில் நின்றவரிடம் அது பற்றிக் கேட்டேன். அது ஒரு நிறம் என்றும், அதன் பெயர் நீலம் என்றும் சொன்னார். பின்னொரு சமயம் அந்தத் தோற்றம் மீண்டும் என் கண் புலனின் கவனத்துக்கு வந்தபோது அது நீலம் என்று எனக்குச் சொன்ன நபர் முதலில் ஞாபகத்துக்கு வந்தார். இந்த நீல நிறத்தைத் தான் முன்னொரு நாள் பார்த்தேன் என்பதை அப்போது உணர்ந்தேன். அடுத்தடுத்த முறை நீல நிறத்தைக் காணும் சமயங்களில் எல்லாம் நீலம் என்று அதைச் சரியாக அடையாளப்படுத்திக்கொள்ள முடிந்தது. என் கண்களை மூடி நீலம் என்ற சொல்லை அசை போட்டவுடன் நீலம் என் மனத்திரையில் ஓடுகிறது. நிறத்தை அதற்களிக்கப்பட்ட பெயராகிய நீலத்துடன் இணைத்து நினைவுபடுத்திக்கொள்ளும் பழக்கம் தொடங்கிய பிறகு முதன்முதலாகக் கண்ட அந்த நிற அனுபவம் மறுபடி கிடைக்கவேயில்லை.

நீலம் என்ற பெயர் அந்த முதல் நீலப் புலன் அனுபவத்தை மீண்டும் பெற முடியாமல் தடுத்து விட்டது. நீலத்தின் நிற பேத வகைமைகளின் அறிவையும் – வான்நீலம், கருநீலம், ஊதா என – அவற்றுக்குப் பெயரிட்டு நிலைப்படுத்திக் கொண்டேன். பெயரிட்ட பிறகு அனுபவங்களுக்குத் திரும்பும் அவசியம் இருப்பதாகத் தோன்றவில்லை. வெற்றிடங்களில் காணப்படும் நீல வர்ணப்பூச்சு

அனுபவங்கள் அனைத்தையும் ஒரே வகையாக ஒரே பெயரடையாளத்துக்குள் அடக்கிவிட்டால் நீலத்தன்மை எனும் பொது வரையறையைப் புலன்–மனம் தயார் செய்து வைத்துக்கொள்கின்றது. முதல் நீலத்தின் தூய சுட்டுணர்வு மனப்பழக்கத்தின் பெயரிடுதல் பண்பு வழியாக மன உணர்வாக மாற்றம் அடைந்து காலப்போக்கில் ஒரு பொதுமையாகக் கருதப்பட்டு விடுகிறது.

நீலம் போய் நீலத்தன்மை மட்டும் மனக்கருத்தியலாய்த் தங்கிவிடுகிறது. இதற்கு நடுவில் நீலம் என்னும் நிறம் ஒரு நாள் நம்முலகைவிட்டுக் காணாமல் போய்விடுகிறது. நீல நிறத்தைத் தேடி எல்லாரும் செல்லலாயினர். நீலத்தன்மை பற்றிய அனைவரின் மனக்கருத்தியல்களின் உதவியுடன் நீல நிறத்தை தேடிக் கண்டு பிடிப்பதாகத் திட்டம். ஆனால் ஒவ்வொருவரின் நீலத்தன்மை பற்றிய எண்ணம் வெவ்வேறு மாதிரியாக இருக்கிறது. எது நீல நிறம் என்று அறுதியிட்டு யாராலும் சொல்ல முடியவில்லை. தப்பித்தவறி நீல நிறம் அதைத் தேடுபவர்களின் கண்ணில் தானாகவே பட்டால் தேவலை. முதன்முதலில் பார்த்த வெற்றிடத்தைத் தேடிச் செல்ல முனைந்தனர். வெற்றிடம் என்று ஓரிடமும் மிச்சமாக இல்லை. எல்லா வெற்றிடங்களுக்கும் வடிவம் அல்லது நிறங்களின் பெயரை வைத்தாகிவிட்டது. நீலத்தை எப்படி மறுபடியும் முதன்முதலாகக் கண்டுபிடிப்பது?

நகர்ந்த ஸ்தம்பங்கள்

அசோகர் என்ற ஒருவர் இருந்தாரா அல்லது வெறும் தொன்மக்கதைகளில் சித்தரிக்கப் பட்டவரா என்ற ஐயம் தொடக்க கால பிரிட்டிஷ் – இந்திய வரலாற்றறிஞர்களிடையே இருந்தது. "அசோகாவதானம்" என்னும் இரண்டாம் நூற்றாண்டு சம்ஸ்கிருத நூலொன்று புராணக்கதையின் மிகைப்படுத்தல்களோடு அசோகரின் வாழ்க்கைச் சம்பவங்களைச் சித்தரிக்கிறது. இலங்கையின் நாளாகமங்களான – தீபவம்சம், மகாவம்சம் – இரண்டிலும் அசோகச் சக்கரவர்த்தியைப் பற்றிய செய்திகள் வருகின்றன. ஒரு நாடகீயமான பாத்திரம் போன்று கலிங்கப் பெரும் போரை நிகழ்த்திப் பின்னர் போரை வெறுத்து பௌத்த நெறிமுறையின்படி தேசத்தை ஆண்டு வந்தவர் என்றவாறு மேற்சொன்ன பௌத்த இலக்கியங்களில் அசோகர் பற்றிய குறிப்புகள் வந்தாலும் அசோகரின் ஆட்சி பற்றிய உறுதியான வரலாற்றுப் பதிவுகள் கிடைக்காமலேயே இருந்தது.

James Prinsep என்னும் ஆங்கிலேயர் தில்லியில் இருக்கும் ஒரு ஸ்தம்பத்தில் பொறிக்கப்பட்டிருந்த பிராமி வடிவ எழுத்துகளைப் புரிந்துகொண்டது ஒரு முக்கியமான திருப்புமுனையாக அமைந்தது. "தேவனாம்பிய" (தெய்வங்களுக்குப் பிரியமானவன்) "பியதஸ்சி" (மக்களை அன்புடன் கருதுபவன்) போன்ற பட்டப்பெயர்கள் தில்லி ஸ்தம்பத்தில்

மட்டுமில்லாமல் வேறு ஸ்தம்பங்களிலும் பொறிக்கப்பட்டிருப்பது தெரிய வந்தது. 19ஆம் நூற்றாண்டில் துணைக்கண்டம் முழுமையும் (இந்தியா, நேபாளம், பாகிஸ்தான் மற்றும் ஆப்கானிஸ்தான்) அசோகரின் கல்வெட்டுகள் கண்டு பிடிக்கப்பட்டன. ஸ்தம்பங்களிலும், கற்பாறைகளிலும், குகைச்சுவர்களிலும் பொறிக்கப்பட்ட அரசாணைகள், பிரகடனங்கள் எல்லாம் அசோகரின் சீர்திருத்தங்களையும் கொள்கைகளையும் குடிமக்களுக்கு வழங்கிய அறிவுரைகளையும் நவீன உலகிற்குப் பறைசாற்றின. நன்னெறிகளின் அடித்தளத்தில் ஒரு பேரரசை நிறுவிய ஆற்றல் மிகு பேரரசரின் நுண்ணறிவை இக்கல்வெட்டுகள் நமக்கு அறியத் தந்தன.

அசோகரின் கலைத்திட்டங்களுள் முதன்மையானவை மௌரியப் பேரரசு முழுமையும் அவர் நிறுவிய தூண் சாசனங்கள். 40 முதல் 50 அடி உயரத்தினதாய் வான் நோக்கிய தூண்கள். அவை இரண்டு விதக் கற்களிலிருந்து சமைக்கப்பட்டவை – தூணின் நடுக்கம்பத்திற்கு ஒன்று; தூண் சிகரத்திற்கு ஒன்று. நடுக்கம்பம் ஒற்றைக் கல்லிலிருந்து வெட்டப்பட்டதாக இருக்கும். மதுராவிலும் காசிக்கு முப்பது கிலோ மீட்டர் தெற்கில் இருக்கும் சுனார் பகுதியிலிருந்தும் இருந்த சுரங்கங்களில் வெட்டப்பட்டு தூண்கள் நிறுவப்பட்ட இடங்களுக்குத் தள்ளிச் செல்லப்படும். ஒவ்வொரு தூணும் கிட்டத்தட்ட 50 டன் எடை கொண்டவை. இன்று 19 தூண்களே எஞ்சியிருக்கின்றன; அவற்றிலும் பல உடைந்த துண்டுகளாகிவிட்டன.

பௌத்த சமயக் கொள்கைகளை அடிக்கோடிட்டுக் காட்டும் பொருட்டு நிறுவப்பட்ட தூண்களின் சிகரத்தில் விலங்குகளின் சிற்பங்கள் அமைக்கப்பட்டுள்ளன. பௌத்த சமயத்தின் பரவலான சின்னமாக இருக்கும் தாமரை மலரைத் தலைகீழாக்கி அதன் மேல் விலங்குகளின் சிலை அமைக்கப்பட்டிருக்கும்; சிங்கம் அல்லது நின்ற உட்கார்ந்த நிலையில் மாடு.

சில ஸ்தம்பங்களில் சமர்ப்பணக் கல்வெட்டுகள் பொறிக்கப் பட்டுள்ளன. அவற்றில் தேதிகள் குறிப்பிடப்பட்டு அசோகர் புரவலர் என்ற தகவலும் பிராமி எழுத்தில் பொறிக்கப்பட்டுள்ளன. இந்தியாவின் மேற்குப்பகுதியில் காணப்பட்ட கல்வெட்டு களில் சமஸ்கிருதத்துக்குத் தொடர்புடைய எழுத்து வடிவம் பயன்படுத்தப்பட்டுள்ளது. கிழக்குப் பகுதிகளில் உள்ள ஸ்தம்பங்களின் கல்வெட்டுகள் அசோகர் காலத்து மகதி மொழியில் செதுக்கப்பட்டுள்ளன. ஆப்கானிஸ்தானில் கண்டெடுக்கப்பட்ட ஸ்தம்பத்தில் அரமைக் மற்றும் கிரேக்க மொழிகளில் செதுக்கப்பட்டுள்ளன. தன் முடியரசின் பல்வேறு

பண்பாட்டு, இனக் குழுக்களைச் சென்றடைய அசோகர் விழைந்ததின் பிரதிபலிப்பாக இதைக் கொள்ளலாம். சில கல்வெட்டுகள் மதச் சார்பற்றவையாக இருக்கின்றன. கலிங்கப் பேரழிவிற்கு அசோகர் மன்னிப்பு கேட்கிறார்; மக்களின் நலமே தன் குறிக்கோள் என்று உறுதி கூறுகிறார். சில கல்வெட்டுகள் அசோகர் மக்களுக்குச் செய்த நன்மைகளைப் புகழ்ந்து கூறும் முகமாகச் செதுக்கப்பட்டுள்ளன.

அசோகர் ஸ்தம்பங்கள் பிற்காலத்தில் வந்த சில பேரரசர்களின் கவனத்தைக் கவர்ந்தன. புராதன கௌஷம்பி நகரத்தில் நிறுவப்பட்ட ஸ்தம்பம் இன்று அலஹாபாத்தில் திரிவேணி சங்கமத்துக்கு அருகில் முகலாயப் பேரரசர் அக்பர் கட்டிய கோட்டைக்குள் காணப்படுகிறது. கௌஷம்பியில் இருந்த தூணின் சிகரமாய் இருந்த விலங்குச் சிலை அலஹாபாத் நகர்வுக்கு முன்னர் அகற்றப்பட்டிருக்கலாம். அலகாபாத் ஸ்தம்பத்தில் பிராமி எழுத்தில் அசோகரின் கல்வெட்டில் கி.மு 232ஆம் ஆண்டின் தேதியிடப்பட்டிருக்கிறது. அதே ஸ்தம்பத்தில் குப்தவம்சப் பேரரசர் சமுத்திரகுப்தர் கி.பி 375இல் குப்தர் கால பிராமி எழுத்தில் பொறிக்கப்பட்ட கல்வெட்டில் தான் பெற்ற வெற்றிகளைப் பற்றி பெருமிதத்துடன் பேசுகிறார். அதே ஸ்தம்பத்தில் பாரசீக மொழியில் முகலாயப் பேரரசர் ஜஹாங்கிரும் ஒரு கல்வெட்டைப் பதிந்திருக்கிறார்.

அலஹாபாதின் அசோகா ஸ்தம்பம் போல், தில்லியில் இருக்கும் இரண்டு அசோக ஸ்தம்பங்களும் முறையே மீரட் மற்றும் அம்பாலாவில் இருந்து இடம் பெயர்ந்தவை. இவ்விரண்டு ஸ்தம்பங்களிலும் சிகரங்கள் இல்லை.

ஆப்கானிய நகரம் காண்டஹாரில் எழுப்பப்பட்ட ஸ்தம்பம் இன்று காபூலில் இருக்கும் தேசிய மியூசியத்தினுள் இருக்கிறது. இந்த ஸ்தம்பத்தில்தான் அரமைக், கிரேக்க மொழிக் கல்வெட்டுகள் பொறிக்கப்பட்டிருக்கின்றன.

சாரநாத்தின் அசோக ஸ்தம்பத்தை அலங்கரித்த நான்கு சிங்கங்களின் சிகரம் அதிமுக்கியமானது. நம் தேசியச் சின்னம் கூட. ஒற்றைத் தொகுதியான பளபளப்பூட்டப்பட்ட மணற் பாறையில் செதுக்கப்பட்டது. நான்கு ஆசிய சிங்கங்கள் பின்னுக்குப் பின்னாக நிற்பதைச் சித்தரிக்கிறது. ஒரு வட்டச்சட்டத்தின் மேல் பொருத்தப்பட்டிருக்கின்றன அந்த சிங்கச் சிலைகள். வட்டச்சட்டத்தைச் சுற்றிச் செதுக்கப்பட்ட யானை, ஓடும் குதிரை, மாடு, சிங்கம் – இவற்றுக்கிடையிடையே 24 ஆரங்களையுடைய

சக்கரங்கள். எல்லாம் மணி வடிவ தலைகீழ்த் தாமரையின் மேல் வைக்கப்பட்டுள்ளன.

பௌத்த நெறியின் குறியீடாக சிங்கச் சின்னத்தைப் பார்க்க முடியும். பௌத்த மரபுகளில் சிங்கத்தை புத்தரின் குறியீடாகச் சித்தரிப்பது வழக்கம். நான்கும் நான்கு திசைகளில் சிங்கங்களை நோக்குவது சம முக்கியத்துவம் கொண்ட நான்கு விஷயங்களைக் குறிப்பதாகக் கருதலாம். அவை நால்வகை வாய்மைகள் *(Four Noble Truths)* என்றும் சொல்லலாம் வட்டச்சட்டத்தில் காணப்படும் நான்கு விலங்குகளுக்கும் குறியீட்டர்த்தம் உண்டு. புத்தரின் தாய் புத்தரைக் கருவுற்ற போது அவர் வயிற்றுக்குள் யானை நுழைந்ததைப் போலக் கனவு கண்டாள்; யானை புத்தரின் பிறப்பைக் குறிக்கிறது. புத்தரின் இளமைப் பருவத்தை மாடு குறிக்கிறது. மனைவியை விட்டு விலகி புத்தர் தேடலில் ஈடுபட்டதைக் குறிப்பது ஓடும் குதிரை. நிர்வாண நிலையை புத்தர் எய்தியதைச் குறிப்பது சிங்கம். புத்தர் போதித்த தர்மத்தை சக்கரம் குறிக்கிறது.

❍

சாரநாத் சிதிலங்களை ஒரு மார்ச் மாதத்தின் பின் மதியத்தில் காணச் சென்றபோது உடைந்து கிடந்த அசோகா ஸ்தம்பத்தை மூடிய கண்ணாடி அறைக்குள் பூட்டி வைத்திருந்தார்கள். அசோகர் சிங்கங்கள் மெருகு குலையாத பளபளப்புடன் சாரநாத் மியுசியத்தில் இருந்தன. ஸ்தம்பத்தின் மேல் சிங்கச்சின்னமும் அதன் மேல் குடையாக ஒரு காலத்தில் இருந்த தர்மச் சக்கரத்தை யும் என் மனக்கண் முன்னால் தோற்றுவித்தேன். சிதிலங்கள் மறைந்து அசோகர் ஸ்தம்பத்துக்குப் பின்னிருந்த மூல கந்த குடி விகாரமும் வளாகத்தில் இருந்த மற்ற விகாரைகளும் அவற்றுக்கெல்லாம் பின்னணியில் இருந்த தமேக் ஸ்துபமும் என பல நூற்றாண்டுகளுக்கு முன்னதான காட்சிகள் உயிர் பெற்றன. இன்னும் சில நூற்றாண்டுகளுக்கு முன்னம் நினைவுக்காட்சிகள் நகர்ந்தபோது விகாரைகள் ஸ்தம்பங்கள் ஏதுமில்லை. பசுமையான காட்டுக்கு நடுவே மான்கள் துள்ளிக் குதித்தாடின. கால வரிசையில்லாமல் காட்சிகள் மாறிக்கொண்டேயிருந்தன. வேறொரு காட்சியில் துருக்கிய தளபதியொருவனின் படைகளால் வளாகத்தில் இருந்த சைத்யங்கள் இடித்துத் தள்ளப்பட்டன. புத்தர் சிலைகள் அருவங்களாக்கப்பட்டன. காலத்தின் இன்னோர் அசைவில் தமேக் ஸ்துபத்திலிருந்து உருவப்பட்ட செங்கற்களின் பொதி கழுதைகளின் மேல் ஏற்றப்பட்டுக் காசி நகருக்கு எடுத்துச் செல்லப்பட்டன. ஒருமுறை பொதியினுள் கிடைத்த

புத்தரினுடைய தியானக் கூழாங்கல்லொன்று குப்பையெனக் கருதப்பட்டு நதிக்குள் எரியப்பட்டது. பின்னொரு காட்சியில் கன்னிங்ஹாம் பிரபு தமேக் ஸ்தூபத்தினுள் இறங்கி அதன் சுவர்களுக்குள் பொறிக்கப்பட்டிருந்த 'யெ தம்ம ஹேதுப்ப பவ' என்னும் பாலி சுலோகத்தை வாசிக்க முயன்றுகொண்டிருந்தார்.

சுற்றுலாப் பயணிகளுக்கான இருக்கையில் அமர்ந்து முத்தமிட்டுக் கொண்டிருந்த இளஞ்ஜோடியொன்றைச் சீருடையிட்ட காவலாளி ஒருவன் அங்கிருந்து விரட்டிக்கொண்டிருந்த சத்தம் நிகழ்காலத்துக்கு அழைத்து வந்தது. மண் தரையில் பரவியிருந்த என்னை விட நான்கு மடங்கு நெடிய என் நிழலை நோக்கியவாறு வெகு நேரம் அங்கே நின்றிருந்தேன்.

முன்செல்லும் நம்பிக்கை

பௌத்தத்தில் பக்தி – தியான வகைமைகள் –
புத்தானுஸ்ஸதி – மாத்ர்சேதர் – சதபஞ்சஸத்கா

தேரவாதத்தின் நிகாயங்களும், மகாயானத்தின் எண்ணற்ற சூத்திரங்களும் உபதேசங்களையும் கோட்பாடுகளையும் விரித்துரைக்கின்றன. இரு பிரிவுகளுக்கும் தனித்தனியான வினய நூல்கள் இருக்கின்றன. சூன்யத்தில் மனங்குவிந்த தியான முறைகளும், சீலப் பயிற்சிகளும், மனக்கவனப் பயிற்சிகளும் *(mindfulness practices)*, மந்திர கோஷங்களும் என்று ஆன்மீகப் பயணம் செய்யும் பௌத்தர்கள் 'பக்தியை' கைக்கொள்ள பௌத்தத்தில் வழி இருக்கிறதா? லௌகீக இலக்குகளைக் கைவிட்ட பிக்ஷுக்கள் ஏன் புத்தரைத் துதி பண்ண வேண்டும்?

நாகார்ஜுன பிக்ஷு சொல்கிறார்:

“நம்பிக்கையினூடாகவே ஒருவன் தர்மத்துடன் தொடர்புபடுத்திக் கொள்கிறான். ஆயினும் புரிதலினூடாகவே ஒருவன் உண்மையான அறிதலை அடைகிறான். இரண்டினுள் புரிதல் முதன்மையானது. எனினும் நம்பிக்கை முன் செல்வது.” (இரத்னாவளி 5)

புத்தஸ்துதிகள் பெரும்பான்மையான புத்த நூல்களின் முதல் அங்கத்தில் வருவதுண்டு.

ஸ்தோத்திரங்கள் நம்பிக்கையை வளர்ப்பதோடல்லாமல் தியானத்திலும் உதவி புரிகிறது. மனக்குவிப்பு தியானத்தில் *(Concentration Meditation)* எண்ணங்கள் அமைதிப்படுத்தப் படுகின்றன; மனக்கவன தியானத்தில் *(Mindfulness Meditation)* பற்றில்லாமல் எண்ணங்கள் நோக்கப்படுகின்றன; நினைவு கூரப்படும் தியானத்தில் *(recollection meditation)* ஒரு குறிப்பிட்ட கருப்பொருளில் மனங்குவிக்கப்பட்டு பின்னர் கவனத்துடன் சீராக அக்கருப்பொருள் பற்றிச் சிந்திக்கப்படுகிறது. நம் மனத்தில் பிரதானமாக இருக்கும் எந்தச் சிந்தனையும் நம் ஆளுமை மீதும் நடத்தை மீதும் ஆழமான தாக்கத்தை ஏற்படுத்தும். வேண்டுமென்றே, உணர்ச்சி பூர்வமாக நேர்மறை எண்ணங்களை நாம் சிந்திக்கும்போது, காலப்போக்கில் இயற்கையாகவே அத்தகைய எண்ணங்கள் நம்முள் எழுவதை நாம் காண முடியும். இது அவ்வெண்ணங்களுக்குகந்த நற்செயல்களையும் துளிர்க்க வைக்கும். புத்தரை நினைவு கூரும் தியானப் பயிற்சியில் ஈடுபடுவோர் அமைதியுடன் அமர்ந்து மனத்தை ஏற்புத் திறமுடையதாக்கி புத்தரின் குணங்களையும் செயல்களையும் பற்றிச் சிந்திப்பர். புத்தரை நினைவு கூரும் தியானத்தை தேரவாதப் பௌத்தர்கள் பாலி மொழியில் 'புத்தானுஸ்ஸதி' *(Buddhànussati)* என்பார்கள். இதற்கிணையான சமஸ்கிருதக் கலைச்சொல் – 'புத்தானுஸ்ம்ரிதி'. பயிற்சி சீராகும்போது, ஆன்மீகத்தின் முக்கியமான இரு அம்சங்களாகிய – பக்தியும் நம்பிக்கையும் வலுப்பெறுகின்றன; பௌத்த சாதனாவின் ஆற்றலும் உற்சாகமும் கூடுகின்றன. புத்தரை நினைவு கூரும் தியானத்தில் புத்த ஸ்தோத்திரங்களை வாசித்தல் பயனுள்ள சாதனமாக இருக்கும்.

❍

முதலாம் நூற்றாண்டில் பிறந்து ஆரிய தேவர் என்னும் பௌத்த ஞானியின் ஊக்குவிப்பில் பௌத்த சம்பிரதாயத்தைத் தழுவிய கவிஞர் மாத்ர்சேதர். அசுவகோசரைப் போன்று இவரும் கனிஷ்க மன்னரின் காலத்தவர் என்று சொல்லப்படுகிறது. இவர் இயற்றிய 'சதபஞ்சஸத்கா' *(Satapañcasatka)* என்னும் புத்த ஸ்தோத்ரம் மிகப் பிரசித்தமானது. ஏழாம் நூற்றாண்டில் இந்திய விஜயம் மேற்கொண்ட சீன யாத்திரிகர் – ஹியூண்ட்சாங் – இக்கவிஞரை மிகவும் புகழ்ந்து எழுதியிருக்கிறார்.

"இவரின் அழகான பாடல்கள் தேவவனத்தில் பூத்த பூக்கள் போன்றவை; இவர் சித்தரித்த உயர் நெறிகள் மலைகளின் சிகரங்களுடன் போட்டியிடுகின்றன. இலக்கியத்தின் தந்தை

எனக் கருதி இந்தியாவில் உள்ளவர்கள் இவரின் பாணியைப் பின் பற்றியே பாடல் புனைகிறார்கள். போதிசத்துவர்களைப் போன்ற பெரு மனிதர்களாகிய அசாங்கரும் வசுபந்துவும் இவரை மிகவும் போற்றுகிறார்கள். இந்தியா முழுமையும் பிக்ஷுவாக விழைவோர் பத்துக் கட்டளைகளை (ten precepts) மனனம் செய்து முடித்தவுடன் மாத்ர்சேதரின் பாடல்கள் அவர்களுக்குக் கற்பிக்கப்படுகின்றன”*

‘சதபஞ்சஸத்கா’ பௌத்தத்தின் எல்லாப் பிரிவுகளுக்கிடையிலும் மிகப் பிரசித்தமாயிருந்தது. பல்வேறு மொழிகளில் இச்செய்யுட்கள் மொழி மாற்றம் கண்டிருக்கின்றன. “இந்தியாவுக்கு வெளியே பௌத்த சமயம் பரவியதில் இந்த ஸ்தோத்திரம் முக்கியப் பங்கு வகித்தது” என்று தாரநாதர் (கி.பி 1575–1634) எனும் புகழ்பெற்ற திபெத்திய வரலாற்றாசிரியர் சொல்கிறார்.

எவ்விதத்திலும் ஒரு குறையும் அவரிடம் காணப்படுவதில்லை
எல்லா விதத்திலும் அனைத்துச் சீலங்களும் அவருள்
அடக்கம்

சரணென்று அவரை அடைதல்
அவர் கீர்த்தியைப் பாடுதல்
அவருக்கு மரியாதை செய்தல்
அவரின் தர்மத்தைப் பின்பற்றுதல்
புரிந்துணர்வுடையோருக்குத் தகுந்த செயல்கள்

ஒரே காப்பாளர்
அவர் குறைகள் மிச்சமின்றி நசிந்தன
அனைத்தும் அறிந்த ஒருவர்
அவரின் சீலங்கள் தோல்வியின்றி இருந்தன

மிகக் குரூரமான மனிதனும்
மகானின் எண்ணங்கள், சொற்கள், செயல்களில்
குற்றம் காண இயலாது

அழியக்கூடியதும் விரைவில் மாற்றமடையக் கூடியதுமான
என் குரலை ஒரு நற்பயனுக்கு உட்படுத்தாதிருப்பது எங்ஙனம்?

முனிவரின் குணங்கள்
மனிதக் கணிப்புகளுக்கு அப்பாற்பட்டதென்பதை அறிவேன்
எனினும் அவற்றின் ஒரு பகுதியை எடுத்துரைப்பேன்
எனது மகிழ்ச்சிக்காகவேனும்

---

* அசாங்கரும் வசுபந்துவும் மகாயான பௌத்தத்தின் உட்பிரிவான யோகாசார பௌத்தத்தின் முக்கியமான ஆசாரியர்கள். யோகாசார பௌத்தத்தின் முக்கிய தத்துவமான விஞ்ஞானவாதத்தின் மூல ஆசிரியர்களாக பௌத்த மரபில் கொண்டாடப்படுபவர்கள். பொயு நான்காம் நூற்றாண்டில் இந்தியாவின் வட மேற்கே காந்தார ராச்சியத்தின் புருஷபுரத்தில் (இன்றைய பெஷாவர், பாகிஸ்தான்) வாழ்ந்தவர்கள்.

சுயவளர்ச்சி பெற்றவரே! உமக்கு வந்தனங்கள்
உம்முடைய நற்செயல்கள் அளவற்றவை; அற்புதமானவை
உமது சீலங்கள் எண்ணற்றவை; வரையறுக்கத்தகா
பிரமிப்பூட்டுபவை

அவற்றின் எண்ணிக்கை? அவை எண்ணிலடங்கா
அவற்றின் இயல்பு? சொற்கள் தோற்றுப்போகும்
ஆயினும், அவற்றைப் பற்றிப் பேசுதல் பெரும் நன்மையளிக்கும்
ஆகையால் அவற்றை அவசியம் பேசுவேன்

இரு வாகனங்கள்

முதல் பௌத்த சபை – மகாசங்கிகர்கள் –
அபிதர்மம் – தேரவாதம் – திரிபீடகம் – மகாயானம்

புத்தர் பரிநிர்வாணம் அடைந்த சில மாதங் களில் முதல் பௌத்த சபை கூட்டப்பட்டது; மகா கஸ்ஸபர் தலைமை தாங்கினார்; உபாலி என்பவர் பிக்ஷுக்களின் நடத்தை குறித்த விதிமுறைகளைத் (வினய) தொகுத்துரைத்தார். புத்தரின் உறவினரும், நெருங்கிய நண்பரும், இணைபிரியா துணையுமாகிய ஆனந்தர் புத்தர் போதித்த அனைத்துச் சுத்தங்களை யும் மனப்பாடமாகச் சொன்னார். பிரமிப்பூட்டும் நினைவாற்றல் மிக்கவராக அவர் இருந்திருக்க வேண்டும்! ஐநூறு பிக்ஷுக்கள் கலந்து கொண்ட ஏழு மாத நிகழ்வில் எல்லாச் சுத்தங்களும் வினயங்களும் விவாதிக்கப்பட்டு இறுதி வடிவம் வழங்கப் பெற்றன. ஒவ்வொரு பிக்ஷுக்களும் அவற்றை மனனம் செய்து கொண்டனர். இந்த வாய்மொழி மரபு ஏறத்தாழ இருநூறு ஆண்டுகளுக்குத் தொடர்ந்தது.

அடுத்து வந்த நூற்றாண்டுகளில் ஆதி பௌத்த மரபில் நிலவிய கருத்தொற்றுமை கலையத் தொடங்கியது. முதல் பௌத்த சபை கூடி நூறாண்டுகள் கழிந்த பின் வைசாலி நகரில் இரண்டாம் சபை கூடியபோது பாரம்பரியவாதிகளுக்கும் பரந்த கொள்கையுடையவர்களுக்கும் இடையில் பெரும் கருத்து மாறுபாடு உண்டாகி 'மகாசங்கிகர்கள்' என்ற

புதுப் பிரிவு ஏற்பட்டது. பிற்காலத்தில் வட ஆசியாவெங்கும் பரவிய மகாயானத்திற்கு வித்திட்டவர்கள் மகாசங்கிகர்கள்தாம்.

ஸ்தாவிரவாதிகள் (பாலியில் தேரவாதி)என்று அழைக்கப்பட்ட பாரம்பரியவாதிகள் சிக்கலான தத்துவக் கருத்துகளை உருவாக்கத் தொடங்கினர். அவை 'அபிதர்மா' 'உயர் போதனைகள்' என்ற பெயரில் தொகுக்கப்பட்டன. 'அபிதர்மா' சங்கத்தினுள் வித்தியாசங்களை மேலும் அதிகப்படுத்தியது. தனித்தனி குழுக்களாக ஸ்தாவிரவாதிகள் பிரிந்து இறுதியில் 18 வேறுபட்ட பிரிவுகள் கிளைத்து இந்தியாவெங்கும் தென்கிழக்காசியாவெங்கும் பரவின. ஆனால் அப்பிரிவுகளில் இலங்கைத் தேரவாதத்திலிருந்து பெறப்பட்ட பௌத்த மரபு ஒன்றைத் தவிர ஒன்றுகூட இன்று வழக்கில் இல்லை.

நான்காவது பௌத்த சபை முதலாம் நூற்றாண்டில் இலங்கையில் கூடியது. இச்சபையில்தான் பனையோலைகளில் பாலி மொழியில் புத்தரின் சுத்தங்கள் முதன்முறையாக எழுத்து வடிவில் பதிவு செய்யப்பட்டன. இவையே தேரவாத பௌத்தத்தின் நெறிமுறையான "த்ரிபீடகங்கள்"; பிக்ஷுக்களின் நடைமுறை விதிகளைக் கொண்டிருக்கும் பகுதிகள் 'வினயபீடகா' எனவும், புத்தரின் உரைகள் 'சுத்த பீடகா' எனவும் தத்துவ விளக்கங்கள் 'அபிதம்ம பீடகா' எனவும் மூன்று பிரிவுகளாக வகைப்படுத்தப்பட்டன. உண்மையாகச் சொல்லப் போனால், இந்தியாவிலிருந்து மறைந்துவிட்ட தேரவாத பௌத்த மரபைப் பேணிக் காத்த பெருமை இலங்கையின் பௌத்த பிக்ஷுக்களையே சாரும். இலங்கை மட்டுமில்லாமல் பர்மா, தாய்லாந்து, மலேசியா, லாவோஸ், கம்போடியா போன்ற நாடுகளிலும் தேரவாத பௌத்தம் பின் பற்றப்படுகிறது.

மகாசங்கிகர்களின் கலகம் முதலாம் நூற்றாண்டில் மகாயானத்தின் தொடக்கத்திற்குக் காரணமாய் அமைந்தது. துறவு மரபின் மீது அவர்களுக்கிருந்த தாராளவாத அணுகுமுறை துறவியரல்லாத சாதாரண மக்களின் பங்கு பௌத்தத்தில் அங்கீகரிக்கப்பட அனுமதித்தது. மகாயானத்துக்கு முன்னதாக "பௌத்தம், துறவு வாழ்க்கை மேற்கொண்ட பிக்ஷுக்களுக்கானது; நிர்வாண நிலையை பிக்ஷுக்கள் மட்டுமே அடைய முடியும்; பௌத்த நெறிமுறைகள் எல்லாம் பிக்ஷுக்களுக்கே" என்பதான நிலைப்பாடுகள் நிலவின. இவற்றையெல்லாம் மகாயானம் மாற்றியமைத்தது. பாமர மக்களின் எளிய தேவைகளை அது ஏற்றுக்கொண்டது. உதாரணமாக, மக்களுக்குக் கடவுளரும் ஆன்மீக நாயகர்களும் தேவைப்பட்டனர். எனவே, த்ரிகாயக்

கோட்பாடு (மூன்று காயங்கள்) உருவானது. புத்தர் என்பவர் நிர்வாணம் அடைந்த மனிதர் மட்டுமல்லர் ; வெவ்வேறு சுவர்க்க லோகங்களில் இருக்கும் கடவுள் அனைய புத்தர்களாகவும் அவர் இருக்கிறார். சார்ந்திருக்கும் தத்துவப் பிரிவுகளைப் பொறுத்து, தர்மம் அல்லது சூன்யதா அல்லது தர்மகாயம் அல்லது புத்த-மனம் போன்றவைகள் அவரே – கிட்டத்தட்ட கிறித்துவத்தின் பரம பிதா – மகன் – புனித ஆவிக் கோட்பாடு போன்றது இது.

போதிசத்துவர்களின் அதி-முக்கியத்துவம் மகாயானத்தின் அடிப்படைக் கூறாகும். போதிசத்துவன் என்பவன் நிர்வாணத்தை அடைந்துவிட்டவன் என்றாலும் அவன் மற்றெல்லாரும் நிர்வாண நிலையை அடையும் வரை சம்சார உலகிலேயே இருப்பது என்று முடிவு செய்துவிட்டவன். அவன் அருட்தொண்டன் மட்டுமில்லை; மக்களின் துதிக்கும் பிரார்த்தனைக்குமுரிய ஆன்மீக நாயகனும் கூட.

புது எண்ணங்களோடு மகாயான சூத்திர வகைமை ஆகமங்கள் உருவாகின. புத்தர் போதித்தாரெனும் பாவனையில் இச்சூத்திரங்கள் சமஸ்கிருதத்தில் இயற்றப்பட்டன. புத்தர் உண்மையாகப் போதிக்க விழைந்தவற்றைக் கேட்டவர்களால் புரிந்துகொள்ள முடியவில்லை என்றும் அவர்கள் புரிந்து கொள்வதற்கான சமயம் வரும் வரை இச்சூத்திரங்கள் மறைபொருளாக இருந்தன என்றும் குறிப்புகள் பெரும்பாலான மகாயான சூத்திரங்களில் வரும். இச்சூத்திரங்களுக்கு முன்னர் புத்தர் போதித்ததாக அறியப்பட்டவையெல்லாம் Expedient Means அல்லது Skilful Means என்று மகாயான பௌத்தர்கள் நம்பினார்கள்.

தேரவாதத்தை ஹீனயானம் ('சிறிய வாகனம்' அல்லது 'குறுகிய வாகனம்') என்று அழைக்கலானார்கள். தேரவாதர்கள் ஹீனயானம் என்ற சொற்றொடரை இழிவுச் சொல்லாகக் கருதினார்கள். ஆனால் இரு சாராருக்கும் இடையில் பெரும் மோதல் எதுவும் நிகழ்ந்ததாக வரலாறு இல்லை. ஆரம்ப காலங் களில் இரு பிரிவைச் சார்ந்த பிக்ஷுக்களும் ஒரே மடாலயக் கூரையைப் பகிர்ந்துகொண்டதற்கான ஆதாரங்கள் பல உண்டு.

சமய ஒப்பீட்டியலுக்கான முக்கியமான அறிமுகப் புத்தகம் – ஹஸ்டன் ஸ்மித் என்பவர் எழுதிய *The World Religions*. அந்தப் புத்தகத்திலிருந்து பெறப்பட்ட சில தகவல்களின் அடிப்படையில் தேரவாத பௌத்தத்துக்கும் மகாயான பௌத்தத்துக்கு மிடையிலான வேறுபாடுகளை இந்தக் குறிப்பில் வரும் அட்டவணை காட்டுகிறது.

நேரடியான தனிப்பட்ட அனுபவத்துடன் காரணம் மற்றும் பகுப்பாய்வு ஆகியவற்றை வலியுறுத்தியது தேரவாதம். இவ்வணுகுமுறையைக் குறுகலானது என்று சொல்லி காரணப், பகுப்பாய்வுடன் ஆன்மீக உணர்ச்சியையும் சேர்த்துக்கொண்டது மகாயானம். போதிசத்துவரைப் போன்ற மெய்ஞ்ஞானப் பிறவிகளை மனக்கண் முன்னால் கொணர்ந்து தியானம் செய்தல் மற்றும் அப்பிறவிகளைப் பக்திப்பொருளாக எண்ணுதல் போன்ற வழக்கங்களை ஏற்றுக்கொண்டது மகாயானம்.

தேரவாதம்	**மகாயானம்**
தனிப்பட்ட முயற்சி ஞானத்திற்கு வழி வகுக்கிறது	ஞானத்தை நோக்கிய உழைப்பு
தனக்கான நிர்வாணம்	எல்லா உயிர்களுக்குமான நிர்வாணம்
ஞானமே முதல் இலக்கு	கருணையே உயர்ந்த சீலம்
தியானத்தை மையப்படுத்தும் வழிமுறைகள்; துறவியாகவோ அல்லது கன்னியாஸ்திரியாகவோ தனிப்பட்ட அர்ப்பணிப்பைக் கோருவது.	உலகத்தை சமூகத்தை மையமாக வைத்த சமயப் பயிற்சி வழிமுறைகள்
ஒரு தத்துவமாக, கொள்கையாகப் பின்பற்றப்படுவது	உயர் பிறவிகளின் ஒப்பீட்டுடன் ஒரு மதமாகப் பின்பற்றப்படுவது
ஆரம்ப ஆகமங்கள் பாலி மொழியில்	ஆரம்ப ஆகமங்கள் சமஸ்கிருதத்தில்

ஆசார ரீதியாக, தேரவாத பௌத்தர்கள் புத்தரை வணங்குவதில்லை; ஆனால், அவருடைய நினைவைப் போற்றுவார்கள். உதாரணமாக, ஸ்தூபங்களை இடமிருந்து வலமாகச் சுற்றி வருதல்; சில ஸ்தூபங்களில் புத்தர் வாழ்ந்த காலத்தைய நினைவுப்பொருட்கள் வைக்கப்பட்டிருக்கக்கூடும். அவற்றைப் போற்றுவார்கள். மகாயானத்தைப் பின்பற்றும் நாடுகளில், கோயில்களிலும் வீடுகளிலும் புத்தரின் திருவுருவங்கள் பக்திப்பொருளாகச் சித்தரிக்கப்பட்டிருக்கும். இது ஒரு பொதுமைப்படுத்தல்தான்; எல்லா பௌத்த நாடுகளிலும் பக்தி செலுத்தும் வழிமுறைகளில் சிற்சில வேறுபாடுகள் காணப்படும்.

உலகின் சமயங்கள் எல்லாவற்றிலும், மூலக் கொள்கையைத் தமக்கே புரிந்த வகையில் தனித்தனியாகப் பொருள்விளக்கம் செய்துகொள்ளும் குழுக்கள் இருக்கவே செய்கின்றன. கிறிஸ்துவத்தை எடுத்துக்கொண்டால் கேதலிக் மற்றும் ப்ரோடஸ்டண்ட் என்ற இரு பிரிவுகள் உண்டு. ப்ரோடஸ்டண்ட்டில் செவென்த் டே அட்வெண்டிஸ்ட், மர்மோன்கள், ஆங்லிகன்கள் என்று பல உட்பிரிவுகள் உண்டு. மற்ற சமயங்களைப் பின்பற்றுவோர் எல்லாம் தத்தம் உட்பிரிவின் சம்பிரதாயங்களை இன்னமும் இறுக்கப் பிடித்துக்கொண்டு இருக்கின்றார்கள், ஆனால் பௌத்தத்தைப் பின்பற்றும் நவீன பௌத்தர்கள் யாரும் இப்பிரிவின் பரிணாமத்தை அறிந்திருப்பதுமில்லை; ஒரு பௌத்தனாய் இருப்பதற்கு அது முக்கியமும் இல்லை.

பிரம்ம விகாரம்

ஏலத்திற்கு வந்ததொரு முத்து
யாரிடமும் அதை வாங்கப் பணமில்லை
தன்னையே வாங்கிக் கொண்டதந்த முத்து
– ரூமி

சமகாலத்து முன்னணி யோக குருக்கள் பலருடன் சேர்ந்து யோகப் பயிற்சிகளில் புத்தர் ஈடுபட்டார். உடல்நலம் குன்றும்படியாகக் கடுமையான நோன்புகளை மேற்கொண்டார். ஒரு கட்டத்தில் சிறு வயதில் நடந்த சம்பவம் ஒன்று அவர் நினைவுக்கு வருகிறது. அவர் சிறு குழந்தையாய் இருந்தபோது அவரின் தந்தை வருடாந்திர விதைப்புத் திருவிழாவிற்குச் செல்கிறார். சித்தார்த்தரைக் கண்காணிப்பதற்காக நியமிக்கப்பட்ட தாதி குழந்தையை ஒரு பன்னீர் ஆப்பிள் மரத்தின் அடியில் கிடத்திவிட்டு திருவிழாவைப் பார்க்கச் சென்றுவிடுகிறாள். கண்களைச் சுழற்றி அங்குமிங்குமாகப் பார்த்துக்கொண்டிருந்த குழந்தை சித்தார்த்தர் கொஞ்ச நேரம் முன்னதாக உழப்பட்ட நிலத்தைக் காண்கிறார். புற்கள், களைகள் வெட்டப்பட்டு நிலம் கோதப்பட்டிருக்கிறது. வெட்டப்பட்ட புல்லிழைகளின் ஓரத்தில் இறந்த புழுக்கள் படிந்திருப்பதைக் கண்ணுற்றதும் இறந்த புழுக்களெல்லாம் அவரின் உறவினர் போல அவர் நெஞ்சைத் தூய வருத்தம் நிறைக்கிறது. துக்கமும் பச்சாதாபமும் கலந்த அவ்வுணர்ச்சி சில கணங்களில் விளக்கவியலா பெரும் மகிழ்வுணர்வாக மாறுகிறது. அதுவரை யோகப் பயிற்சியேதும் பெற்றிராதவராக இருந்தும் கூட, அந்தக் குழந்தை மெய்மறந்த சமாதி நிலையை எய்துகிறது.

சம்பவத்தை நினைவு கூர்ந்த புத்தர் எண்ணினார்: "அந்த நேர்மறை உணர்ச்சிகளை நான் பெருக்கிக் கொண்டால், – அந்த பச்சாதாபக் கணம், என் சொந்தத் தேவைகள், ஆசைகளுடன் தொடர்பில்லாத வாழ்வின் அந்தத் தூய மகிழ்ச்சிப் பெருவெள்ளம் – அந்த நேர்மறை உணர்ச்சிகளை நான் வளர்த்துக்கொண்டு எந்நேரமும் என்னுள்ளில் வெடித்துக் கிளம்பும் எதிர்மறை தூண்டல்களை ஒதுக்கி வைத்தேன் என்றால், என்னுடைய மனிதவியல்புடன் சேர்ந்துழைத்து நிர்வாணத்தை எய்துபவனாக ஆவேன்." அவ்வாறே அவர் நிர்வாணத்தை அடைந்தார்.

புத்தர் போதித்த முக்கியமான தியான வழிமுறைகளில் ஒன்று – அன்பெண்ண தியானம். இத்தியானம் 'நான்கு அளவிடற்கரியவை' 'பிரம்ம விகாரம்' 'நான்கு உன்னத நிலைகள்' என்றும் அழைக்கப்படுகிறது. 'பிரம்ம விகாரம்' என்றால் பிரம்மன் உறையும் இடம் என்று பொருள். பிரம்மம் என்ற சொல் தெய்வீகத்தன்மையை இங்கு குறிக்கிறது. இத்தியானத்தில் அன்பான பரிவு ('மெத்தா') கருணை ('கருணா'), ஒத்துணர்வான மகிழ்ச்சி ('முதிதா') மற்றும் உள்ளச் சமநிலை ('உபேக்கா') ஆகிய உணர்வுகள் சுற்றளவு முழுமையிலும் உள்ள ஒருயிரும் தவிர்க்கப்படாமல், இவ்வுலகின் எல்லாத் திசைகளிலும் மானசீகமாக வெளியனுப்பப்படும். இப்பயிற்சி தொடர்ந்து செய்யப்பட்டு வந்தால், நம் மனதில் அடுத்தவர் நுழைய இடம் அமையும்; நமக்கும் புறவுலகிற்கும் இடையிலிருக்கும் வேலிகள் மெதுவாக மறையத் தொடங்கும். புத்தர் போதித்தவாறு, அன்பின் பிரம்மாண்ட உணர்வு மற்றும் மனதின் விடுதலையை நாம் அனுபவித்து இறுதியில் நிர்வாணத்தை அடைவோம்.

○

பிரம்ம விகாரம் என்ற பெயர் ஏன் வந்தது? பிரம்மம் என்ற நித்திய கடவுள் என்ற கருப்பொருளை நிராகரித்தவரல்லவா புத்தர்? புத்தர் இதனைக் கற்பித்த சூழலின் அடிப்படையில் பிரம்ம விகாரம் என்ற பெயர் வந்திருக்கலாம். புத்தர் ஒரு முறை சுபா என்கிற ஓர் வேதிய இளைஞனைச் சந்திக்கிறார். வைதீக மதத்தைப் பின்பற்றும் இளைஞன் அவன். நித்திய கடவுள் (பிரம்மன்) மற்றும் அழியா ஆன்மா ஆகிய கருதுகோள்களைக் கொண்டது வைதீக மதம். வைதீக மதத்தினுடைய எல்லா ஆன்மீகச் சடங்குகளின் இலக்கும் ஆன்மாவைப் பக்குவப்படுத்தி பிரம்மத்தின் அண்மையில் சென்று அதனுடன் ஐக்கியமாகுதல்.

புத்தரைப் பற்றி அரைகுறையான விஷயங்களைக் கேள்விப்பட்டிருந்தான் சுபா. பல்வேறு சடங்கு சம்பிரதாயங்களின் துணையின்றி புத்தர் அடைந்தது பிரம்ம நிலை என்று அவன்

நம்பிக்கொண்டிருந்தான். பூவுலகத்தில் இருந்தவாறே அவர் பிரம்மலோகத்தில் சஞ்சரிக்கிறார் என்றும் மற்ற வைதீகர்கள் பேசிக் கொண்டிருந்ததையும் அவன் கேட்டிருந்தான். ஆகையால், புத்தரைச் சந்தித்ததும் அவன் கேட்ட முதற் கேள்வி – "உங்களைப் போன்று நானும் பிரம்ம லோகத்தை விரைவில் அடைவது எப்படி?"

சுபாவின் கேள்வி ஒரு சுவாரசியமான தேர்வுக்கான சந்தர்ப்பத்தை புத்தருக்கு வழங்கியது. நலம் பயக்கும் தெய்வப் பிறவிகள் வெவ்வேறு லோகங்களில் சஞ்சரிப்பதை பௌத்தம் மறுக்கவில்லையென்றாலும் ஒற்றை உச்சக்கடவுளின் *(single beneficent ultimate being)* இருப்பையோ அல்லது நிரந்தரமாக நிலைத்திருக்கும் சுயத்தையோ *(permanently abiding self)* போதிக்க வில்லை. சுயமிலாத் தன்மை 'அனாத்மன்' (பாலியில், அனத்தா) என்ற கலைச்சொல்லால் பௌத்த நெறிகளில் சுட்டப்படுகிறது. சுபாவின் கேள்விக்கு வைதீக மரபின் நம்பிக்கைகள் தவறான கருதுகோள்களை அடிப்படையாகக் கொண்டவை என்று புத்தர் சுலபமாக பதிலளித்திருக்கலாம்.

சுபாவின் இறையியல் நம்பிக்கைகளை ஒதுக்கி வைக்காமல், அதே சமயம், அவனுக்குப் பரிச்சயமான கருத்துகளைக் கொண்டே மாற்று ஆன்மீக உலகை அவனுக்கு அறிமுகப்படுத்தினார். (மஜ்ஜிம நிகாயம் 99.24). நான்கு லோகங்கள் இருப்பதாக சுபாவுக்குச் சொன்னார். வெளிப்புற தெய்வத்தின் அனுக்கிரகத்தால் வெளிப்புறமாக அடையக்கூடிய லோகங்களல்ல அவை; இந்த லோகங்களை அடையும் பாதைகள் நம்முள்ளில் நம்மை இட்டுச் செல்வன; ஏனெனில் உண்மையில் இந்த லோகங்களெல்லாம் மனதின் நிலைகளே. தியானிப்பவரின் சொந்த நோக்கங்களின் முயற்சிகளின் வாயிலாக மனச்செறிவு – சார்ந்த அகப்பரிமாற்றச் செயல்முறையின் மூலம் இந்த நிலைகளுள் திளைத்து மனதின் விடுதலையை நாம் பெற்றுவிட முடியும். இந்த மனநிலைகளைக் கண்டறிந்து வளர்த்தெடுத்த பின், அவை இயல்பாகவே வெளிப்புறமாகப் பிரதிபலிக்கின்றன. சுற்றியுள்ள சூழல் மட்டுமில்லாமல் எல்லாப் புலனறிவுள்ள உயிர்களையும் இம்மனநிலைகள் வியாபிக்கின்றன.

இந்த நான்கு மனநிலைகளில் மிகவும் அறியப்பட்டது 'மெத்தா' (சம்ஸ்கிருதம்: 'மைத்ரி') 'அன்பான பரிவு' மற்றும் 'ஆன்மீக நேயம்' என்று இது மொழிபெயர்க்கப்படுகிறது. மெத்தா சுத்தத்தில் (இதே தலைப்பில் இரண்டு சுத்தங்கள் உள்ளன. 'கரணிய' என்று தொடங்கும் மிகப் புகழ்பெற்ற சுத்தம் சுத்தநிபாதத்தில் (SN 1.8) உள்ளது: இன்னொரு மெத்த சுத்தம்

அங்குத்தர நிகாயத்தில் *(AN 11.15)* வருவது) புத்தர் அன்பான பரிவின் குணங்களை விவரித்துப் பேசுகிறார். அக்குணங்களை நம்முள் வருவிப்பதற்கான வழிமுறைகளையும் விரித்துரைக்கிறார். பிற மூன்று நிலைகள்; 'முதிதா' *(சம்யுத்த நிகாயத்தில் – பொதுநலம் சார்ந்த மகிழ்ச்சி –* என்ற பொருள்விளக்கம் இச்சொல்லுக்குத் தரப்படுகிறது – தன்னிலும் மற்றவர்களுக்காகவுமான மகிழ்ச்சியின் அதிர்வு); 'கருணா' *(கருணை – தன்னில் மற்றவர்களுடைய துக்கங்களின் அதிர்வு);* மற்றும் 'உபெக்கா' *(சமஸ்கிருதம்: உபேக்ஷா, உள்ளச் சமநிலை –* தன்னிலும் மற்றவர்களிலும் இருக்கும் அமைதியுணர்வின் அதிர்வு).

இந்த நான்கு மனநிலைகளும் எல்லா உயிர்களுடனும் பகிர்ந்துகொள்ளப்பட வேண்டியவை என்கிற அகன்ற எண்ணத்தில் ஒன்றிணைவதால் தற்கால பௌத்த ஆசிரியர்கள் சில சமயங்களில் இந்த நான்கையும் 'மெத்தா' என்ற ஒற்றைச் சொல்லால் குறிக்கின்றனர்.

Brahma-Vihara	Near enemy	Far enemy
Metta Loving-kindness	Selfish affections	Painfull ill-will
Karuna Compassion	Pity	Cruelty
Mudita Joy with others	Exuberance	Resentment
Upekkha Equanimity	Indifference	Craving, clinging

ஒவ்வொரு பிரம்ம விகாரத்திற்கும் 'அண்மை எதிரி' – 'தூரத்து எதிரி' எனப்படுபவை இருக்கின்றன. அண்மை எதிரி எனப்படுவது பிரம்ம விகாரத்துக்கு மிக அருகில் இருக்கும் ஒரு மனநிலை, 'நல்ல மனநிலை' என்று தவறாக எண்ணத்தக்க ஒரு மனநிலை. ஆனால் அது சரியான மனநிலையல்ல. தூரத்து எதிரி பிரம்ம விகாரத்துக்கு முழுதும் எதிரான மனநிலை. 'மெத்தா' தியானத்தில் ஈடுபடும்போது எழும் உணர்வுகளைச் சரியாகக் கண்டறிய 'எதிரி'க் கட்டமைப்பு வசதியாக இருக்கிறது.

இக்கட்டுரை எழுத உதவிய தளங்கள்:

(1) The Golden Rule <http://www.lionsroar.com/karen-armstrong-on-going-beyond-the-four-fs/> - கரென் ஆர்ம்ஸ்ட்ராங்கின் கட்டுரையின் ஒரு பகுதியை அவருடைய அனுமதியுடன் மொழிபெயர்த்து இக்கட்டுரையில் சேர்த்திருக்கிறேன்.

(2) The Jhanas and Brahma Viharas <http://www.leighb.com/jhnbrmvhr.htm>- by Lioyd Burton

(3) The Brahma Viharas <http://www.brahmaviharas.org/article-TheBrahmaViharas.htm> - by DaeJa Napier

மச்ச ஜாதகம்

நிகழ்காலக் கதை – பச்சுப்பன்ன வத்து

ஜெத்தாவனத்தில் புத்தர் தங்கியிருந்தபோது நிதானமிழக்க வைக்கும் காமம் பற்றிய கதையொன்று சொன்னார்.

பிக்ஷுவொருவர் தன் முன்னால் மனைவியின் மேலிருந்த காமம் தணியாமல் இருப்பதாகவும் அவள் மீது இன்னும் தனக்கு ஆசை இருப்பதாகவும் ஒத்துக்கொண்டார். அதைக் கேட்ட புத்தர் அவரை எச்சரித்தார்.

"உங்களின் முன்னாள் மனைவி உமக்கு ஆபத்தை விளைவிக்கக் கூடியவள்; பல ஜென்மங் களுக்கு முன் உங்களின் வீழ்ச்சிக்குக் காரணமாக இருந்தவள்; அப்போது உங்களை நான்தான் காப்பாற்றினேன்" பிறகு இறந்த காலத்தின் கதையை அவர் கூறத் தொடங்கினார்.

இறந்தகாலக் கதை – அதீத வத்து

கங்கை நதியின் மடியில் வாழும் பல்லாயிரக் கணக்கான மீன்களுள் தனித்தன்மையான அழகுடன் திரிந்தது அது. சராசரி எலும்பு மீன்வகைகளின் எடையை விட அதிக பருமனான உடல். விரிந்த நீல வர்ணக் கண்கள். சுவாசிப்பதற்கென விரியும் சிறிய வாயின் மேல்புறம் முதல் பக்கவாட்டு

மார்புப்புற மீன்துடுப்புகளின் மேல் பாகம் வரை மஞ்சட்சிவப்பு; கீழ்ப்பாகத்தில் பச்சை. இரு நிறங்களுக்கும் நடுவில் ஒரு கோடாக வெள்ளை நிறம். வயிற்றுப் பாகத்திலிருந்து வால் பாகம் வரை தங்கநிறம்.

மீனின் இரு புறங்களிலும் இருந்த மார்புப் பகுதித் துடுப்புகள் ஆடிக்கொண்டிருக்க நதியின் தரை மட்டத்தில் இளைப்பாறிக் கொண்டிருந்தது அந்த ஆண்மீன். நீர்த் தாவரத்தின் கிளையொன்றை அதன் உதடுகள் உரசிக்கொண்டிருந்தன. தேடி வந்த ஒன்று கிடைக்காத ஏக்கத்தில் அதன் கண்கள் ஒளியற்று இருந்தன. சில அடிகள் தூரத்தில் இரண்டு டால்பின்களின் கூடல். அதைப் பார்த்தும் பார்க்காதது போல் முகத்தைத் திருப்பிக்கொண்டு இரு நாட்களுக்கு முன்னம் துணையுடன் கூடியிருந்த கணங்களை அசைபோடத் தொடங்கியவுடன் மீனின் ஏக்கம் இன்னும் அதிகமாயிற்று. அவளை முதன்முதலாகச் சந்தித்தது இருவாரம் முன்னால். சந்தித்த முதல் நாளிலிருந்தே ஒருவரையொருவர் ஒரு நிமிடம் கூட விட்டு விலகவில்லை. இரண்டு நாள்களுக்கு முன்னால் மேற்கிலிருந்து கூட்டமாகச் சென்று கொண்டிருந்த மீன்கூட்டத்துக்குள் சென்று கலந்துவிட்டாள். விரைவில் சந்திக்கலாம் என்று சொன்னாள். எவ்வளவு தடுத்தும் கேட்கவில்லை. எல்லாம் நன்றாகப் போய்க்கொண்டிருக்கையில் இது என்ன விளையாட்டு என்று புரியவில்லை.

டால்பின்கள் இரண்டும் இயக்கத்தை முடித்துக்கொண்டு இப்போது விலகியிருந்தன. சற்று தூரத்தில் மணற்மூட்டத்துக்கு நடுவே பெரிய மீன் கூட்டம் வந்துகொண்டிருப்பதை ஆண்மீன் கண்டதும் எதிர்பார்ப்பு மேலிட நூற்றுக்கணக்கான மீன்களுக்கு நடுவே ஒரு விதப் பதற்றத்துடன் தேடிற்று. மேற்கிலிருந்து திரும்பும் எல்லா மீன் கூட்டங்களுக்கு மத்தியிலும் அவள் கிடைப்பாளா என்று தேடித் தேடி அலுத்துப் போனது. நதியடிவார மணல் தரையில் தன் தலையைப் புதைத்துக்கொண்டது. பிறகு படுகையில் கிடந்த இரு சிறிய கற்களுக்கு நடுவில் நின்று தூங்கியது. தூக்கத்தில் கெட்ட சொப்பனம். பெயர் தெரியாத விசித்திர உருக்கொண்ட கடல் வாழ் உயிரினத்தின் திறந்து கிடந்த வாயொன்றில் அதன் காதலி நுழைந்து விடுவது மாதிரியும் பின் அவள் வெளிவராத வகையில் ஜந்துவின் வாய் மூடிக்கொள்வது மாதிரியும் கனவு.

விடிந்த பிறகு மீனுக்கு இருப்புக் கொள்ளவில்லை. கிழக்கு திசையாக நீந்தத் தொடங்கியது. சிறு தொலைவில் இரண்டு நதிகள் சங்கமித்துக்கொண்டன. சுழல் அதிகமாக இருந்தது. குறிப்பிட்ட தூரவெல்லையைத் தாண்டி என்றும் சென்றிராத

அம்மீன் அன்று பல மைல்கள் நீந்திச் சென்றது. அதனுள்ளில் நிலவிய பதற்றம் குறையவில்லை. தன் ஜோடியைச் சந்தித்தல் சாத்தியமா? எல்லாத் திசைகளிலும் பரந்து விரிந்திருக்கும் நீர்பூமியில் என் கண்ணில் படாமல் அவள் என் இருப்பிடம் நோக்கிச் சென்றிருக்கலாமோ? திரும்பிப் போய் வழக்கமான இடத்தில் அவளுக்காகக் காத்திருக்கலாம் என்ற எண்ணம் தோன்றி மறைந்தது. நல்ல வேளை! தோன்றிய எண்ணத்தை அது செயற்படுத்தவில்லை.

இருட்டுக்கு நடுவே எரியும் அகலொளி போல் அவள் கண்ணின் ஒளி தூரத்தில் தெரிந்தது. அவளேதான். இன்னும் சில மீன் நண்பர்களுடன் அவள் மேற்கு நோக்கி வந்துகொண்டிருக்கிறாள். வேகத்தைக் கூட்டி அவளருகே விரைந்தாள். அவர்களின் கண்கள் சந்தித்துக்கொண்டன, பெண் மீனின் கண்களில் மோகம் விலகாது இருந்ததை ஆண்மீன் புரிந்துகொண்டது. வாய் அகலத் திறந்து சுவாசத்தை நிரப்பிக்கொண்டு அதிவேகத்தில் நகர்ந்தது ஆண்.

பெண் மீன் திடீரென நகராமல் நின்றது. "அவள் ஏன் நின்றுவிட்டாள்? நான் அவளருகில் வரவேண்டுமென்று எண்ணுகிறாள் போலிருக்கிறது" ஆணுக்குப் பித்தம் தலைக்கேறி நிதானத்தை இழந்தது. மெலிதான நூல் திரையொன்று நடுவில் இருப்பதை உணர்ந்து ஜாக்கிரதையுடன் நகராமல் நின்ற பெண் மீனின் சமயோசிதம் ஆண் மீனினுள் இல்லாமல் போனது. புத்தியை மட்டுமல்லாமல் கண் பார்வையையும் இழக்க வைக்கும் சக்தி காமத்துக்கு உண்டு. பெண் மீன் நின்றிருந்த இடத்திலிருந்து நான்கடி தொலைவில் ராட்சத மீன் வலையில் சிக்குண்டது ஆண் மீன்.

❍

வலையில் சிக்கிய பெரிய மீனை எடுத்து நதிக்கரை மணலில் தூக்கி எறிந்தார்கள். சந்தைக்கு எடுத்துச் செல்வதற்காகக் குவியலாகப் போடப்பட்டிருந்த பிற மீன்களுடன் அதை சேர்க்கவில்லை. "இன்று நல்ல அதிர்ஷ்டம்! இந்தப் பெரிய மீனை இங்கேயே பொறித்துச் சாப்பிடலாம்" என்று ஒருவன் சொன்னதும் மற்ற மீனவர்கள் ஆமோதித்தார்கள். ஒருவன் கூரான கத்தியால் கட்டையை முள் கரண்டியாகச் செதுக்க ஆரம்பித்தான். இன்னொருவன் அடுப்பைப் பற்ற வைத்தான்.

தரையில் இடப்பட்ட மீன் குளிரில் சிக்கியவன் மாதிரி நடுங்கிக்கொண்டிருந்தது. அதன் உடலெங்கும் எரிவது போன்ற

உணர்வும் சேர்ந்துகொண்டது. வலைக்கயிறு ஏற்படுத்திய காயத்தின் வலி நொடிக்குநொடி அதிகமாகிக்கொண்டே போனது. இன்னும் சில கணங்களில் நம்மைத் தீயிலிடுவார்கள். உயிர் விலகி, எரிக்கப்பட்ட சதைப் பிண்டங்களாக வெட்டப்பட்டு இம்மீனவர்களின் வயிற்றுக்கு உணவாகப் போகிறோம் என்ற பயமெல்லாம் அதற்கு ஏற்படவில்லை. அதன் நினைவெல்லாம் பெண்மீனைப் பற்றியதாகவே இருந்தது. 'அவள் நம்மைத் தவறாக எண்ண இடம் கொடுத்துவிட்டோமே! அவளை விட்டுவிட்டு வேறொரு பெண்ணை நோக்கி நான் சென்றுவிட்டேனென்று அவள் நினைத்துவிடக் கூடாதே' என்று எண்ணித் துக்கப்பட்டது.

காசியை ஆண்ட மன்னன் பிரம்மதத்தனின் தலைமைப் புரோகிதன் தன் வேலைக்காரர்களுடன் நதியில் குளிக்க வந்திருந்தான். மணலில் உட்கார்ந்து தலை துவட்டிக் கொண்டிருந்தவன் துடித்துக் கொண்டிருந்த மீனைப் பார்த்தான். அதன் தவிப்பும் அது மனதுக்குள் பேசிக்கொண்ட பேச்சும் அவனுக்குப் புரிந்தது. மீன்கள் பேசும் மொழி அவனுக்கு நன்கு புரியும். குருட்டுக் காமத்தில் சிக்கி ஆபத்தில் மாட்டிக்கொண்ட மீனின் மேல் புரோகிதனுக்கு அளவற்ற கருணை பிறந்தது.

ஒரு குட்டி விருந்திற்காகத் தயாராகிக் கொண்டிருந்த மீனவர்களை அணுகி "அரண்மனைக்கு மீன்கள் அளிக்கும் மீனவர்கள் குழு நீங்கள்தானா?" என்று கேட்டான்.

"ஆம் ஐயா"

"அரண்மனைக்கு ஒரு பெரிய மீன் வேண்டும்; இதோ இங்கே தரையில் கிடக்கிற இம்மீனைத் தர முடியுமா?" என்று கேட்டான் புரோகிதன்.

"எங்கள் அன்பளிப்பாக எடுத்துக்கொள்ளுங்கள்" என்று மனமுவந்து சொன்னார்கள் மீனவர்கள்.

அந்த மீனைக் கவனமாக எடுத்து கையில் வைத்துக்கொண்டு நதிக்கரை விளிம்பு வரை சென்றான். அதற்கு மட்டும் கேட்கிற மாதிரி மீன் பாஷையில் புரோகிதன் அதனுடன் பேசினான். "உன் மனசுக்குள் நீ பேசிக்கொள்வதை நான் கேட்டிராவிட்டால் இந்நேரம் நீ குழப்பத்துடன் உயிரிழந்திருப்பாய்; காமத்திற்கு அடிமையாவதை நிறுத்திக்கொள்" பின்னர் அம்மீனைச் சேறு கலந்திருந்த நீரில் விட்டான்.

இணைப்பு – சமோதன

கதையைச் சொல்லி முடித்த பிறகு புத்தர் தம்மத்தைப் போதித்தார். கதையைக் கேட்கத் தொடங்கும் வரை அதிருப்தியுற்றிருந்த பிக்‌ஷு கதை முடிந்ததும் முதல் பாதையை கடந்தார் *(Stream Enterer* – பாலியில் "சோடபன்னா"). பின்னர் புத்தர் பிறப்புகளை அடையாளம் காட்டினார். "அந்தச் சமயம் இந்த பிக்‌ஷு ஆண் மீனாக இருந்தார்; இவருடைய முன்னாள் மனைவி பெண்மீனாகப் பிறந்தார். நான் ராஜாவின் புரோகிதனாக இருந்தேன்."

லோட்டஸ் சூத்ரா – ஓர் அறிமுகம்

1996–97. அகமதாபாத் நகரில் வசித்த காலம். லோட்டஸ் சூத்ரா எனக்கு அறிமுகமானது அப்போதுதான். சிறு நண்பர்கள் குழாத்துடன் சேர்ந்துகொண்டு லோட்டஸ் சூத்ராவின் மூல மந்திரத்தை ("நம் ம்யோஹோ ரெங்கே க்யோ") நாள் தவறாமல் உச்சரிப்பதும் (டைமோகு) தினமும் இருமுறை லோட்டஸ் சூத்ராவின் இரண்டு அத்தியாயங்களிலிருந்து சில பகுதிகளைப் படிப்பதும் (இது 'கோங்யோ' எனப்படும்) என் வழக்கமாக இருந்தது. நண்பர் ஒருவர் வீட்டில் 'கொஹோன்சான்' எனப்படும் மண்டலம் இருந்தது. அதன் முன்னால் உட்கார்ந்து 'கோங்யோ' பண்ணுவோம். பதிமூன்றாம் நூற்றாண்டில் ஜப்பானில் வாழ்ந்த நிசிரேன் தைஷோனின் என்ற பௌத்த சாது உருவாக்கிய மரபைப் பாமர மக்களிடையே (Laity) பரப்பும் மகத்தான பணியைச் செய்து வரும் Soka Gakkai International – இயக்கத்தின் உறுப்பினராக இருந்தேன். பின்னர், குழாம் கலைந்து நண்பர்கள் எல்லோரும் ஆளுக்கொரு திசையில் சென்றுவிட்டனர். 'டைமொகு' சொல்வதும் 'கோங்யோ' படிப்பதும் நின்று போனது.

❍

Soka Gakkai பரிந்துரைக்கும் 'கோங்யோ' அப்பியாசத்தில் செவ்வியல் ஜப்பானிய மொழியில் வாசிக்கப்படும் லோட்டஸ் சூத்ராவின் மூலம்

சமஸ்கிருதத்தில் இயற்றப்பட்டது. “சத் தர்ம புண்டரீக சூத்ரம்” என்று சமஸ்கிருதத்தில் அழைக்கப்பட்ட நூலின் மிகப் பழமையான சீன மொழிபெயர்ப்பு கி.பி 265இல் நிகழ்ந்திருக்கலாம். மூல நூல் இதற்கு முன்னதாக முதலாம் அல்லது இரண்டாம் நூற்றாண்டிலோ எழுதப்பட்டிருக்கலாம் என்று வரலாற்றாசிரியர்கள் சொல்கிறார்கள். கி.பி406இல் குமாரஜீவரின் சீன மொழிபெயர்ப்பே மூலத்தின் விசுவாசமான மொழிபெயர்ப்பு என்று கருதப்படுகிறது. லோட்டஸ் சூத்ராவின் ஆங்கில மொழிபெயர்ப்புகள் எல்லாவற்றுக்குமே குமாரஜீவரின் மொழிபெயர்ப்பே அடிப்படை. லோட்டஸ் சூத்ராவுக்கு ஆறுக்கும் மேற்பட்ட சீன மொழிபெயர்ப்புகள் இருக்கின்றனவாம். எண்ணற்ற பிற மகாயான சூத்திரங்களைப் போல் லோட்டஸ் சூத்ராவின் மூலம் நமக்குக் கிடைக்கவில்லை.

சீனா, ஜப்பான் மட்டுமில்லாமல் மகாயான பௌத்தம் பின்பற்றப்படும் எல்லா நாடுகளிலுமே லோட்டஸ் சூத்ரா மிகவும் பிரசித்தம். ஆறாம் நூற்றாண்டில் வாழ்ந்த சீனச் சாது சீ–இ (Chih-i) என்பவர் டியண்டாய் (tien-tai) என்ற மகாயான உட்பிரிவை நிறுவினார். அப்பிரிவுக்கு லோட்டஸ் சூத்ராவே முதன்மையான நூல். டியண்டாய் பின்னர் ஜப்பானிலும் பரவியது. ஜப்பானில் ‘டியண்டாய்’ ‘டென்டாய்’ என்று அழைக்கப்பட்டது. பதிமூன்றாம் நூற்றாண்டில் வாழ்ந்த நிசிரென் டைஷோனின் லோட்டஸ் சூத்ராவை முதன்மைப்படுத்தி “நிசிரென் பௌத்தத்தை” ஸ்தாபித்தார். ‘டென்டாய்’ மற்றும் ‘நிசிரேன்’ பௌத்தப் பிரிவுகளில் லோட்டஸ் சூத்ராவின் பாராயணம் வலியுறுத்தப்படுகிறது.

பௌத்தச் சூத்திரங்கள் புத்தரின் அல்லது அவருடைய முக்கியச் சீடர்களின் பிரசங்கங்களைக் கொண்டிருக்கும். பொதுவாக ஒவ்வொரு பௌத்தச் சூத்திரமும் “இவ்வாறு நான் கேட்டேன்” என்ற சொற்களோடு தொடங்கும். முதல் பௌத்தச் சபையில் வரலாற்று சாக்கிய முனி புத்தரின் அனைத்துப் பிரசங்கங்களையும் மனப்பாடமாகச் சொல்லி நிகாய சூத்திரங்களின் தொகுப்புக்கு முக்கியப் பங்களித்த ஆனந்தரை நினைவு கூரவே இந்த ஐதீகம். ஒவ்வொரு பிரசங்கங்களையும் ஆனந்தர் ஒப்பிக்கத் தொடங்குகையில் இந்தச் சொற்றொடரைப் பயன்படுத்தினார் என்பது மரபு.

லோட்டஸ் சூத்ராவின் தொடக்க வரிகள்: “இவ்வாறு நான் கேட்டேன். ஒரு முறை ராஜகிருகத்தில் உள்ள கழுகுக் குன்றத்தில் புத்தர் தங்கியிருந்தார்” இன்றைய பீகார் மாநிலத்தில் உள்ள ராஜ்கிர் என்ற இடமே புத்தர் காலத்தில் இருந்த ராஜகிருகம்

என்ற நகர். இதற்கருகில்தான் கழுகுக் குன்றம் இருக்கிறது. வரலாற்று புத்தருடன் தொடர்புள்ள உண்மையான இடத்துடன் இணைத்துக் கூறித் தொடங்குகிறது லோட்டஸ் சூத்ரா.

ஆனால், சில வரிகளிலேயே புலன்களால் உணரத்தக்க உலகத்தைக் கடந்து சென்றுவிடுகிறது. சாதாரணமான கால, வெளியைத் தாண்டிய ஓர் இடத்தில் காட்சி தொடங்குகிறது. கற்பனைக்கெட்டாத எண்ணிக்கையில் மனிதர்கள் மற்றும் மனிதரல்லாதவர்கள் – சாதுக்கள், பெண் துறவிகள், பாமர மக்கள், பெண்கள், தேவ லோகத்து மாந்தர், டிராகன்கள், கருடன்கள் – இன்னும் பலப்பலரும் – அருகர்கள் மற்றும் போதிசத்துவர்களும் – புத்தரை சூழ்ந்திருக்கின்றனர். பதினெட்டாயிரம் உலகங்களெங்கும் பரவியிருக்கும் இப்பெருவெளி புத்தரின் கண்ணிமைகளுக்கு நடுவிலிருக்கும் முடியொன்று பிரதிபலிக்கும் ஒளியால் பிரகாசமடைகிறது.

குமாரஜீவரின் மொழிபெயர்ப்பில் லோட்டஸ் சூத்ரா 28 அத்தியாயங்களைக் கொண்டிருக்கிறது. ஒவ்வொன்றிலும் புத்தரோ அல்லது பிறரோ போதனைகளையோ, குட்டிக்கதைகளையோ வழங்கியவாறு இருக்கின்றனர். பாதி உரைநடை வடிவிலும், பாதி செய்யுள் வடிவிலும் இருக்கும் லோட்டஸ் சூத்ரா உலகத்தின் சிறந்த சமய இலக்கிய நூல்களுடன் ஒப்பிடத்தக்க அழகான சில பத்திகளை உள்ளடக்கியுள்ளது.

லோட்டஸ் சூத்ராவில் பிரதானமாக மீண்டும் மீண்டும் விவரிக்கப்படும் முக்கியக் கருப்பொருள்கள் மூன்று:

எல்லா வாகனங்களும் ஒரு வாகனமே

ஆரம்பப் பகுதிகளில், அவருடைய முந்தைய போதனைகள் எல்லாம் இடைக்காலத்தவையே என்று புத்தர் சொல்லுகிறார்; மேலும் அவர் சொல்லுவதாவது, அவரின் உயர் போதனைகளை ஏற்க மக்கள் தயாராகவில்லை; *Expedient Means* வாயிலாக அவர்களை ஞான நிலைக்குக் கொண்டு வர வேண்டியதாயிற்று; ஆனால், இறுதியானதும், மிக உயர்ந்த போதனையும், அவரின் மற்றெல்லா போதனைகளையும் புறந்தள்ளி நிலைப்பதும் லோட்டஸ் சூத்ராவே.

த்ரியானா அல்லது நிர்வாணத்திற்கு "மூன்று வாகனங்கள்" என்ற கோட்பாட்டை விவரிக்கிறார். சுலபமாகச் சொன்னால், த்ரியானா புத்தரின் போதனைகளைக் காதால் கேட்டு ஞானமடைபவர்கள் *(Voice Hearers)*, தம் சொந்த முயற்சியால்

தமக்குத் தாமே ஞான நிலையடைபவர்கள் (Pratyeka-Buddhas), போதிசத்துவர்கள் ஆகியோரைப் பற்றி பேசுகிறது. இம்மூன்று வாகனங்களுமே எல்லா உயிர்களும் பயன்படுத்தி புத்தர்களாகும் புத்தரின் வாகனம் என்னும் ஒரே வாகனமே என்கிறது லோட்டஸ் சூத்ரா.

எல்லா உயிர்களும் புத்தர்களாகலாம்

சூத்திரம் முழுதிலும் திரும்பத் திரும்பச் சொல்லப்படும் கருத்துகள் எல்லா உயிர்களும் புத்த நிலையை அடையலாம் என்பதும் நிர்வாணத்தை எய்தலாம் என்பதுமே ஆகும். முக்கியமானதென்னவெனில், இதில் புத்தர் நிறைய பெண்களுக்கு அவர்களெல்லாம் ஆணாக மறுபிறப்பெடுக்காமலேயே புத்தநிலையை அடைவார்களென்று உறுதியளிக்கிறார். பெண்களெல்லாம் நிர்வாண நிலையை அடைதல் சாத்தியமே யில்லை என்ற நிலைபாட்டைத் தேரவாத சூத்திரங்கள் கொண்டுள்ளன என்பதை இங்கு குறிப்பிட்டாக வேண்டும்.

லோட்டஸ் சூத்ராவில் புத்தர் – எல்லா பொருட்களின், உயிர்களின் ஒருமையாக; அகவயமாக; இருத்தல், இல்லாமை – இவைகளைக் கடந்தவராக; காலம் மற்றும் வெளியால் கட்டப்படாத – தர்மகாயத்தில் வருகிறார். தர்மகாயம் என்பது எல்லா உயிர்களின் ஒன்றிணைதலைக் குறிக்கிறது; எல்லா உயிர்களும் தம் உண்மை இயல்பில் விழித்தெழுந்து புத்தநிலையை அடையத் திறம்கொண்டவை.

நம்பிக்கையின் பக்தியின் முக்கியத்துவம்

புத்தநிலை புத்தி வாயிலாக மட்டுமே அடையக் கூடியதன்று. பரிபூரணமான போதனையைச் சொற்களால் விளக்க முடியா தென்பதும் அது சாதாரண அறிவாற்றலால் புரிந்துகொள்ளத் தக்கதல்ல என்பதும் மகாயான பௌத்தப் பார்வையாகும். ஞானநிலையை அடைவதற்கு நம்பிக்கை மற்றும் பக்தியின் இன்றியமையாமையை லோட்டஸ் சூத்ரா வலியுறுத்துகிறது. நம்பிக்கைக்கும் பக்திக்கும் தரப்பட்டிருக்கும் முக்கியத்துவம் துறவு வாழ்க்கையைத் தழுவாத பாமர மக்களும் (Laity) புத்தநிலையை அணுகத் தக்கதாக்குகிறது.

குட்டிக்கதைகள்

லோட்டஸ் சூத்ராவின் சிறப்பம்சம் அதில் வரும் அழகான குட்டிக்கதைகள். விதவிதமான விளக்கங்களுக்கு இடமளிக்கக் கூடிய பல அடுக்கு உருவகங்கள் சூத்திரம் நெடுகிலும் வந்து

சுவை கூட்டுகின்றன. சில முக்கியமான குட்டிக்கதைகளை மட்டும் இங்கு வரிசைப்படுத்துகிறேன்.

- எரியும் மாளிகை – புத்த பூர்ணிமா தலைப்பிலான குறிப்பில் ஏற்கனவே குறிப்பிட்ட குட்டிக்கதை (அத்தியாயம் 3)

- ஓடிப்போன மகன் – தன்னை வெறுக்கும் மகன் கொஞ்சம் கொஞ்சமாக எத்தனை பெரிய சொத்துக்குத் தான் வாரிசு என்பதை அறியும் கதை. (அத்தியாயம் 4)

- மருந்து மூலிகைகள் – ஒரே நிலத்தில் ஒரே அளவில் மழை பொழிகிறது; ஆனால் ஒவ்வொரு தாவரமும் ஒவ்வொரு மாதிரி வளர்கிறது. (அத்தியாயம் 5)

- மாய நகரம் – ஒரு கும்பலின் தலைவன் கடினமானதோர் பயணத்தில் தம் மக்களை அழைத்துச் செல்கையில் அவர்களின் மனம் சோர்வடையக் கூடாதென மனதை மயக்கும் ஓர் அழகான நகரமே இலக்கு என்ற கற்பனையை அவர்களுள் விதைக்கிறான். (அத்தியாயம் 7)

- அங்கிக்குள் இரத்தினம் – ஒருவன் தன் நண்பனின் அங்கிக்குள் இரத்தினத்தை வைத்துத் தைத்து விடுகிறான். ஆனால் தாம் ஒரு விலை மதிப்பில்லா இரத்தினத்தைத் தம்முடனேயே வைத்திருக்கிறோம் என்பதை அறியாமல் வறுமையில் வாடுகிறான் நண்பன். (அத்தியாயம் 8)

- அரசனின் மேல் முடிச்சில் இரத்தினம் – ஓர் அரசன் பல பரிசுகளைப் பலருக்கும் வழங்குகிறான், ஆனால் மதிப்பு வாய்ந்த இரத்தினத்தை அபூர்வமான திறமைகொண்ட மனிதருக்கென ஒதுக்கிவைக்கிறான். (அத்தியாயம் 14)

- சாலச் சிறந்த மருத்துவர் – ஒரு மருத்துவனின் குழந்தைகள் விஷத்தால் மடிந்துகொண்டிருக்கின்றனர். அக்கணத்திலும் தந்தையார் தயாரித்து வைத்திருந்த மருந்தைச் சாப்பிட வேண்டுமென்ற அறிவில்லாமல் இருக்கின்றனர். (அத்தியாயம் 16)

சுகாவதி

நிர்வாண முக்தியை இவ்வுலகில் வாழ்ந்து பெறுவது என்பது எளிதானதல்ல; சாதாரண மானுடர்க்கு இது சாத்தியமா என்பது சந்தேகமே! மகாபுருஷனுக்குரிய முப்பத்திரெண்டு லட்சணங்களுடன் பிறந்து தர்மச்சக்கரத்தின் சுழற்சியைத் தொடக்கிய சாக்கியமுனி புத்தராக ஆவது எல்லோராலும் இயலாது. சம்சாரச் சுழலில் சிக்கிப் பிறவிகளை ஒவ்வொன்றாய்க் கடந்துவாழும் பாமரனுக்கு என்ன வழி? அணுக்களின் முழு அழிவை அவன் எய்துவது எப்போது? முழுக்க இல்லாமற் போகும் வண்ணம் கன்மங்களின் தொலைப்பு சாதாரண மக்களுக்குச் சாத்தியப்படுமா? துறவு வாழ்க்கையில் ஈடுபடா எண்ணற்ற உலகத்தோர் உய்வுற வழி உண்டா?

உலகத்தின் அனைத்து உயிரும் புத்தநிலையை அடையும் வரை தாமும் புத்தநிலை அடையாமல் ஒத்தி வைக்கும் கருணை வடிவான போதிசத்துவர்கள் கற்பனைக்கெட்டா உருவங்களில் எல்லா லோகங் களிலும் சஞ்சரிக்கிறார்கள். தாமரை மலரைக் கையில் ஏந்தியபடி கீழிருக்கும் பூமியை நோக்கியபடி இருக்கும் போதிசத்துவக் கடவுள் அவலோகிதேஸ்வரர் மண்ணுலகில் பல்வேறு உருவங்களில் தோன்றி உயிர்களின் கஷ்டங் களைப் போக்குகிறார், (சீன பௌத்தத்தில் அவலோகிதேஸ்வரர் குவான்–யின் என்கிற பெண்ணாகச் சித்தரிக்கப்பட்டு வணங்கப்படு கிறார்.)

சம்சார உலகைக் கடந்து நிர்வாண நிலைக்கான பயிற்சிக்கு வசதியாக ஒரு லோகம் இருக்கிறது. அந்த லோகத்தைச் "சுகாவதி" என்று அழைப்பார்கள். அங்குதான் "அமிதாபா புத்தர்" இருக்கிறார். தன்னுடைய புத்தக்ஷேத்ரமான "சுகாவதி"யில் இருந்து தர்மத்தைப் போதித்துக்கொண்டிருக்கிறார். "சுகாவதி" லோகத்தில் கருமக் காரணியால் எழும் புனர்ஜென்மங்கள் இல்லை. அமிதாபாவின் சுத்தமான லோகமான சுகாவதியின் எழிலை மகாயான சூத்திரமான "சுகாவதிவியுஹ சூத்திரம்" விவரிக்கின்றது.

சுகாவதியில் நோய்களிலில்லை; முதுமை இல்லை; மரணம் இல்லை. துக்கங்களும் கஷ்டங்களும் அங்கில்லை. அங்கு பிறப்பவர்கள் கர்ப்பப் பைகளிலிருந்து வெளிவருவதில்லை. தாமரைப் பூக்களிலிருந்து வெளி வருகிறார்கள். அவர்கள் பிறந்ததும் அமிதாபா புத்தாவும் அவருடைய சீடர்களும் அவர்களை வரவேற்கிறார்கள். அவர்களுக்கு அழியா உடல்கள் கிடைக்கின்றன. கீழ்ப் பிறப்புகளை மீண்டும் எடுக்கும் அபாயம் அவர்களுக்கில்லை. அமிதாபா புத்தா, மற்றும் அவலோகிதேஸ்வரர் (குவான்–யின்), மகாஸ்தாமப்ராப்தர் (ஷி–சிஹ்) போன்ற போதிசத்துவர்களின் நேரடி முன்னிலையில் அவர்கள் இருக்கிறார்கள்.

Pure Land–க்குச் செல்கிறவர்கள் உயர் சீலங்களைக் கடைப்பிடிக்கும் மனிதர்களின் நடுவில் வாழ்கிறார்கள். எழிலான உடைகளும் சிறந்த உணவு வகைகளும் அவர்களுக்குக் கொடுக்கப்படுகின்றன. உஷ்ணம், குளிர் என்கிற எதிரெதிர் உச்சங்கள் அங்கில்லை. சரியான மனக்குவியம் அங்கே எளிதில் சாத்தியமாகும். பேராசை, அறியாமை, சினம், போராட்டம் மற்றும் சோம்பல் ஆகிய விஷயங்கள் அங்கே முற்றிலும் இல்லை.

சுகாவதி உருவகப்பூர்வமாக எல்லா வித நகைகளால், மதிப்பு வாய்ந்த பொருட்களினால், இரத்தின கல் வகை கோபுரங்களினால், பச்சை மாணிக்கக் கற்களால் செய்யப்பட்ட அரண்மனைகளினால் ஒளி படைத்துப் பிரகாசமுடையதாக வர்ணிக்கப்படுகின்றது, முத்துகளால் இழையோடிய மிகப் பரந்து வளர்ந்த மரங்கள் மலர்களால் கனிகளால் சூழப்பட்டுள்ளன. இராட்சத தாமரை மலர்கள் தம் சுகந்தத்தை எல்லாத் திசைகளிலும் பரப்புகின்றன. ஏழுவித அணிமணிகளால் செய்யப்பட்ட குளங்கள் மிகச் சுத்தமான நீர் நிரப்பப்பட்டு நீராடுபவர்களின் விழைவுக்கேற்றபடி தன் சூட்டையும் ஆழத்தையும் தானாகவே சரி செய்துகொள்ளும். காலுக்குக் கீழுள்ள தரை தங்கத்தகட்டால் மூடப்பட்டிருக்கும். இரவு பகல் முழுவதும் வானம் மலர்களைப்

பொழிந்தவாறு இருக்கும். தேவ கானங்கள் சதா ஒலித்தபடி, சுகமான வாசனை கமழ்ந்துகொண்டு சுகாவதி என்னும் மேலைச் சொர்க்கம் (Western Paradise) இருக்கிறது.

சுகாவதியில், எல்லாவற்றையும் விட மதிப்பு வாய்ந்தவர்களாக புத்தரும், அமிதாபாவும், போதிசத்துவர்களும் மாத்திரம் இல்லை; தொடர்ந்து தர்மத்தைப் போதித்துக்கொண்டு பறவைகளும் மரங்களும் கூட அங்கே மதிப்பு வாய்ந்தவைகளாக இருக்கின்றன. சுகாவதியின் அழகு மற்றெல்லா லோகங்களின் அழகையும் விஞ்சி நிற்பது.

"சுகாவதி" பௌத்த மரபுகளில் (Pure Land Buddhist Traditions), சுகாவதி லோகத்துக்குள் நுழைதலே நிர்வாணத்துக்கு இணையாகக் கருதப்படுகிறது. சுகாவதியில் நுழைந்தவன் முழுமையான நிர்வாண நிலையை அடையும் வரை அமிதாபா புத்தரின், எண்ணற்ற பிற போதிசத்துவர்களின் போதனைகளைக் கேட்கிறான். அவன் எவ்வமயத்திலும் ஒரு போதிசத்துவனாக ஆறு லோகங்களாகிய தேவ, அசுர, மனுஷ்ய, மிருக, பிரேத, நரக லோகங்களுக்குத் திரும்பி வந்து, சம்சாரத்தில் சிக்கி அல்லலுறும் உயிர்கள் தத்தம் கர்ம வினைகளிலிருந்து மீள்வதற்கு உதவலாம் அல்லது சுகாவதியிலேயே இருந்து, புத்தநிலையை அடைந்து, வரும் உயிர்களையெல்லாம் விடுதலைக்கரை சேர்க்கலாம்.

இந்தச் சுகாவதிக்குச் சாதாரண மானிடர் எவ்விதம் வரவியலும்? அமிதாபா புத்தாவின் பெயரைத் தினசரி உச்சரித்தல் இதற்கு முதல் படி. உச்சரிப்பு பக்தியுடனும், சுகாவதியில் மறுபிறப்பெடுக்க வேண்டுமென்ற பிரார்த்தனையுடனும் செய்யப்பட வேண்டும்.

Pure Land-இல் பிறப்பெடுக்க வேண்டும் என்று உறுதி பூணுபவரின் உந்துதலிலும் சித்தத்திலும் ஓர் அடிப்படை மாற்றம் ஏற்படுகிறது. முரட்டுத்தனமான உயிர்பிழைப்போ, சமூகப் பங்கைப் பூர்த்தி செய்தல் மட்டுமோ, விரக்தி தரும் சூழலிலிருந்து திருப்தியைத் தேடும் போராட்டமோ அவர்களுக்கு வாழ்வின் நோக்கமாக இருப்பதில்லை. சுகாவதியில் பிறப்பெடுக்க உறுதி பூணுதல் வாயிலாக விசுவாசிகள் தம் கவனத்தை மாற்றிக் கொள்கிறார்கள். இவ்வுலகின் சந்தோஷமும் துக்கமும் தற்செயலாகவும், முக்கியமற்றவையுமாக ஆகிவிடுகின்றன. அமிதாபா புத்தாவின் மீதான விழிப்புணர்வை அதிகரித்து, மனதைச் சுத்திகரிக்கும் ஒரு சந்தர்ப்பமாக நிகழ் வாழ்வு மதிப்பு பெற்றுவிடுகிறது.

○

Pure Land சூத்திரங்கள் கி.பி 150 வாக்கில் லோகக்ஷேமா என்னும் காந்தார நாட்டு பௌத்தத் துறவியால் சீனாவுக்குக் கொண்டு வரப்பட்டன. இப்போது கிடைக்கும் சீன மொழிபெயர்ப்பின் மூலம் காந்தாரி என்னும் பிராகிருத மொழியில் இருந்திருக்கலாம் என்று வல்லுநர்கள் கருதுகின்றனர். இரண்டாம் நூற்றாண்டில் காந்தாரத்தையும் அதைச் சுற்றியுள்ள பல பிரதேசங்களையும் குஷான வம்சம் ஆண்டது. குஷான வம்சத்துப் பேரரசர் கனிஷ்கர் பௌத்தம் தழைக்க உதவிய நான்கு முக்கியப் பேரரசர்களுள் ஒருவர் (மற்றவர்கள்: அசோகர், இரண்டாம் மினாந்தர் மற்றும் ஹர்ஷவர்த்தனர்).

Pure Land Buddhism கி.பி 406இல் சீனாவின் லுஷான் மலையில் வாழ்ந்த *Hui Yuan* என்பவரால் முக்கியத்துவம் பெற்றது. விரைவில் இது சீனாவெங்கும் பரவியது. இந்த மரபு ஜப்பானிலும் பரவி ஒரு பொதுவான நம்பிக்கையாக நிலவி வந்தது. பனிரெண்டாம் நூற்றாண்டில் வாழ்ந்த *Honen-Shonin* என்பவர் *Pure Land* பௌத்தத்தைச் சுயாதீன மதப்பிரிவாக நிறுவினார். அவர் காலத்திற்குப் பிறகு இப்பிரிவில் பிளவு ஏற்பட்டு ஜோடோ–ஷூ மற்றும் ஜோடோ–ஷின்ஷூ என்று இரண்டு குழுக்கள் உண்டாகின. ஏறத்தாழ 35% சதவிகிதம் மக்கள் பௌத்தராக இருக்கும் இன்றைய ஜப்பானில் மிக அதிகம் பேர் *Pure Land* பௌத்தத்தையே பின்பற்றுகிறார்கள்.

❍

அமிதாபா புத்தாவின் நாமத்தை உச்சரிப்பதை முக்கியப் பயிற்சியாகக் கொண்டுள்ள *Pure Land* பௌத்தத்திற்கு "புத்தரை நினைவுகூர்தல்" என்பதே அடிப்படையாக இருக்கிறதென்று வணக்கத்துக்குரிய டிக் ந்யாட் ஹான் *(Thich Nhat Hanh)* சொல்லுகிறார்.

"புத்தரை நினைவு கூரும் சாதனா "அனுஸ்ம்ரிதி" என்று சமஸ்கிருதத்தில் சொல்லப்பட்டது. புத்தர் வாழ்ந்த நாட்களில் புத்தரை நினைவு கூர்வதை நித்யானுஷ்டானமாகக் கொண்டவர்கள் பலர் இருந்தனர். ஆயிரம் வருடங்களாக புத்தரை இவ்விதம் நினைவு கூர்ந்தவர்கள் தம்மை பலசாலிகளாக, சுதந்திரமானவர்களாக, அமைதி நிரம்பியவர்களாக, சந்தோஷமானவர்களாக உணர்ந்தார்கள். புத்தர் வாழ்ந்த காலத்திலிருந்தே புத்தரை நினைவு கூர்தல் பௌத்த மரபில் ஒப்புக்கொள்ளப்பட்ட பழக்கமாக இருக்கிறது"

அமிதாபா சூத்திரத்தில் புத்தர் ஷாரி புத்தரை நோக்கிச் சொல்கிறார்:

"அமிதாபா புத்தாவைப் பற்றிக் கேள்விப்பட்ட ஒரு நல்ல ஆண் அல்லது பெண் அவர் பெயரை ஒரு நாள், இரண்டு, மூன்று நான்கு, ஐந்து, ஆறு அல்லது ஏழு நாட்களுக்குத் தம் குவிந்த மனதில் சிறு சிதறலுமின்றி பற்றிக்கொள்வாராயின், அவர் இறக்குந்தறுவாயில் அமிதாபா புத்தர் பிற பரிசுத்தவான்கள் புடை சூழ அவர் முன்னம் தோன்றுவார்"

டிக் ந்யாட் ஹான் இதை இவ்வாறு விளக்குவார்:

"சிதறலற்ற ஒற்றைப் புள்ளியில் குவிந்த மனத்தில் மனக்கவனப் பயிற்சியில் ஈடுபடுதல் என்றால் நாம் புத்தரை நினைவு கூரும் போது, நம் மனம் வேறெதைப் பற்றியும் சிந்திக்கக் கூடாது. அது புத்தரைப் பற்றி மட்டும் தான் சிந்திக்க வேண்டும். புத்தர் வாழ்ந்த காலத்தில் இந்தப் பயிற்சி மேற்கொள்ளப்பட்டது. இது "புத்தானுஸ்மிரிதி" என்றழைக்கப்பட்டது."

ஒரு நிலவைப் பார்த்து...

கோவன் *(Koan)* என்றால் ஒரு முரண்பாடான துணுக்குக் கதை அல்லது புதிர் அல்லது கூற்று. தர்க்கங்களின் போதாமையைச் செயல்விளக்கமளித்து அறிவொளியைத் தூண்டுவதற்கென ஜென் பௌத்தத்தில் கோவன்கள் பயன்படுத்தப்படுகின்றன. முரண்பாடு ஜென்னின் அங்கம். ஒரு முரண்பாடு வழக்கத்துக்கு மாறான திசையை நோக்கி நம் மனத்தைச் செலுத்துகிறது. தர்க்க மனத்தின் பிடியிலிருந்து விடுபட உதவுகிறது. உள்ளுணர்வை விடுவிக்கிறது. தர்க்கத்தைப் பயன்படுத்தி அறிவினால் பெறப்பட முடியாத வாய்மையைச் சுட்டுகிறது.

கோவன் பயிற்சிக்கு இலக்கியப் பயிற்சியே ஆதாரம். நேருக்கு நேர் நிகழும் உரையாடல்களை நன்கு திருத்தப்பட்ட வடிவில் சொற்சிக்கனத்தோடு சொல்லப்படும் இலக்கியக் கதை மரபில் இருந்து கோவன் வந்திருக்கலாம். பௌத்தத்துக்கு முன்னரான காலத்தில் சீனாவில் விளையாடப்பட்டு வந்த ஒரு வகை இலக்கிய விளையாட்டு வகையிலிருந்து சீன மொழியில் *"gongan"* எனப்படும் கோவன் வளர்ந்திருக்கலாம் என்றும் கருதுகின்றனர்.

❍

ஜென் ஞானி ரியோகன் ஒரு மலையடிவாரத்தில் சிறு குடிசையொன்றில் எளிமையாக வாழ்ந்து வந்தார். ஒரு நாள் மாலை அவர் குடிசைக்குள் திருட வந்த ஒரு திருடன் திருடுவதற்கு ஒரு பொருளும் அங்கு இல்லாமல் இருப்பதைக் காண்கிறான். அதற்குள் ரியோகன் குடிசைக்குத் திரும்பி விடுகிறார்.

"என்னைக் காண வெகு தூரத்திலிருந்து வந்திருக்கிறாய்; வெறுங்கை யுடன் நீ திரும்பிச் செல்லக் கூடாது; நான் அணிந்திருக்கும் உடைகளை என் பரிசாக எடுத்துச் செல்" என்று கூறித் தன் உடை களைக் கழட்டி அத்திருடனிடம் கொடுக்கிறார். திருடன் ஒன்றும் புரியாமல் விழிக்கிறான். எனினும், தனக்கு அளிக்கப்பட்ட துணிகளை எடுத்துக்கொண்டு சென்றுவிடுகிறான். ரியோகன் அம்மணமாகக் குடிசைக்குள் அமர்ந்து வானில் இருந்த நிலவைப் பார்க்கிறார். பின்னர் தனக்குத்தானே சத்தம் போட்டுச் சொல்லிக் கொள்கிறார். "அவனுக்கு இந்த அழகான நிலவை என்னால் தர முடியாமல்போனது"

◯

"ஜென்" என்பது "சான்" என்னும் சீன மொழிச் சொல்லின் ஜப்பானிய உச்சரிப்பு. "சான்" என்பது "தியானம்" என்னும் சமஸ்கிருதச் சொல்லின் சீன மொழிபெயர்ப்பு. தியானத்தையும் உள்ளுணர்வையும் வலியுறுத்தும் ஜென் பௌத்தம் சடங்குகளுக்கும் ஆகம வாசிப்புக்கும் அதிக முக்கியத்துவம் தருவதில்லை.

சோடோ ஜென் பௌத்தப் பிரிவின் நிறுவனர் பனிரெண்டாம் நூற்றாண்டில் வாழ்ந்த டோகென் (Dogen Zenji); கட்டுரையாளர்; ஜென் கவிஞரும் கூட. அவரின் கோவன்கள் "ஷோபெகென்சோ" என்னும் நூலில் இருக்கின்றன. ரின்சாய் ஜென் பிரிவைப் போல் கோவன்களுக்கு அதிக முக்கியத்துவம் தராத சோடோ ஜென் பிரிவின் ஸ்தாபகராக இருந்தாலும் ஏறத்தாழ முன்னூறு ஜென் கோவன்களை டோகென் இயற்றியிருக்கிறார். அமர்ந்து கொண்டே புரியும் அமைதி தியானத்துக்கே (Zazen) அவர் நிறுவிய சோடோ ஜென் பிரிவு முக்கியத்துவம் கொடுக்கிறது.

◯

அமைதி தியானம்

மனதில் பிரதிபலிக்கும்
தெளிந்த நிலவு
அசையா நீரைப் போல்.
நீரை உடைக்கும் அலைகளும்
ஒளியைப் பிரதிபலிக்கும்

துளிக்குள் நிலவு

நனையா நிலவு
அழியா நீர்
ஓரங்குல
நீர்க்குட்டையில்

அகன்ற, பெரிய நிலாப் பிம்பம்
புல்லில் படிந்த
பனித்துளிக்குள்
முழு நிலவும்
மொத்த வானமும்

நிலையாமை

எதைப் போன்றதிந்த உலகு ?
கொக்கொன்று அலகை அசைக்கையில்
உதிரும் ஒவ்வொரு பனித்துளியிலும்
பிரதிபலிக்கும் நிலவு

❍

தியானத்தின் அடிப்படையிலான ஜென் பௌத்த மரபை சீனாவில் பரப்பியவர் போதி தர்மர். இவர் காஞ்சிபுரத்திலிருந்து சீனாவுக்குச் சென்றவர் என்று பல தொன்மங்களில் குறிப்பிடப்படுகிறார். ஒரு சில சீனத்தொன்மங்கள் அவரை மத்திய ஆசியாவிலிருந்து வந்தவனென்றும் சொல்லுகின்றன. சீனர்கள் "தமோ" என்று போதி தர்மரைக் குறிப்பார்கள். "தமோ" "தரும" என்பதின் மரூஉ. நான்காம் நூற்றாண்டின் இறுதியில் ஐந்தாம் நூற்றாண்டின் தொடக்கத்தில் சுமார் ஐம்பது வருடங்களாகச் சீனாவெங்கும் பயணம் செய்த போதிதர்மர் ஷாவோலின் மடாலயத்தை நிறுவி அங்கு தற்காப்புக் கலைகளைப் பயில்வித்ததோடல்லாமல் சீனர்களுக்குத் தியானம் செய்யவும் சொல்லிக்கொடுத்தார். போதி தர்மரின் வாழ்க்கையை ஒட்டிப் பல்வேறு தொன்மங்கள் உலவி வருகின்றன. வரலாற்றுப் பூர்வமான போதிதர்மரின் வாழ்க்கைத் தகவல்கள் மிகக் குறைவே. பௌத்த ஓவியங்களில் அவர் கர்ண கடூரமான பார்வை கொண்டவராகவும் அடர்த்தியான தாடியுள்ளவராகவும் சித்தரிக்கப்படுகிறார் இலக்கியங்களில் "நீலக் கண் காட்டுமிராண்டி" என்றும் அவர் வர்ணிக்கப்படுகிறார்.

பிற மகாயான பௌத்தப் பிரிவுகளுக்கு இருப்பது போன்று ஜென் பௌத்தத்துக்கென்று பிரத்யேகமான ஆகமம் எதுவும் இல்லை. லோட்டஸ் சூத்ரா, பிரஜ்ன பாரமிதா சூத்ரம், அவதாம்ஸக சூத்ரம் மற்றும் விமலகீர்த்தி சூத்ரம் போன்ற சூத்ரங்களை வாசித்தல் பிரசித்தம். போதி தர்மர் தன் வாழ்நாள் முழுதும் "லங்காவதார சூத்ரத்தை" மட்டும் வாசித்ததாகச் சொல்லுவார்கள். இதன் காரணமாக ஜென் பௌத்தத்தின் தொடக்க காலங்களில் "லங்காவதார சூத்ரம்" வாசிப்பு பரவலாக இருந்தது. காலப்போக்கில் லங்காவதார சூத்ர வாசிப்பு குறைந்துவிட்டது.

❍

சீனாவின் டாவோயிஸத்தைப் போல, ஜென் சிந்தனையைச் சொற்களால் விவரிக்க இயலாது. ஜென் பற்றிய புரிதல் முழுக்க முழுக்க நாம் வளர்த்தெடுக்கும் உள்ளுணர்வைச் சார்ந்தது.

போதி தர்மர் சொல்கிறார்:

எழுதப்பட்ட சொல்லைச் சாராதது
ஆகமங்களுக்கு அப்பாற்பட்ட பரிமாற்றம்
ஒருவனின் இதயத்தை நேரடியாகச் சுட்டி
இயல்பினை உணர்ந்து புத்தனாகுதல்

எழுதப்பட்ட சொல்லை நிராகரிக்கும் ஜென் பௌத்தத்தில் கோவனின் இடம் என்ன?

லங்காவதார சூத்ரம் சொல்கிறது:

"சொற்களுக்கும் அர்த்தத்துக்குமிடையிலான தொடர்பு அல்லது எழுத்துகளுக்கும் தத்துவத்திற்குமிடையிலான தொடர்பு அல்லது போதனைகளுக்கும் சித்தாந்தத்திற்குமிடையிலான தொடர்பு விரலுக்கும் நிலவுக்கும் இடையிலிருக்கும் தொடர்பு போன்றது; விரல் நுனியின் மேலிருந்து கண்களை எடுக்காதவர்கள் விஷயங்களின் பரமார்த்தத்தை என்றும் புரிந்துகொள்ளப் போவதில்லை. நிலவைச் சுட்ட விரல்கள் தேவைதான்; ஆனால் விரல்கள் நிலவாகாது."

மழையிடம் தோற்காதிரு

வேளாண் பொருளியலாளர், மண்ணியல் நிபுணர், பௌத்தச் சிந்தனையாளர், குழந்தைகள் இலக்கியவாதி, கவிஞர் – இவையனைத்துமாய் இருந்தார் மியாசாவா கென்ஜி (1896–1933). அடகுத் தொழில் செய்து வசதியாக வாழ்ந்த குடும்பத்தில் பிறந்தவர், எனினும் விவசாயிகளைச் சுரண்டும் தொழில் என்னும் வெறுப்பு அவருக்கு இருந்தது. இவ்வெறுப்பு அவருக்குக் கடைசி வரை இருந்தது. பாரம்பரிய Pure Land பௌத்தக் குடும்பத்தில் பிறந்த மியாசாவா லோட்டஸ் சூத்ராவால் கவரப்பட்டு நிசிரேன் பௌத்தத்தைத் தழுவியபோது அவருக்கும் அவர் தந்தைக்கும் இருந்த கருத்து வேறுபாடு உச்சத்தை எட்டியது. "தனக்குக் குடும்பச் சொத்து வேண்டாம்" என்று எழுதிக் கொடுத்துவிட்டுப் பிறந்த ஊரைவிட்டு டோக்கியோவுக்குச் சென்றடைந்தார். அங்கு நிசிரேன் பௌத்தத்துக்கு மக்களைக் கொள்கை மாற்றம் ("ஷாகுபுகு") செய்வதில் ஈடுபட்டார். அவர் சார்ந்திருந்த நிசிரேன் பௌத்த இயக்கம் தேசிய வாத இயக்கமாக மாறிக்கொண்டிருந்த காலகட்டத்தில் "தேசிய வாத எண்ணங்களுக்கு நான் ஆதரவாளன் இல்லை" என்று அறிவித்தார். கடும் நிமோனியா நோய் வந்து அவதிப்பட்டபோது தன் சொந்த ஊருக்குத் திரும்பினார். அவர் இறந்துவிடுவார் என்றுதான் எல்லோருக்கும் ஒரு கட்டத்தில் தோன்றியது. ஆனால் உயிர் பிழைத்தார். பிறகு சொந்த ஊரில் இருந்த வேளாண் கல்லூரியில் ஆசிரியராக வேலை செய்தார். அந்தக் காலக்கட்டத்தில் விவசாயிகள் சங்கம் ஒன்றைத்

தொடங்கினார். இயற்கை விவசாய முறைகளைப் பின்பற்றி மகசூலைப் பெருக்கும் வழிமுறைகளைப் பரிந்துரைத்தார். ஏழை, எளிய விவசாயிகளுக்கு மேற்கத்திய இசை, இலக்கியம் – ஆகியவற்றை அறிமுகப்படுத்தினார். ஜப்பானில் ராணுவ ஆட்சி அமைந்தபோது மியாசாவாவின் விவசாயிகள் சங்கம் கலைக்கப்பட்டது. மியாசாவாவை நிமோனியா மீண்டும் தாக்கியது. உடல் மெலிந்து நோய் வலுப்பட்ட நாட்களில் கூடச் சைவ உணவை மட்டும் உட்கொள்ளும் பழக்கத்தைத் துறக்காதிருந்தார். ஒருமுறை அவருக்குத் தெரியாமல் அவரை யாரோ மீன் குடலைச் சாப்பிட வைத்ததை அறிந்தபோது உரத்த குரலில் அவர் ஓலமிட்டு அழுதிருக்கிறார். அதிசயமாக ஒரு நாள் அவர் புத்துணர்ச்சி பெற்று நோயிலிருந்து மீண்டதான உணர்வு வந்தபோது தன் வீட்டு பால்கனியிலிருந்து வீதியில் சென்ற ஷிண்டோ ஊர்வலமொன்றைக் கண்டுகளித்தார்; பின்னர் விவசாயிகள் குழுவொன்று அவரை வந்து சந்தித்து சில பிரச்சனைகள் பற்றி அவருடன் நெடுநேரம் உரையாடியது. அடுத்த நாள் காலை மியாசாவா உறக்கத்தில் இருந்து எழுந்திருக்கவே யில்லை.

மியாசாவாவின் இலக்கியப் படைப்புகள் அவரின் இறப்புக்குப் பிறகு மிகவும் பிரசித்தமாயின. குழந்தைகளுக்கான கதைகள் பல அவர் எழுதியிருக்கிறார். அவர் இறந்த பிறகு அவர் எழுதிய ஒரு டயரி கிடைத்தது. அதன் எல்லாப் பக்கங்களிலும் நிசிரேன் பௌத்தத்தின் மூல மந்திரத்தை ("நமு ம்யோஹோ ரெங்கே க்யோ") எழுதி வைத்திருக்கிறார். டயரியின் நடுப் பக்கங்களில் அழகான, தெளிவான, தடித்த எழுத்துகளில் எழுதப்பட்டிருந்த "Ame ni mo Makezu" என்ற கவிதை காணப்பட்டது. மியாசாவாவின் வியாதிக்காலங்களில் அது எழுதப்பட்டிருக்கலாம். ஒரு வியாதிக்காரனின் சோகமோ துக்கமோ கவிதையில் இல்லை. தனிப்பட்ட இலட்சியத்தின் வரிசை அந்தக் கவிதை. "நின்னைச் சில வரங்கள் கேட்பேன்" போன்ற வரிகள் வரும் இடங்களில் பாரதியின் கவிதைகளை நமக்கு ஞாபகப்படுத்தும் இக்கவிதையின் பௌத்த தரிசனம் மிக அழகானது. நவீன காலத்தில் பௌத்த அடிப்படைகளைக் கடைப்பிடிக்கும் வழிமுறையைத் தெள்ளத் தெளிவாகப் பேசுகிறது இக்கவிதை.

மழையிடம் தோற்காதிரு

  மழையிடம் தோற்காமல்
  சுழற்காற்றிடம் தோற்காமல்
  பனியிடமும் கோடையின் உஷ்ணத்திடமும் தோற்காமல்

வலுவான உடலுடன்
விருப்பங்களின் பிணைப்புக்காளாகாமல்
யாரையும் பாதிப்புக்குள்ளாக்காமல்
எப்போதும் புன்னகைத்தவாறு
தினம் நான்கு சிறு கிண்ணம் நிறைய சோறும்
மிசோவும் சிறிது காய்கறிகளும் என உண்ணல்
அனைத்திலும்
உன்னை இறுதியாகவும் மற்றோரை முதலிலும் வைத்தெண்ணுதல்
பார்த்தல் கவனித்தல் புரிந்துகொள்தல்
மறக்காதிருத்தல்
மூங்கிற்வயற் காட்டின் நிழலில்
ஒரு சிறு ஓலைக் குடிசையில் வசித்தல்
கிழக்கில் ஒரு நோய்ப்பட்ட குழந்தை இருந்தால்
சென்று சிகிச்சை புரிதல்
மேற்கில் களைப்படைந்ததொரு தாயார் இருந்தால்
சென்று அவளின் நெற்கதிர்க்கட்டைக்குத் தோள் கொடுத்தல்
தெற்கில் மரணத்திற்கு மிக அண்மையில் யாரேனும் இருந்தால்
சென்று பயப்படாதிருக்குமாறு அறிவுறுத்தல்
வடக்கில் சண்டையோ வழக்காடோ நிகழ்ந்தால்
சென்று வீணடிக்கும் அம்சங்களை விட்டுத்தள்ளுமாறு
இறைஞ்சுதல்
வறட்சியின் போது கருணைக் கண்ணீர் வார்த்தல்
கோடை குளிராயிருக்கும் போது வருத்தத்தில் அலைந்து திரிதல்
ஒன்றுமில்லாதவன் என்று எல்லோராலும் அழைக்கப்படுதல்
புகழப்படாமல்
இகழப்படாமல்
இவ்வாறிருத்தலே
நானிருக்க விழைவது

❍

பௌத்தக் குட்டிக் கதை வடிவம். பௌத்தத் தொன்மங்களில் வரும் டிராகன் பாத்திரம். படிமங்கள் கலந்து கவித்துவத்துடன் சொல்லப்பட்ட – *ட்ராகனும் கவிஞனும்* கவிதைக்கும் பிரபஞ்ச விழிப்புணர்வுக்குமான *(Cosmic Awareness)* தொடர்பை விளக்கும் கதையிது. கவிதை வெளிப்படுத்தும் உத்வேகம் காற்று, மேகங்கள், கவிஞனின் உள்ளுணர்வு – இம்மூன்றிலிருந்தும் பெறப்படுகிறது என்ற கருதுகோளை இக்கதையில் வைக்கிறார் மியாசாவா. இவ்வுலகமும் உலகில் இருப்பவைகளும் காலங்களினூடே மாறிய வண்ணம் இருக்கின்றன என்னும் கருத்தும் இக்கதையில் பேசப்படுகிறது. கென்ஜியின் பார்வையில், மாறிக்கொண்டே இருக்கும் இப்பிரபஞ்சம் திசையும் நோக்கும் கொண்டதாய் இருக்கிறது; மாற்றம் நன்மையை நோக்கியதாய் அமைகிறது. பிரபஞ்ச மனதின் எண்ணங்களைப் பாடும் கவிஞன் முன்னேற்றத்திற்கான குறியீடுகளையே பதிவு செய்கிறான்.

ட்ராகனும் கவிஞனும்

அலை உயர்வின் காரணமாகக் குகைக்குள் எழுந்த நீர் மட்டத்துக்கு மேல் தன்னை உயர்த்திக்கொண்டது சனாடா என்ற பெயர் கொண்ட அந்த ட்ராகன். குகையின் சிறு துளைவாயில் வழியாக உள் நுழைந்து ஒளிர்ந்த காலைச் சூரியன், அடிக்கடலின் மேலிருந்த பாறைகளின் கரடுமுரடான பரப்பைப் பிரகாசப்படுத்திக் கொண்டிருந்தது. சிவப்பும் வெளுப்புமாய்ப் பாறைகளில் ஆங்காங்கே ஒட்டிக்கொண்டிருந்த பிராணிகள் காணக் கூடியதாய் இருந்தன.

நீல நிற, குழம்பிய நீரைச் சோம்பற் பார்வை பார்த்தது ட்ராகன். குகை வாயிலின் வழியே மினுமினுக்கும் கடலையும் கடல் விளிம்பில் சூரியக்கடவுளின் இருக்கையான தகதகக்கும் மஞ்சள் ஒளிப்பந்தையும் பார்த்தது.

"நான் கட்டற்று இருந்திருந்தால், கடலுக்கப்பால் நீந்திச் சென்றிருப்பேன். நீல வானத்தின் மேல் பறந்திருப்பேன். என் தீப்பந்த சுவாசத்தினால் கரு மேகங்களை இயக்கத்திற்குள்ளாக்கியிருப்பேன். ஆனால், நான் இங்கு சிக்கிக்கொண்டிருக்கிறேன். குகையிலிருந்து கடலுக்கு இட்டுச் செல்லும் சிறு கீறலான துளைவாயில் குகைக்கு அப்பாலிருப்பவற்றின் சிறு துணுக்கை மட்டும் என் பார்வைக்களிக்கிறது. புனிதமான ட்ராகன் ராஜாவே! நான் செய்த குற்றங்களுக்காக என்னை மன்னித்தருள வேண்டும். இந்தச் சாபத்திலிருந்து என்னை விடுவியுங்கள்"

துயரம் தோய்ந்த முகத்துடன் சனாடா தன் பார்வையைக் குகையின் உட்புறத்துக்குத் திருப்பிக்கொண்டது. நீரில் மூழ்கியிருந்த வாலில் படிந்த சூரிய ஒளியைப் பிரதிபலித்த அதன் கண்களில் நீலமும் வெண்மையும் மின்னின. திடீரென ஓர் இளைஞனின் குரல் குகைக்கு வெளியிருந்து கேட்டது. அது யாருடைய குரல்?

"மதிப்புக்கும் மரியாதைக்கும் உரிய சனாடா, காலைச் சூரியனின் கட்டளைப்படி உன்னுடைய மன்னிப்பைக் கோரி நான் இங்கு வந்துள்ளேன்"

நல்ல உடையணிந்த ஓர் இளைஞன், கழுத்தில் நகை அணிந்து, கரத்தில் வாளையேந்திக் குகைக்கு வெளியே இருந்த பாசியால் மூடிய பாறை மேல் அமர்ந்திருந்தான்.

"என்னுடைய மன்னிப்பை ஏன் வேண்டுகிறாய்?"

"அன்புள்ள ட்ராகனே, நேற்று நான் ஒரு கவிதைப் போட்டியில் பங்குகொண்டேன். எல்லோரும் என்னைப் புகழ்ந்து தள்ளினர். எல்லாக் கவிஞர்களையும் விட அதிகக் கீர்த்தி பெற்றவரான

அல்டா தன் இருக்கையிலிருந்து இறங்கி, தலை தாழ்த்தி என்னை வணங்கித் தன் இருக்கையில் அமருமாறு கேட்டுக்கொண்டார். விருதுகளை வழங்கி என்னைப் பெருமைப் படுத்தினார். என்னைப் புகழ்ந்து நான்கடி கவிதையொன்றைப் படித்துவிட்டுக் கிழக்கிலிருக்கும் ஒரு பனிமலையின் அடிவாரத்திற்குச் சென்று ஓய்வு பெற்றார். நான் இயற்றிய கவிதையின் அழகை நினைத்து நான் மதுவருந்தியவன் போல் போதை வயப்பட்டு நின்றேன். எல்லாத் திசைகளிலிருந்தும் என் மேல் விழுந்த புகழுரைகளின், மலர்க்கொத்துகளின் மழையில் நனையும் உணர்வில்லாமல் இருந்தேன்.

ஆனால் இரவு நேரம், எனக்கு விருந்தளித்தவரின் வீட்டிலிருந்து நீங்கி ஜொலிக்கும் பனி படிந்த புற்களின் மேல் நடந்து என் ஏழை அன்னையின் வீட்டை நோக்கி நான் சென்று கொண்டிருந்தபோது நிலா தெய்வத்தின் இருக்கை மேகங்களால் சூழப்பட்டு அந்தகாரம் கவிந்தது. நான் கண்ணைக் கசக்கிக் கொண்டபோது மிருடா காட்டிலிருந்து கனிவான ஒரு குரல் கேட்டது.

"இளம் சுரதத்தன் குகையில் சிறைப்பட்டிருக்கும் பழைய ட்ராகன் சனாடாவிடமிருந்து ஒரு பாடலைக் கவர்ந்து கொண்டான். இன்று கவிதைப் போட்டியில் அந்தக் கவிதையைப் பயன்படுத்திப் போட்டியில் வென்று, முதிய கவி அல்டாவைக் கிழக்கிலிருக்கும் பனிமலை அடிவாரத்துக்குத் துரத்தியடித்தான்"

திடீரென என் கால்கள் நடுங்கின. என்னால் நடக்க முடிய வில்லை. இரவு முழுவதும் புற்களின் மேல் உட்கார்ந்திருந்தேன். குழப்பத்தில் என் தலை சுற்றியது. அங்கே உட்கார்ந்து யோசித்துக் கொண்டிருக்கும் போது, இந்தக் குகைக்கு மேலிருக்கும் குன்றின் உச்சிக்கு நான் அடிக்கடி வந்தது என் நினைவுக்கு வந்தது. அப்போது குன்றின் குகைக்குள் நீ இருக்கிறாய் என்பதை நான் அறிந்திருக்கவில்லை. களைப்பைப் போக்கிக் கொள்ள நான் அங்கு வந்து பலமுறை உறங்கியிருக்கிறேன். அப்படி தூங்கிக்கொண்டிருந்த, மப்பும் மந்தாரமுமான ஓர் மதியத்தில் அக்கவிதையை நான் கேட்டிருக்கக்கூடும். பெருமதிப்பு மிக்க சனாடா! என் தலை மேல் சாம்பலைத் தூவிக்கொண்டு, நகரச் சதுக்கத்தில் நான் உன்னிடமும் அனைத்து மக்களிடமும் பொது மன்னிப்பு கேட்டுக்கொள்வேன்

என் குருவே, அற்புதமான பாடலைப் புனைந்த நீவிர் என்னை மன்னித்தருள்வீரா?"

"தனிமையை நோக்கிச் செல்லுமுன் உன்னைப் புகழ்ந்து அல்டா பாடிய செய்யுளின் வரிகளை எனக்குச் சொல்வாயா?"

"நேற்று எனக்கு நிகழ்ந்தவற்றை எண்ணி நான் மிகவும் குழம்பியிருக்கிறேன். அல்டா சொன்ன செய்யுள் வரிக்கு வரி எனக்கு ஞாபகத்தில் இல்லை. அவர் சொன்னது இப்படிப் போகும்:

"காற்று பாடி முடித்தவுடன், மேகங்கள் எதிரொலித்தன; அலைகள் ஆமோதித்தன. பிறகு நீ பாடினாய். சுரதத்தா, நாளைய உலகுக்கான உண்மையை, அழகியலை உன் மனக்கண்ணில் வடிக்கும் தூதுவன் நீ. உன் பாடலைக் கேட்ட பிறகே நட்சத்திரங்கள் விரும்பி, நிலம் தன்னைத்தானே வடிவமைத்துக் கொள்ளும். சுரதத்தா, நீ ஒரு சிற்பி"

"மதிப்பு வாய்ந்த கவி அல்டா எங்கிருந்தாலும் மகிழ்ச்சியுடன் இருக்கட்டும். சுரதத்தா, அந்தப் பாட்டு எனக்கும் சொந்தம்; உனக்கும் சொந்தம். என் குகைக்கு மேலிருக்கும் குன்றின் உச்சியில் இளைப்பாறும் போதுதான் இப்பாடலை நீ கேட்டாயென நம்புகிறாயா, சுரதத்தா? அந்தச் சமயம் நான் காற்றாகவும் மேகங்களாகவும் இருந்தேன். நீயும் அந்தச் சமயம் காற்றாகவும் மேகங்களாகவும் இருந்தாய். கவி அல்டாவும் அதே சமயத்தில் தியானித்திருந்தால், அதே கவிதையைப் புனைந்திருக்கக்கூடும் ஆனால், சுரதத்தா, அல்டாவின் மொழி உன்னுடைய மொழியிலிருந்து மாறுபட்டிருக்கும்; வேறு மாதிரி இருந்திருக்கும். உன்னுடைய மொழி என்னுடையதிலிருந்து மாறுபட்டிருக்கும். ஆகையால், அந்தக் கவிதை உன்னுடையதே!"

"ட்ராகனே, அப்படியென்றால் நீ என்னை மன்னித்து விட்டாயா?"

"யார் யாரை மன்னிப்பது? நாம் எல்லாரும், ஒவ்வொருவரும், காற்று, மேகங்கள் மற்றும் நீர். சுரதத்தா, நான் மட்டும் இப்போது இந்தக் குகையிலிருந்து வெளிவர முடியுமானால், நீ என் உருவத்தைக் கண்டு பயப்படாமல் இருப்பாயானால், உன் தோளைத் தட்டி ஆறுதலளிப்பேன். குறைந்த பட்சம் சிறு அன்பளிப்பையாவது கொடுக்கிறேன். உன் கையை என்னை நோக்கி நீட்டு"

ட்ராகன் ஒரு சின்னச் செம்முத்தை நீட்டியது. மகத்தான சக்தி புதைந்த தீ போல முத்து மின்னியது.

"கடலுக்குள் மூழ்கிய புனித சூத்ரங்களைத் தேடி நீ போகும் போது இம்முத்தை உன்னோடு கொண்டு செல்"

சுரதத்தன் மண்டியிட்டு முத்தைப் பெற்றுக்கொண்டான். "அன்புள்ள ட்ராகனே, வெகு காலமாக இம்முத்தை நான் வேண்டினேன். உனக்கு எவ்விதம் நன்றி சொல்வதென்று தெரியவில்லை. ஏன் ராட்சத ட்ராகனான நீயே இந்தப் பாறைக் குகையை விட்டுச் செல்ல முடியாது?"

"சுரதத்தா, ரொம்பக் காலத்துக்கு முன்னால், பல்லாயிரக் கணக்கான வருடங்களுக்கு முன்னால், காற்றையும் மேகங்களையும் ஆள்பவனாக நான் இருந்தேன். ஒரு முறை என் பலத்தை நான் சோதித்துப் பார்க்க நினைத்தேன். அப்படிச் செய்யப் போக, மனித இனத்தின் பேரிழப்புக்குக் காரணமாக நான் இருந்து விட்டேன். ட்ராகன் ராஜா என்னை இந்தக் குகைக்குள் அடைத்து, நூறாயிரம் வருடங்களுக்கு இங்கேயே இருக்குமாறு விதித்துவிட்டார். இந்த குகைக்குள்ளிருந்து கொண்டே நிலத்துக்கும் கடலுக்கும் இடையிலான எல்லையை நான் காத்துக் கொண்டிருக்கிறேன். ஒவ்வொருநாளும் என் தவறுக்காக வருந்தி, ராஜாவின் மன்னிப்புக்காகக் காத்திருக்கிறேன்"

"ட்ராகனே, நான் கவனித்துக்கொள்ள என் அம்மா இன்னும் இருக்கிறாள். அவள் மறுபிறப்பெடுத்துச் சுவர்க்கத்தில் மகிழ்ச்சியுடன் இருக்கும்போது, நான் கடலுக்குள் சென்று சூத்ரங்களைத் தேடுவேன். அந்த நாள் வரும் வரை நீ இந்தக் குகைக்குள் காத்திருப்பாயா?"

"ஒரு ட்ராகனுக்கு ஆயிரம் மனித வருடங்கள் என்பது பத்து நாட்களை விட நீளமானதல்ல"

"அந்த நாள் வரும் வரை இம்முத்தை எனக்காகக் காப்பாற்றி வைத்திரு. நான் இங்கு தினம் வருவேன். வானத்தை உற்று நோக்குவேன். நீருக்குள் பார்வையிடுவேன். மேகங்களைக் கவனிப்பேன். அப்போது நீயும் நானும் புது உலகத்தின் சிருஷ்டி பற்றி பேசிக்கொண்டிருப்போம்"

"இதை நீ செய்தால், இந்த முதிய ட்ராகனை மகிழ்ச்சிக்குள்ளாக்குவாய்"

"சென்று வருகிறேன்"

"சென்று வா"

சந்தோஷமான இதயத்துடன் சுரதத்தன் பாறைகளின் மேல் தாவிச் சென்றான். சனாடா குகையின் மூலையில் நீருக்குள் தன்னை அமிழ்த்திக் கொண்டு பிராயச்சித்தப் பிரார்த்தனையை ஜபிக்கத் தொடங்கிற்று.

பௌத்தத்தின் சீன நிறம்

சீன பௌத்தத்தின் வரலாறு பௌத்த ஆகமங்களின் சீன வரவில் இருந்து தொடங்குகிறது. ஆகப் பழைய சீன பௌத்த நூலாக "ஸு-ஷிஹ்-எர்-சேங்-சிங்" (நாற்பத்திரெண்டு பிரிவுகளாக புத்தரால் பேசப்பட்ட சூத்ரா) கருதப்பட்டது, இது காஸ்யபமாதங்கர் என்பவரால் பிற்காலக் கீழை ஹான் வம்சத்தினரின் காலத்தில் (கி.பி 58-76) சீனத்தில் மொழிபெயர்க்கப்பட்டிருக்கலாம். ஆனால் நவீன வரலாற்றாய்வுகளின் வெளிச்சத்தில் இது வெறும் தொன்மத் தகவலாகிவிட்டது. உறுதிப்படுத்தப்பட்ட வரலாற்றுத் தரவுகளின் படி சீனத்தின் ஆகப் பழைய பௌத்த நூல்களின் மொழிபெயர்ப்பாளர் லோ-யாங் நகரில் கி.பி 148-171 காலகட்டத்தில் தங்கியிருந்த அன்-ஷிஹ்-காவொ. இவரின் காலத்திலிருந்து வடக்கு சுங் வம்சத்தினரின் காலம் (960-1129 கி.பி) வரை ஆயிரம் வருடங்களுக்கு பௌத்த நூல்களைச் சீனத்தில் மொழிபெயர்க்கும் பணி தொடர்ந்தது.

ஆரம்பக் காலத்தில், ஆகமங்களின் அறிமுகத்திற்கும் மொழிபெயர்ப்புக்கும் முக்கியப் பங்காற்றியவர்கள் பெரும்பாலும் மத்திய ஆசியாவிலிருந்து சீனாவுக்கு வந்த பௌத்த ஆசாரியர்கள். உதாரணமாக மேலே கூறப்பட்ட அன்-ஷிஹ்-காவொ பார்த்தியா (வடகிழக்கு இரான்) விலிருந்து வந்தவர். "சுகாவதிவ்யூஹ" சூத்ராவை

மூன்றாம் நூற்றாண்டில் மொழிபெயர்த்த காங்–செங்–காய் சமர்கண்ட் பிராந்தியத்திலிருந்து (இன்றைய உஸ்பெகிஸ்தான்) லோ–யாங்–கிற்கு வந்தவர். "சத்தர்மபுண்டரீக சூத்ரத்தின்" மொழிபெயர்ப்பாளராக அறியப்படும் சு–ஃபா–ஹூ அல்லது தர்மரக்ஷர் துகாரா (இன்றைய கிழக்கு ஆப்கானிஸ்தான்) பிராந்தியத்தில் இருந்து வந்தவர். மூன்றாம் நூற்றாண்டின் இறுதிக்காலத்தில் இவர் லோ–யாங்கில் தங்கியிருந்தார். ஐந்தாம் நூற்றாண்டின் தொடக்கத்தில் குசாவிலிருந்து (இன்றைய மேற்கு சீனாவில் இருக்கும் ஷின்ஜாங்) லோ–யாங்கிற்கு குமாரஜீவர் வந்தபோது சீனாவில் பௌத்த நூல்களின் மொழிபெயர்ப்புப் பணி உச்ச கட்டத்தை எய்தியிருந்தது.

கிட்டத்தட்ட இந்தச் சமயத்தில் தான் சீனாவிலிருந்து யாத்திரிகர்கள் இந்தியாவுக்கு விஜயம் செய்யத் தொடங்கியிருந்தனர். அத்தகைய யாத்திரிகர்களின் முன்னோடி ஃபாஹியான் (339–420 கி.பி). அவர் ச்ஹாங்–அன் நகரிலிருந்து 399இல் இந்தியாவுக்குக் கிளம்பினார். பதினைந்து வருடங்களுக்குப் பிறகு நாடு திரும்பினார். மிகவும் சிறப்புப் பெற்ற மற்றொரு யாத்திரிகர் யுவான்–சுவாங்; 627 இலிருந்து 645 வரை அவர் இந்தியாவெங்கும் பயணம் செய்தார். மேலும், இ–சிங் என்பவர் (இ–சிங் நூலுக்கும் இவருக்கும் ஒரு சம்பந்தமும் இல்லை) கடல் வழியாக 671இல் இந்தியாவுக்குச் சென்றார். இருபத்தியைந்து ஆண்டுகளுக்குப் பிறகு தாயகம் மீண்டார்.

அந்த ஆசாரியர்கள் இந்தியா சென்று சமஸ்கிருதம் பயின்று, திரும்பி வரும்போது தேர்ந்தெடுத்த பௌத்தாகமங்களை எடுத்து வந்தனர். யுவான் – சுவாங் காட்டிய மொழியியல் வல்லமை வியப்புக்குரியது. அவரின் கடும் உழைப்பால், மொழி பெயர்ப்புப் பணி சிகரங்களை எட்டியது. குமாரஜீவர் போன்றோரால் செய்யப்பட்ட தொடக்ககாலத்திய மொழிபெயர்ப்புகள் "பழைய மொழிபெயர்ப்புகள்" என்றும், யுவான்–சுவாங் போன்றோரின் பிற்காலத்திய மொழிபெயர்ப்புகள் "புது மொழிபெயர்ப்புகள்" என்றும் பௌத்த ஆய்வாளர்களால் குறிக்கப்படுகின்றன.

பெரும் எண்ணிக்கையிலான சமஸ்கிருத மூலபௌத்த நூற்தொகுதிகளின் மொழிபெயர்ப்புப் பணியில் ஈடுபட்ட கற்றறிந்த சான்றோரின் சிந்தனைப் போக்கிலும் சமய நடவடிக்கைகளிலும் மெதுவாகச் சீனத்துவம் (Sinicism) கலக்கத் தொடங்கிற்று. இனம் சார் இயல்பு, தேவை மற்றும் நம்பிக்கைகள் உட்புகுந்து பௌத்தம் சீன நிறத்தை அடைந்தது. தொடக்க கால சீன பௌத்தம் பிரஜ்னபாரமித சூத்திர வகைமைகளில்

விளக்கப்பட்ட "வஸ்துவிலாத்தன்மை" *(non-substantiality)* குறித்தான சிந்தனைகளில் ஆழ்வதை அதிகம் வலியுறுத்தியது. காலப்போக்கில் "ஹீனயானம்" என்றழைக்கப்பட்ட கொள்கைத் தொகுதிகள் தவிர்க்கப்பட்டு முழுக்க முழுக்க "மகாயான"க் கொள்கைகள் பிரசித்தமாயின. இப்போக்கு டெண்டாய் பௌத்த உட்பிரிவில் படிநிலை மாறுதல்களாய்ச் சிறிது சிறிதாகத் தொடங்கி, ஜென் பௌத்தம் தோன்றியபோது உச்ச நிலையை அடைந்தது எனலாம்.

மூன்றாவது குரு–சிஹ்–இ *(Chih-i)*யின் பரிபூரணப்படுத்தலுக்குப் பிறகு டெண்டாய் பிரிவு சீனாவில் நிறைவான வடிவத்தைப் பெற்றது. மிக உயர்ந்த பௌத்தச் சிந்தனையாளர்களுள் ஒருவர் சிஹ்–இ *(538–597 கி.பி).* புத்தரின் போதனைகளை ஐந்து காலங்கள் மற்றும் எட்டு கொள்கைகள் *(Five Periods and Eight Doctrines)* என்று வகைப்படுத்திய சிஹ்–இ சீன பௌத்தத்திலும் ஜப்பானிய பௌத்தத்திலும் பரவலான தாக்கத்தை ஏற்படுத்தியவர். லோட்டஸ் சூத்ராவுக்கு உரை எழுதினார். "மொஹெ ஜிகுவான்" அவரின் தலைசிறந்த நூலாகப் போற்றப்படுகிறது. அவரின் தியான அனுபவங்களின், சொந்தப் புரிதலின் அடிப்படையில் எழுதப்பட்ட பௌத்த பாரம்பரியத்தின் பெரும் தொகுப்பாக இந்நூல் கொண்டாடப்படுகிறது.

தோற்ற, கால வரிசைகளைக் கருதாமல் பல்வேறு பௌத்தச் சூத்திரங்கள் சீனாவுக்குள் கொண்டு வரப்பட்டு, மொழிபெயர்க்கப்பட்டு உள்வாங்கப்பட்டன. பிரமிப்பூட்டும் எண்ணிக்கையிலான சூத்திரங்களின் தோற்றம் பற்றிய புரிதலும் மதிப்பிடுதலும் சிக்கலானதாக இருந்தது. எனவே, பௌத்தத்தின் முழுமையான போற்றுதலும் சுய புரிதல்களுக்கேற்ற படி சமயத்தை ஒழுகுதலும் அவசியமானதாயிற்று. சூத்திரங்களின் மதிப்பீடுகள் அவ்வப்போது நிலவிய சீனாவின் பொதுச் சிந்தனையை அடியொற்றியதாகவே இருந்தன. என்றாலும் சிஹ்–இ–யினுடைய பௌத்தத் தத்துவ நிலைப்பாடுகள் விமர்சன அணுகுமுறையையும் திட்டவட்டமான ஒழுங்கையும் வசப்படுத்தும் சொல்வன்மையையும் கொண்டிருந்தன. இந்திய மரபிலிருந்து விலகி சுதேச சீன பௌத்தத் தத்துவ அமைப்பை உருவாக்கிய பெருமை சிஹ்–இயையே சாரும்.

சீன பௌத்த வரலாற்றில் 'கடைசியாக' நிகழ்ந்தது ஜென் பௌத்தத்தின் உதயம். இதன் நிறுவனர் போதிதர்மர்; சிஹ்–இயும் போதி தர்மரும் சம காலத்தில் இயங்கியவர்கள் என்பது குறிப்பிடத்தக்கது. போதி தர்மர் நட்ட விதை ஒளி மயமான

பூவாக மலர்ந்தது ஜென் பௌத்தத்தின் ஆறாவது மூத்த குரு ஹுய்–நெங்–கின் காலத்தில்தான் (638–713 கி.பி). எட்டாம் நூற்றாண்டுக்குப் பிறகு ஒன்றன் பின் ஒன்றாகத் திறம் மிக்க ஜென் குருக்கள் தோன்றி பல நூற்றாண்டுகளுக்கு ஜென் பௌத்தச் சிந்தனையின் வளம் கூட்டினர்,

இவ்வாறே சீனச் சிந்தனையின் நிறம் பூசப்பட்டு பௌத்தம் தழைத்தது. சீன மக்களின் இயல்பையொத்த புதுச் சிந்தனைகளால் சீன பௌத்தம் வளம்பெற்று மாற்றமடைந்திருக்கிறது. கௌதம புத்தரின் கொள்கைப் பெருக்குடன் புது வெள்ளம் ஒன்று இணைந்துகொண்டு பெரும் நதியாகிக் கிழக்கு நாடுகளைப் பல நூற்றாண்டுகளுக்குச் சிந்தனைச் செழிப்புள்ளதாக்கியது.

அனிச்சம்

புத்தம் புது இயந்திரம் செவ்வனே இயங்கு கிறது. சில காலம் கழிந்த பின் அது அடிக்கடி பழுதடைகிறது. இன்னும் கொஞ்ச நாள் கழித்து மெக்கானிக் சொல்கிறார் "இனிமே இது காயலாங்கடைக்குப் போகத்தான் லாயக்கு; இத தூக்கிப் போட்டுட்டு வேற புது மெஷின் வாங்கிக்கிடுங்க". இயந்திரத்தின் உரிமையாளர் விரைவில் அந்த இயந்திரத்தைக் கழித்துவிடுகிறார். பாவம்! அதன் ஆயுள் அவ்வளவுதான் என்று எண்ணி யாரேனும் கண்ணீர் வடிக்கிறார்களா? அப்படி வடிப்பார்களானால் அவர்களை நோக்கி எள்ளி நகையாடப் பெருங்கூட்டம் கூடிவிடும் அல்லவா?

இயந்திரம் ஒரு பணியைச் செய்வதற்காக வடிவமைக்கப்பட்டது. அது பணியைச் செய்யும் வரை அது பேணப்படுகிறது. அந்தப் பணி செய்ய முடியாதுபோன பின்னர் அதைப் பேணுவதால் ஒரு பயனும் ஏற்படுவதில்லை.

நமக்குத் தெரிந்த வயதான ஒருவர் இறந்துவிடும் போது அப்படி நம்மால் எண்ண முடிவதில்லை. அவர் இறந்ததன் துக்கம் நம்முள் பெருக்கெடுத்து வாட்டுகிறது. அவருக்கு வயதாகிவிட்டது; இயற்கை நியதிப்படி இறந்துவிட்டார் என்று நம் மூளை நமக்கு எடுத்துச் சொன்னாலும் மனம் சோகவுணர்விலிருந்து மீளாமல் இருக்கிறது. குறிப்பிட்ட நாட்களுக்குப்பிறகு

அச்சோகவுணர்வு நீங்கிவிடும் என்று தெரியும் இருந்தாலும், மரணச்செய்தி நம்முள் ஏற்படுத்தும் தாக்கத்தை நம்மால் தவிர்க்க முடிவதில்லை. இயந்திரம் உயிரற்றது; மனிதன் உயிருள்ளவன். இயந்திரத்தை மனிதனோடு ஒப்புநோக்குதல் ஒரு மிகையான உதாரணமாக இருக்கலாம். மனிதன் உயிருள்ளவன் எனவே இயந்திரத்தின் முடிவுக்கிணையாக அவன் முடிவை எண்ணிவிட முடியாது என்ற வாதம் வரலாம். மனிதன் வேறு ஜடங்களிலிருந்து வேறு பட்டிருக்கிறான் என்பது பொது நம்பிக்கை. ஆதி பௌத்தம் இதை ஒப்புக்கொள்ளவில்லை. இயந்திரம் தனிமங்களாலும் சில மென்பொருள் திறன்களாலும் ஆனது போலத் தனிமங்களின் மென்பொருள் திறன்களின் மொத்தமே மனிதன் என்று பௌத்தம் சொல்கிறது. தனிமங்கள் எல்லாம் "நாம–ரூபம்" என்னும் கலைச்சொல்லால் குறிக்கப்பட்டு, மென்பொருள் திறன்கள் நான்கு வகைகளாகப் பகுக்கப்பட்டுள்ளன. தமிழ்ப்பெருங்காப்பியங்களுள் ஒன்றான மணிமேகலையில் பயன்படுத்தப்படும் கலைச்சொற்கள் இங்கு பயன்படுத்தப் படுகின்றன – வேதனை *(Sensation)*, குறிப்பு *(perception)*, பாவனை *(mental formations)*, விஞ்ஞானம் *(consciousness)*. இவ்வைந்தும் ஐவகைக் கந்தங்கள் *(Five Aggregates)* என்று குறிப்பிடப்படுகின்றன. இவ்வைந்தும் சேர்ந்ததே மனிதன் என்பவன்.

ஓடும் நதியில் முதலில் தொட்ட நீரை மறுபடியும் தொட இயலாது. நதியில் புது வெள்ளம் வந்த வண்ணம் இருக்கிறது. நதி மட்டுமல்ல மாறிக்கொண்டிருப்பது. அதைத் தொடும் மனிதனும்தான். எனவே ஒரே மனிதன் நதியை இரண்டாம் முறை தொட இயலாது. ஏனெனில் மாறும் நதியைப் போல மனிதனின் உருவம் மற்றும் நான்கு பிற கந்தங்களும் மாறும் தன்மையன. நம் தசைகள், செல்கள், திசுக்கள் எல்லாம் மாறிக்கொண்டிருப்பன என்று நவீன அறிவியல் சொல்வதற்கு பல காலம் முன்னரே பௌத்தம் இதை வலியுறுத்தியது. உடலே மாறும் எனும்போது நம் மனதைப் பற்றிச் சொல்ல வேண்டியதில்லை. உடலும் மனமும் மாறும் போது மனிதன் ஒரே மனிதன்தான் என்று அறுதியிட்டுக் கூறிவிட முடியுமா? மாறும் பொருள் நிலையற்றது. நிலையற்றிருப்பதாலேயே அது மாறுகிறது. அது மாறாத்தன்மை கொண்டிருந்தால் அவை நிலையுற்றிருக்கும். நிலையுற்றிருக்கும் பொருளில் அழியாத் தன்மை கொண்ட சுயம் இருந்தாக வேண்டும். வாழும் உயிர்கள், அணுக்கள் எதுவும் நிலையாக இருப்பனவல்ல எனும் போது அவற்றுக்குள் நிலையான சுயம் இருத்தல் சாத்தியமேயில்லை. நிலை மாறும் தன்மையை பாலி ஆகமங்கள் "அனிச்சா" என்றும் சமஸ்கிருதத்தில் "அநித்யா" என்றும் குறிக்கின்றன. நிலையான

சுயம் இல்லாத்தன்மையை "அனத்தா" என்று பாலியிலும் "அனாத்மன் (ஆன்மாயிலாத்தன்மை) என்று சமஸ்கிருதத்திலும் வழங்கப்படுகின்றது.

பொருட்களின் அநித்யத்தன்மையே மனிதருள் துக்கம் தோன்ற காரணம். அந்தத் துக்கம் விலக பொருட்களின் சுயமிலாத் தன்மையைப் பற்றிய புரிதல் அவசியம். அனிச்சா – அனத்தா – துக்கா – இம்மூன்றும் பௌத்தச் சிந்தனையின் மூன்று தூண்கள். பிற்காலத்தில் வளர்ந்த யோகாசார, மாத்யமக, மகாயான பௌத்தச் சிந்தனைகள் அனைத்துக்கும் அடிப்படை ஆதிபௌத்தத்தின் இம்மூன்றுமேயாகும். சாக்கியமுனி புத்தரின் நால் வகை வாய்மைகளின் புரிதலுக்கும் இம்மூன்றின் புரிதல் மிக அவசியம்.

நிலையற்று, திருப்திக்குட்படாது, சுயமில்லாமல் இருப்பவை ஐவகை கந்தங்கள் மட்டுமல்ல; அவற்றைத் தோற்றுவிக்கும் காரணங்களும் சூழலும் கூட. காரணங்களும் சூழலும் கூட நிலையற்றவை, சுயத்தன்மையில்லாமல் இருப்பவை. காரணங் களின் விளைவாக எழுந்து, மேலும் பல விளைவுகளைத் தோற்றுவிக்கும் அனைத்தையும் "அனிச்சை" என்னும் ஒற்றைச் சொல்லில் அடக்கலாம். எல்லாச் சத்தங்களுமே அனிச்சா– துக்க–அனத்தா என்னும் மூன்றினாலும் செய்யப்பட்ட கம்பியின் உராய்வுகளே.

உயர்ந்த அறிவொளி பெற்ற ஒருவர் தோன்றி உண்மை இயல்பை *(true nature)* விளக்கும் வரை இம்மூவியல்புகளும் உரு மறைந்து உலகின் எல்லாவற்றிலும் நிறைந்திருக்கும். இம்மூவியல்புகளை அடையாளப்படுத்தி அவற்றின் இயல்புகளை விளக்கவும், இம்மூன்றின் முழுமையான புரிதல் வாயிலாக மனதிலிருந்து விடுதலை பெறும் மார்க்கத்தை விவரிப்பதற்காகவுமே புத்தர் தோன்றினார். புத்தருடைய போதனையின் முழுச் சாரம் இதுவே.

"அனிச்சா" இயந்திரங்களையும் பீடித்தாலும் உயிர்களைப் பீடிக்கும் "அனிச்சா" பற்றியே புத்தர் பேசினார். "அனிச்சா" உயிருள்ளவைகளைத்தான் பாதிக்கிறது. கண்ணீர்விட்டு அழும் இயந்திரத்தை இதுவரை யாரும் பார்த்ததில்லை!

தசைகளைத் திசுக்களாகவும், திசுக்களைச் செல்களாகவும் பிரித்துப் பகுக்கும் ஓர் உடற்கூறு வல்லுனரைப் போன்று புத்தர் 'சுயத்தை அல்லது ஆத்மாவை' மனநிலைகளின் அல்லது செயல்முறைகளின் குவியல் என்றே *("Sankhaara punja")* பார்த்தறிந்து மாறும் தன்மையதான ஐந்து கந்தங்கள் என்று

பகுத்துச் சொன்னார். மனநிலைகளின் செயல்பாட்டை அல்லது செயலாக்கங்களை அறியாமையே தீர்மானிக்கிறது. நிலையான வாழ்வு பற்றிய நம்பிக்கைகளைக் கைக்கொள்வதா அல்லது மனித ஆளுமையின் இருப்பை முழுக்கவும் மறுப்பதா என்ற கேள்விக்கான விடையும் அதைப் பொறுத்தே அமைகிறது.

நிலைத்திருப்பதான ஒன்றென்று எதுவும் கந்தங்களின் சங்கமத்தில் இல்லையென்று புத்தர் தெளிவுற விளக்கினார்.

ஐந்து கந்தங்களின் நிரந்தரமில்லாத் தன்மையை மிக அழகான ஐந்து உவமைகளாக புத்தர் வர்ணிக்கிறார்,

நாம–ரூபம் – நுரையின் குவியல்

வேதனை – நீர்க்குமிழி

குறிப்பு – கானல்

பாவனை – (உள்ளீடான மரப்பொருளற்ற) வாழை மட்டை

விஞ்ஞானம் – மாயை

“சாதுக்களே, நுரையின் குவியலில், நீர்க்குமிழியில், கானலில், ஒரு வாழை மட்டையில், ஒரு பிரமையில் என்ன சாரம் இருக்க முடியும்?” என்று கேட்கிறார். (சம்யுத்த நிகாயம்)

புத்தர் மேலும் சொல்கிறார்:

“சாதுக்களே, ஐந்து கந்தங்களும் நிலையானவையல்ல; எதுவெல்லாம் நிரந்தரமற்றவையோ அவையெல்லாம் துக்கம் தருபவை; எதுவெல்லாம் துக்கம் தருமோ அவையெல்லாம் “அத்தா” (ஆத்மா) இல்லாதவை. பூரண ஞானம் பெற்றோர் இவ்வாறே புரிந்து கொள்கின்றனர். பூரண ஞானத்தால் உள்ளதை உள்ளவாறே காண்பவன் பற்றைத் தவிர்த்துக் களங்கங்கள் அற்றுப் போகிறான். அவனே நிர்வாணம் எய்துகிறான்” (சம்யுத்த நிகாயம் 22.45)

“ஆத்மன் என்னும் கருத்து அழியும்போது, “எனது” என்னும் கருத்தும் அழிந்து, ஒருவர் “நான்” மற்றும் “எனது” என்னும் எண்ணங்களில் இருந்து விடுதலை பெற முடியும்” என்று நாகார்ஜுனர் சொல்லும்போது புத்தரின் வார்த்தைகளையே எதிரொலிக்கிறார். (மாத்யமக காரிகா xvii.2)

❍

தாய்லாந்தில் உள்ள அயுத்தயா நகரச் சிதிலங்களைக் காணச் சென்றிருந்தேன். சுற்றுலாப் பேருந்தில் தாய்லாந்து நாட்டுப் பெரியவர் ஒருவர் என் பக்கத்து இருக்கையில் அமர்ந்து

பயணம் செய்தார். சாவொ ஃப்ராயா நதியின் மேற்குக் கரையில் அயுத்தயா வரலாற்றுப் பூங்காவில் அமைந்துள்ள வாட் சைவத்தனாரம் என்ற புத்த கோயிலுக்குச் சென்றோம். அங்கிருந்த ஒரு புத்தர் சிலையின் முன்னர் மலர்களை வைத்து. பயபக்தியுடன் மெழுகுவர்த்தியேற்றினார் பெரியவர். கையில் ஊதுபத்தியொன்றை ஏந்திக் கண்ணை மூடிச் சிலையின் முன்னர் நின்றுகொண்டிருந்தார். சீக்கிரமே வாடிவிடப்போகிற மலர்களையும், எரிய எரிய உயரம் குறைந்து, விரைவில் அணைந்து விடப்போகிற மெழுகுவர்த்திச் சுடரையும் பார்த்தவாறு அந்தப் பெரியவர் தன் தியானத்திலிருந்து மீள்வதற்காகக் காத்துக் கொண்டிருந்தேன்.

பட்டுப் போன அத்திமரம்*

பச்சுப்பன்ன வத்து

தனக்கு வாய்த்த நிலைமையின் மேல் அதிருப்தியுற்ற இளம் பிக்ஷுவின் கதையை ஜெத்தாவனத்தில் தங்கியிருந்த புத்தர் ஒருநாள் சொன்னார். புத்தரிடமிருந்து போதனை பெற்ற பின்னர் உடன் மழைக்காலம் தொடங்கிவிட்ட படியால் கோசல நாட்டின் எல்லையிலுள்ள கிராமம் ஒன்றுக்குச் சென்று தங்கினான் இளம் பிக்ஷு. கிராமத்தினர் அவனை வசதியான இடம் தந்து தங்க வைத்தனர். அவ்விடம் கிராமத்தின் முக்கியமான சாலைக்கு மிக அண்மையில் இருந்தது. கிராமத்தார் தாராள மனத்தினராய் அவனுக்கு நிறைய பிச்சைகளுமிட்டனர்.

துரதிர்ஷ்டவசமாக மழைக்காலம் தொடங்கி ஒரு மாத காலம் கழிந்தபோது. கிராமத்தில் தீவிபத்து ஏற்பட்டு அனைத்தும் அழிந்தது. கிராமத்தினர் சேகரித்து வைத்திருந்த விதைச் சரக்கையும் சேர்ந்து, தம் உடைமைகளை இழந்து கிராமத்தினர் கடும் துயரத்துக்காளாகினர். இதன் காரணமாக முன்னர் போல் சுவையான திண்பண்டங்கள் பிக்ஷுவுக்கு பிச்சையாக இடப்படவில்லை. இது பிக்ஷுவினுள்

---

* பாலி மொழி மூலத் தலைப்பு: "மகாசுக ஜாதகம்"

மன உளைச்சலை உண்டு பண்ணியது; தர்மப் பயிற்சிகளில் அவனால் முன்னேற்றம் காண முடியவில்லை.

மழைக்கால முடிவில் அவன் புத்தரைச் சந்திக்கச் சென்றான்.** பணிவான வணக்கமும் வாழ்த்தும் பரிமாறிக் கொண்டபிறகு புத்தர் அவனிடம் உறைவிடம் பற்றியும் பெற்ற தானங்கள் பற்றியும் விசாரித்தார். பிக்ஷு நிகழ்ந்த தீவிபத்து பற்றிச் சொன்னான். உறைவிடம் வசதியாக இருந்ததென்றும் ஆனால் பிச்சை தாராளமாகக் கிடைக்கவில்லையென்றும் குறைபட்டுக் கொண்டான்.

"பிக்ஷு, இத்தகைய நல்ல தங்குமிடம் தரப்பட்டதால், நீ கிடைத்த சொற்பமான பிச்சையில் மனத்திருப்தியுடன் இருந்திருக்க வேண்டும். வெகுகாலத்திற்கு முன், நன்றியுணர்வின் காரணமாக, புழுதிப்பொடியை மட்டும் உண்டு தான் நெடுங்காலமாய் வாசம் செய்த மரத்தின் பொந்தை விட்டு விலகாதிருந்தது ஓர் உயிர். கொஞ்சமாக, சுவையற்ற உணவு கிடைத்தது என்பதற்காக வசதியான இடத்தை விட்டு ஏன் நீங்கினாய்?" என்று புத்தர் கேட்டார். பிக்ஷு வேண்டிக்கொண்டதற்கிணங்கி, இறந்த காலத்தில் நடந்த ஒரு கதையை புத்தர் கூறினார்.

அதீத வத்து

இமயமலைப் பகுதியில் கங்கை நதிக்கருகே இருந்த அத்தி மரத்தில் கிளிக்கூட்டமொன்று வாழ்ந்து வந்தது. மரத்தில் பழங்களில்லாமல் போன போது, கிளிகளெல்லாம் அம்மரத்திலிருந்து பறந்து வேறெங்கோ சென்றுவிட்டன. ஆனால் கிளிகளின் ராஜா மட்டும் சுகமான உறைவிடத்தை ஏற்படுத்தித் தந்த மரத்தின் மேலிருந்த நன்றியுணர்வினால் வேறெங்கும் செல்லவில்லை. தளிர்கள், இலைகள், அல்லது மரப்பட்டைகள் என்று கிடைத்ததை உண்டது. கங்கை நதி

** புத்தரின் வழியில் பௌத்த பிக்ஷுக்கள் தொடக்க காலத்தில் ஓரிடத்தில் தங்குவதை வழக்கமாகக் கொண்டிருக்கவில்லை. கிராமம் கிராமமாகப் போதனை செய்தவாறு பயணம் செய்தவாறிருப்பார்கள். பிச்சை பெற்று உணவு பெறுவதும், மரத்தடியில் படுத்துறங்குவதுமாக இருந்தார்கள். ஆனால் மழைக்காலங்களில் வீடற்ற துறவிகளாக வலம் வருதல் மிகவும் சிரமம். எனவே, மழை நிற்கும் வரை பிக்ஷுக்கள் குழுவாக ஓரிடத்தில் தங்க ஆரம்பித்தார்கள். இதுவே பௌத்தச் சங்கத்திற்கு வித்திட்டது. சில பணக்கார சம்சாரிகள் மழைக்காலத்தில் தங்கவென துறவிகளுக்குத் தங்களுடைய இடத்தை அளிப்பதும் வழக்கமாக இருந்தது. காலப்போக்கில், இந்தத் தனவந்தர்கள் துறவிகளுக்கென நிரந்தரமான வாசஸ்தலத்தையும் கட்டிக் கொடுக்கத் தொடங்கினார்கள். இதுவே மடாலய மரபிற்கும் ஆரம்பமாக அமைந்தது.

அண்மையில் இருந்ததால், அதிகப்படியான நீரை அருந்தி திருப்தியுடன் அத்தி மரப்பொந்திலேயே தங்கியிருந்தது.

கிளி ராஜாவின் ஆழமான திருப்தியுணர்வு வானுலகை எட்டிச் சக்கரனின்* அரியணை உஷ்ணமாயிற்று. அதன் காரணத்தை அறிந்தவுடன், தேவராஜன் கிளியின் குணத்தை சோதித்துப் பார்க்க முடிவு செய்தான். அமானுஷ்ய சக்தியின் துணை கொண்டு, அத்தி மரத்தை அடிமட்ட வேர்ப்பாகம் மட்டுமே கொண்ட பட்ட மரமாக்கினான். வெப்பக் காற்று வீசும்போது, பட்ட மரத்தின் துளைகளில் புழுதி பறந்தது. உண்ணுவதற்குப் புழுதித்தூளும் குடிப்பதற்கு கங்கை நீரும் மட்டுமே கிளிக்குக் கிடைத்தன. ஆயினும் கிளியின் திருப்தியுணர்வு விலகவில்லை. கதிரவனின், காற்றின் கடுமையைப் பொருட்படுத்தாமல், இறந்த மரத்தின் எஞ்சிய பாகத்தில் தன்னை இருத்திக்கொண்டது. வேறிடத்துக்குச் செல்வதைப் பற்றி யோசிக்கவுமில்லை.

அதன் திருப்தியுணர்வும் மரத்தின் மேலிருந்த உண்மையுணர்வும் சக்கரனை மிகவும் கவர்ந்தன. கிளியின் வாயிலிருந்தே அதன் சீலத்தை அறிவிக்க வைக்கும் எண்ணத்துடன் ஒரு வாத்து ரூபமெடுத்து, கூடவே மனைவி சுஜாவையும்** தன் ஜோடி வாத்தாகக் கூட்டிக்கொண்டு தாவதிம்சையிலிருந்து*** பூலோகத்தில் இறங்கினான். உலர்ந்த அத்தி மரத்துக்குப் பக்கத்தில் இருந்த இன்னொரு மரத்தில் உட்கார்ந்து கிளியுடன் பேச்சு கொடுத்தான்.

“நண்பனே, பழங்கள் நிறைந்த மரங்கள் எங்கெல்லாம் இருக்கின்றதோ அங்கெல்லாம் பசித்திருக்கும் பறவைக் கூட்டத்தைக் காணலாம். ஆனால் பழங்கள் இல்லாமல் போன பின்னர் பறவைகள் வேறிடத்துக்குச் சென்றுவிடும். ஏன் நீ

---

* வேதங்களில் குறிப்பிடப்படும் இந்திரனே பாலி பௌத்த இலக்கியத்தில் சக்கரன் என்று அழைக்கப்படுபவன். இவன் சமண மதத் தொன்மங்களிலும் தோன்றுகிறான். பௌத்தத் தொன்மங்களின் படி, இவன் விபாசித்தி என்னும் அசுரர்களின் தலைவனை முறியடித்தவன். இந்து புராணங்கள் போலில்லாமல் பௌத்தத் தொன்மங்களில் இந்திரப் பதவி நிலையானதல்ல. ஜாதகக் கதைகளில் பலரும் சக்கரனாக வெவ்வேறு பிறப்புகளில் பிறந்ததாகக் கூறப்படுகிறது.

** விபாசித்தி என்னும் அசுரனை முறியடித்த பின்னர் அவன் மகள் சுஜாவை சக்கரன் மணந்துகொண்டான்.

*** பாலியில் “தாவதிம்சா” என்றும் சமஸ்கிருதத்தில் “த்ரயாத்ரிம்ஸா” என்றும் அழைக்கப்படும் இந்திரனின் லோகத்தில் முப்பத்து முக்கோடி தேவர்கள் வசிக்கின்றனர். பௌத்த மற்றும் இந்து அண்டவியலின் முக்கியமான தேவலோகம். இது சுமேரு என்னும் தொன்ம மலையின் உச்சியில் அமைந்துள்ளது. மற்ற லோகங்களுடன் நேரடித் தொடர்பிலும் இருக்கிறது.

இன்னும் இங்கேயே தங்கியிருக்கிறாய் என்று நான் கேட்கலாமா? நீ பகற்கனவு காண்கிறாயா? இறந்துபோன மரத்தின் வேர்க்குச்சி பாகம் உனக்கு எதையும் தரப்போவதில்லை! ஏன் அதனைப் பற்றிக் கொண்டிருக்கிறாய்?"

"வாத்து நண்பனே, இம்மரம் எப்போதுமே என் வீடு. ஒரு குஞ்சாக நான் இருந்த காலத்திலிருந்தே இம்மரத்தின் கிளைகளும் இலைகளும் என்னைக் காத்து வந்திருக்கின்றன. இந்த மரத்திற்கு நான் நன்றிக்கடன் பட்டிருக்கிறேன். வெகு நாளைய நண்பனான இம்மரத்திற்கு என்னுடைய முதுகை நான் எப்படித் திருப்பிக் கொள்ள முடியும்? நட்பின் கோரிக்கைகளைப் புறக்கணித்தல் சரியாகுமா? எனவேதான் இறந்து போன இம்மரத்தைவிட்டு விலக முடியாதவனாக இருக்கிறேன். எனக்கும் கனி விருந்தைப் புசிக்க ஆசைதான், ஆனால் இம்மரத்தைவிட்டு விலக முடியும் என்று எனக்குத் தோன்றவில்லை." என்றது கிளி.

"உன் நன்றியுணர்வும் நட்புணர்வும் ஞானியர் பாராட்டும் சீலங்கள்! கிளி ராஜனே, நான் உனக்கு ஒரு வரம் அளிக்கிறேன்! உனக்கு என்ன வேண்டுமோ கேள்! உன்னை மிகவும் மகிழ்ச்சிப் படுத்துவதை நீ கேள்! அது உனதாகும்" என்றான் சக்கரன்.

"எனக்குப் பெரும் மகிழ்ச்சியைத் தரக் கூடியது எதுவென்றால் முந்தைய வீரியத்துடன் இம்மரம் மீண்டெழுதலேயாகும். இம்மரம் பழைய சக்தியைப் பெற்று, மீண்டும் காய்ப்பதைப் பார்க்க முடியுமானால் என் இதயம் அளவற்ற மகிழ்ச்சியெய்தும்." நம்பிக்கையுடன் பதிலளித்தது கிளி.

சக்கரனும் சுஜாவும் தங்களின் மாறுவேடத்தை விடுத்து, புதரின் மேல் நடு வானத்தில் தம் சுய சொரூபத்தில் கிளி முன் தோன்றினர். சக்கரன் தன் உள்ளங்கையில் கங்கை நதி நீரை நிரப்பி அத்தி மரத்தின் உலர்ந்த வேர்க்குச்சியின் மேல் தூவினான். உடனடியாகக் குச்சி வலிமையான தண்டாக மாறியது. ஏராளமான கிளைகளும், தண்டுகளும் இலைகளும் முளைத்தன. ஒவ்வொரு கிளையிலும் தேன் நிறை பழங்கள் கொத்துகளாகத் தொங்கின.

"அதிசயப் பூர்வமாக இக்காட்சியைக் காணும் பேறு எனக்குக் கிடைத்தது போல், சக்கரனும் அவனால் நேசிக்கப்படும் அனைவரும் வாழ்த்தப்படட்டும்" என்று கிளிராஜன் அளவற்ற உவகையில் நெகிழ்ச்சியுடன் பேசினான்.

கிளி ராஜனின் நல்லொழுக்கத்தை இவ்வாறாக உறுதிப் படுத்திக்கொண்ட பின்னர், சக்கரனும் சுஜாவும் தாவதிம்சைக்குத் திரும்பினர்.

சமோதனா

கதையை முடித்த பிறகு புத்தர் சொன்னார்: "பிக்ஷுவே நீயும் விரிவான சதைப்பற்றுள்ள உணவுக்கான வேட்கையிலிருந்து விடுபட வேண்டும். நீ அந்தக் கிராமத்துக்கே திரும்பிச் சென்று, அங்கேயே தங்கியிரு" இளம் பிக்ஷு அவ்வாறே செய்தான்; விரைவிலேயே அருக நிலையை எய்தினான். பின்னர் புத்தர் பிறப்புகளை அடையாளம் காட்டினார். "அப்பிறப்பில் அனுருத்தன்˙ சக்கரனாக இருந்தான்; நான் கிளிராஜனாக இருந்தேன்"

˙ சாக்கியமுனி புத்தரின் பிரதமச் சீடர்களுள் ஒருவர். புத்தரின் தந்தை சுத்தோதனரின் தமையர் அமிதோதனரின் மகன். அனுருத்தர், தேவதத்தன் மற்றும் ஆனந்தர் – ஆகிய மூவருக்கும் புத்தர் ஒரே சமயத்தில் போதித்து சங்கத்தில் சேர்த்துக்கொண்டார் என்பது பௌத்த மரபு.

பவத்திறமறுத்தல்

அறிவு வறிதா யுயிர்நிறை காலத்து
முடிதயங் கமரர் முறைமுறை யிரப்பத்
துடித லோக மொழியத் தோன்றிப்
போதி மூலம் பொருந்தி யிருந்து
மாரனை வென்று வீர னாகிக்
குற்ற மூன்று முற்ற வறுக்கும்
வாமன் வாய்மை யேமக் கட்டுரை
இறந்த காலத் தெண்ணில்புத் தர்களுஞ்
சிறந்தருள் கூர்ந்து திருவாய் மொழிந்தது

"பௌத்தத்தின் தனித்தனிக் கூறுகளைக் கட்டுரைகளாக எழுதுகிறீர்கள், சரி! ஆனால் பௌத்தம் பேசும் அடிப்படைக் கருத்துகளைச் சுருக்கமாக ஒரே கட்டுரையில் புரிந்துகொள்ளும் படி எழுதுங்கள்" என்று ஒரு ஃபேஸ் புக் நண்பர் சொன்னார். "முடியுமா என்று தெரியவில்லை" என மென்று விழுங்கினேன்.

❍

ஞாயிறு மதியம். உணவுண்ட களைப்பில் கண்கள் அசந்தன. அரைகுறைத் தூக்கத்தைக் கலைத்தது வாசல் மணி. யார் வந்திருக்கிறார்கள்? என்று உள்ளுக்குள்ளேயே முணுமுணுத்துக் கொண்டே வாசற்கதவைத் திறந்தேன். குரியர். பழுப்பு நிற அட்டைப்பெட்டிக்குள் அடைந்து கிடந்த புத்தகத்தை விடுதலை செய்தேன். ஒரு மாதத்துக்கு முன்னர் இணையத்தில் ஆர்டர் செய்த புத்தகம்! *Alan Danielou's Manimekhalai: The dancer with the*

Magic Bowl. மணிமேகலையின் முப்பதாம் அதிகாரத்தைப் புரிந்துகொள்ளும் என் தொடர் முயற்சியாக இப்புத்தகத்தை ஆர்டர் செய்தேன்.

ஆங்கிலத்தில் எழுதப்படும் பௌத்தத் தத்துவக் கட்டுரை களில் பயன்படுத்தப்படும் கலைச் சொற்களை எப்படித் தமிழ்ப்படுத்துவது என்ற குழப்பம் தாளாமல் ஆங்கிலச் சொற்களையே என் கட்டுரைகளில் பயன்படுத்தி விடுவதுண்டு. என்னுடைய தமிழறிவின் குறைபாட்டையே இதற்குக் குற்றம் சொல்ல வேண்டும்.

Alan Danielou ஆங்கில மொழிபெயர்ப்பு நூலில் முதலில் புரட்டிப் பார்த்தது முப்பதாம் காதைதான். ஆங்கிலத்தில் உரைநடையில் இருந்தபடியாலோ அல்லது நவீன மொழியில் எழுதப்பட்டதனாலோ கருத்துகள் புரிந்த மாதிரி இருந்தது. மணிமேகலை மூலத்தில் லாடின் மொழிச்சொற்கள் மாதிரி எனக்கு ஒலித்த பதங்களின் ஆங்கிலப் பிரயோகங்களைக் கூர்ந்து படித்தேன். உடன், மணிமேகலை மூலத்தின் வரிகளையும் ஓர் சேரப் படிக்க ஆரம்பித்தேன்.

மிக அழகாக, குறைவான சொற்களில் செறிவுடன் பௌத்தத் தத்துவங்கள் தமிழில் கூறப்பட்டிருக்கும் விதம் எனக்கு அப்போது தான் புலனானது. தமிழ்ச் சொற்களின் ஆழமும், வடமொழித் தற்பவங்களின், தற்சமயங்களின் திறமான பயன்பாடுகளும் என்னை வியப்பிலாழ்த்தின. மணிமேகலையை வாசித்த போது தமிழ்த்தாத்தா உ.வே.சா அடைந்த உணர்வை நானும் அடைந்தேன்.

காஞ்சி மாநகரை அடையும் மணிமேகலை அரவண அடிகளைக் கண்டு வஞ்சி மாநகரில் தாம் சந்தித்த பல்வேறு சமயக் கணக்கர்கள் தம்முடன் பகிர்ந்துகொண்ட கருத்துகள் குறைபாடுள்ளதாகத் தோன்றுகிறது என்றும் உண்மையான சமயக் கருத்தைத் தமக்கு உரைக்குமாறு வேண்டுகிறாள். அரவண அடிகளின் போதனை 29ஆம் காதையிலேயே (தவத்திறம் பூண்டு தருமங் கேட்ட காதை) தொடங்கி விடுகிறது. இருபத்தொன்பதாம் காதையில் அறிவுத்தோற்றவியலின் கூறுகள் விளக்கப்படுகின்றன. தருக்கங்களின் அடிப்படைகள் குறித்தான இலக்கணங்கள் விவரிக்கப்படுகின்றன. இக்காதையில் விளக்கப்படுபவை திக்நாகரின் "நியாயப் பிரவேசம்" என்னும் வடமொழி நூலிலிருந்து நேரடியாக மொழிபெயர்க்கப்பட்டவை என்று சில ஆய்வாளர்கள் கருதுகின்றனர். சில ஆய்வாளர்கள் 29ஆம் காதையை நியாயப்பிரவேசத்தின் இணைவாக்கம் என்றே கருத முடியுமென்று சொல்கிறார்கள்.

அரவண அடிகளின் உரை முப்பதாம் காதையிலும் தொடர்கிறது. முப்பதாம் காதை பௌத்தச் சமயத்தின் கோட்பாடான – *Theory of Dependant Origination* - ஐ சுருங்கச் சொல்லி விளக்குகிறது. *Very Concise.* பௌத்தத்தின் அடிப்படையைப் புரிந்துகொள்ள நினைப்பவர் அனைவரும் மணிமேகலையின் முப்பதாம் காதையை (பவத்திறமறுகெனப் பாவை நோற்ற காதை) அவசியம் படிக்க வேண்டும்.

❍

இருத்தலின் துயருக்குக் காரணம் நம்மைக் கயிறாகக் கட்டும் பனிரெண்டு நிதானங்கள். இந்த நிதானங்களின் வலிமை நம்முடைய பற்றுகளின் பலத்தைப் பொறுத்தது. நமது பிழைகள், நமது செயல்கள், மற்றும் விளைவுகள் – அனைத்தின் பின்னணியிலும் அவைகளே இருக்கின்றன.

காரண, காரியச் சங்கிலி போன்று இந்நிதானங்கள் ஒன்றுடன் ஒன்று பிணைந்திருக்கின்றன. ஓர் இணைப்பு அறுபடும் போது, மற்றவைகளும் அறுபட்டுவிடுகின்றன. ஒன்று மீளத் தோன்றும் போது, மற்றவைகளும் கூடவே தோன்றிவிடுகின்றன.

நிதானச் சங்கிலியை மூன்று சந்தியுடன் நான்கு பிரிவுகளாகப் பகுக்கலாம். வேட்கையும் பற்றும் பேதைமையுமாகிய குற்றங்களும், பவமும் செய்கையுமாகிய வினைகளும், இவையொழித்த ஏழுமாகிய பயனுமாக இப்பன்னிரெண்டும் நிலவுதலால் நிலையில்லாதனவென்றும், பயனில்லாதனவென்றும் துன்பமென்றும் இவற்றைக் கண்டுணர்கையில் கெடாத வீடு பேற்றிற்கு உறுதியாகிய நல் ஞானமுண்டாகும்.

நம்மைக் கட்டிப் போடும் பனிரெண்டு நிதானங்களின் இயல்பினைப் புரிந்துகொண்டு, அவற்றின் முக்கியத்துவத்தை, ஒன்றையொன்று சார்ந்திருக்கும் தன்மையை, அவைகள் ஏற்படுத்தும் துக்கத்தை அறிவதன் வாயிலாகவே ஒருவன் அவற்றின் பிடியிலிருந்து தப்பி, மாறாதிருக்கும் தன்மையை அடைந்து மோட்சத்தை இறுதியில் அடைய முடியும்.

நால்வகை வாய்மைக்கு[i]ச் சார்புடையதாய், ஐந்து வகை கந்தத்துள்[ii] அமைவுடையதாய், மெய்ம்மையுணர்வுக்குரிய அறுவகையான வழக்குகளை[iii]யுடையதாகியும் இந்நிதானம் நிலவும்.

நால்வகை நயங்களாலும்[iv] நால்வகைப் பயன்களை[v] உற்று, இவற்றுடன் ஒப்பு நோக்கக் கூடிய நான்கு வினாவிடைகளுடையதாய்[vi] இந்நிதானம் நிலவும்.

தொடர்ச்சியான, ஒன்றையொன்று சார்ந்த தனிமங்களாலான சங்கிலியாக உருக்கொண்ட நிதானம் அழிக்கப்பட முடியாதது. செய்பவர் இல்லாமல் அது செயல்படாதது ("பண்ணுநரின்றி பண்ணப் படாததாய்")[vii]. அவற்றைச் செயல்படுத்துவோரின் மீதான விளைவுகளின்றி அவற்றின் இருப்பை உணர முடியாது.

இறந்த காலத்தைச் சார்ந்ததாகவோ எதிர் காலத்தைச் சார்ந்ததாகவோ நிதானங்கள் இருப்பதில்லை. அவைகள் பிறப்பதுமில்லை; அழிவதுமில்லை. அவைகள் செய்கைகளின் காரணங்களாகவும் விளைவுகளாகவும் இருக்கின்றன. அவைகள் இருத்தலின் காரணமாகவும், இருத்தலின் இறுதியாகவும் இருக்கின்றன. வாழ்வின் மூலமும் அவைகளே.

பேதைமையும் செய்கையும் உணர்வும் அருவுருவும் வாயிலும் ஊறும் நுகர்வும் வேட்கையும் பற்றும் பவமும் தோற்றமும் வினைப்பயனுமென[viii] வகுக்கப்பட்ட நிதானங்களின் இயல்பு பனிரெண்டையும் அறிந்தோர் பெரிய பேறாகிய வீடு பேற்றை எய்துவர். அறியாதார், கரையேற முடியாத ஆழ்ந்த நரகத்தில் வீழ்ந்து துன்பத்தைத்தான் அறிவர்.

பேதைமை (Ignorance) என்று சொல்லப்படுவது யாதெனின் நால்வகை வாய்மைகளை நிதானங்களை உணர்ந்து கொள்ளாமல் மயக்கமுற்றுக் காட்சியாலும் கருத்தளவையாலும்[ix] அறிந்தவற்றை மறந்து முயலுக்குக் கொம்பு உண்டா இல்லையா என்பதைப் பிறரைக் கேட்டு அவர்கள் உண்டு என்று சொன்னால் நம்புவதாம்.

மூவுலகங்களிலும் உயிர்களின் கூட்டம் அளவில்லாதனவாகும். பலவாகிய உயிர்கள்: மக்கள், தேவர், பிரமர், நரகர் என்றும் புட்கள், விலங்குகள், பேய்கள் என்றும் அறுவகைப்படும். நற்செய்கை, தீச்செய்கையுமாகிய இருவகைச் செய்கைகளால் (Action) மக்கள், தேவர் முதலான பிறப்பை அடைவதும், அப்பிறப்புகளை இயைந்த காலத்தே அவற்றோடே தோன்றி செய்வினைப் பயனாகிய கருமம் தோன்றும் காலத்தில் மனத்தின் கண் பெரிய இன்பத்தையும் துன்பத்தையும் காட்டும். தீவினையென்று சொல்லப்படுவது யாதென்று கேட்பாயாக! கொலையும் களவும் காமமாகிய தீய வேட்கையுமாகிய உடம்பால் உண்டாகும் தீவினைகள் மூன்றும்; பொய், புறங்கூரல், கடுஞ்சொற் சொல்லுதல், பயனில சொல்லல் என்று வாக்கினிலே உண்டாகும் தீவினைகள் நான்கும்; பிறர் பொருளைக் கவர நினைத்தலும், கோபப்படுதலும், குற்றச்செயல் செய்ய நினைத்தலும் என்று மனத்தில் தோன்றுவனவாகிய தீவினை மூன்றும் எனப் பத்து வகைத் தீவினைகளை அவற்றின் இயல்பை அறிந்தோர் இப்பத்தினையும் ஒரு நாளும் நெஞ்சால்

நினைக்கமாட்டார்கள். அப்படி நினைப்பார்களேயானால் விலங்கு, பேய், நரகர் ஆகிய கதிகளில் பிறந்து கலக்கமுற்ற மனத்தோடு கூடிய துன்பவுடம்புற்று வருந்துவர்.

நல்வினையென்று சொல்லப்படுவது முன்பு சொல்லப்பட்ட பத்து வகைத் தீவினைத் தொகுதிகளைச் செய்யாது நீங்கி, சீலத்தை மேற்கொண்டு, தானங்கள் பலவற்றையும் செய்து மேற்கதியென்று சான்றோரால் வகுத்துரைக்கப்பட்ட மூன்றாகிய மக்களென்றும் தேவரென்றும் பிரமரென்றுமுள்ள கதிகளிற் பிறந்து தாம் செய்த நல்வினைப் பயனாகிய இன்பத்தை நுகர்வர்.

உணர்வு *(Consciousness)* என்று சொல்லப்படுவது பொருட்களை புலன்களால் அறிந்துணரும் அடிப்படைத் திறன். உறக்கத்தில் வரும் கனவு போல, இவ்வுணர்வு ஒருவரை செய்கைக்கோ அனுபவத்திற்கோ தூண்டுதலாக அமைவதில்லை.

அருவுரு *(Name and Form)* என்று சொல்லப்படுவது உணர்வைச் சார்ந்திருக்கும் உயிரும் உடம்பும் ஆகும்.

வாயில் *(The sense organs)* என்பது இந்திரியம் ஐந்தையும் மனத்தையும் குறிக்கும். உள்ளத்தின்கண் பொருளுணர்ச்சி எய்திப் பொருந்துதற்கு ஏற்றது வாயில்களாகும்.

ஊறு *(Touch or Perception)* என்று கூறப்படும் நிதானமாவது மனமும் இந்திரியங்களும் தம்மின் புறத்திருக்கும் பொருள்களில் பொருந்துவதாகும்.

நுகர்ச்சி *(Sensation)* எனப்படும் நிதானமாவது புலன்களால் பொருட்களை உணர்ந்து அவற்றின் பயனை அடைதல்.

வேட்கை *(Desire or Thirst)* என்னும் நிதானமாவது பயனை நுகர்ந்த படி அதன் மேல் செல்லும் ஆசை அடங்காமல் இருப்பதாகும்.

பற்று *(Attachment)* எனப்படுவது அடங்காதெழும் ஆசையால் அதனையே பற்றி நிற்பது.

பவம் *(Development)* என்பது தொடர்ந்து வரும் பல்வேறு பிறப்புகளினூடாக நாம் ஈட்டிய கருமத்தொகுதியாகும். தன் பயனை விளைத்துக்கொடுக்கும் முறைமையையும் இது குறிக்கும்.

பிறப்பு *(Birth)* என்னும் நிதானமாவது செய்த வினைகளின் தன்மைக்கேற்ப ஏனையவற்றோடு மிகவும் சேர்ந்திருக்கும் விஞ்ஞானமானது முன்னும் பின்னுமாய்ச் சாரும் நிதானங்களுடன் பலவகைப் பிறப்புகளிலும் காரண காரியமாய் இயையும் உடம்புகளில் தோன்றுதலாகும்.

பிணி, மூப்பு, சாக்காடு (*Sickness, Old age, Death*): பிணி என்று சொல்லப்படுவது பேதைமை முதலாகச் சொல்லப்பட்டவற்றின் வேறான சார்பாய், உடம்பின் தன்மையைப் பொறுத்து வேறுபட்டு அதற்குத் துன்பத்தையுண்டு பண்ணுவதாகும். மூப்பென்று சொல்லப்படுவது சாகும் வரையில் வந்து மோதும் நிலையாமையால் உடம்பு தளர்ச்சியெய்துவதாகும். இறத்தல் என்று சொல்லப்படுவது சித்தமாகவும் காயமாகவும் இருக்கும் தன்மையுடைய உடம்பானது மேலைக்கடலில் வீழும் சூரியன் போல மறைவதாகும்.

[i] புத்தர் போதித்த நால்வகை வாய்மைகள் (*Four Noble Truths*): துக்கம், துக்கநீக்கம், துக்கத்தோற்றம், துக்கநெறி

[ii] ஐவகை கந்தங்கள்: உருவம் (*Body*), வேதனை (*Sensation*), குறிப்பு (*Perception*), பாவனை (*Mental Formations*), விஞ்ஞானம் (*Consciousness*)

[iii] ஆறு வழக்குகள் (*Forms of Experiences*): உண்மை, இன்மை, உள்ளது சார்ந்த உண்மை, உள்ளது சார்ந்த இன்மை, இல்லது சார்ந்த உண்மை, இல்லது சார்ந்த இன்மை

[iv] நயங்கள் (*relations*): ஒற்றுமை, வேற்றுமை, புரிவின்மை, இயல்பு

[v] நான்கு பயன்கள்: (1) எல்லாம் காரண காரியமாய்த் தோன்றும் பொருள்களேயன்றித் தனியே ஒன்றும் கிடையாது (2) அப்பொருள்களிடத்தே பற்று வைத்தல் கூடாது (3) வினைகளின் கர்த்தாவுடன் வினைகளுக்கு இயைபு ஏதும் இல்லை (4) பொருந்தும் காரணத்தால் காரியம் பிறக்கும்: அது காரண காரியமுமன்று; அது அல்லாததுமன்று –

[vi] நான்கு வினாவிடைகள்: துணிந்து சொல்லல் (*Definite Answer*), கூறிட்டு மொழிதல் (*Defferred Answer*), வினாவின் விடுத்தல் (*Dilatory Answer*), வாய்வாளாமை (*Silence*)

[vii] மணிமேகலையில் கூறப்படும் கோட்பாடுகள் பௌத்தத்தின் எந்த உட்பிரிவைச் சேர்ந்ததாக இருக்கும் என்று ஆராய்ச்சியாளர்கள் பல ஊகங்களைச் செய்திருக்கிறார்கள். “பண்ணுநரின்றி பண்ணப் படாதாய்” என்ற வரிகளை வாசிக்கையில் எனக்கு மிக ஆச்சரியமாயிருந்தது. தனிமங்களாலான நிதானங்கள் (தம்மா) அனித்யமானது என்றும் நிரந்தரச் சுயமற்றது என்றும் சொல்லும் மணிமேகலை நிதானங்களை

இயக்க "பண்ணுநர்" என்ற ஒருவர் வேண்டியிருக்கிறார் என்று சொல்வது ஏன்? ஸ்தாவிர வாதத்திலிருந்து பிரிந்த புத்கலவாத (Pudgalavada) பௌத்தப் பிரிவு ஏதாவதொன்றைப் பின்பற்றுபவராக மணிமேகலை ஆசிரியர் இருந்திருக்கக் கூடுமா? பௌத்தத்தின் தேரவாதம் மற்றும் மகாயானம் என்னும் இரு பெரும் பிரிவுகளும் நிரந்தரமான வஸ்து அல்லது ஆத்மா என்னும் கருப்பொருளை ஏற்பதில்லை. தனிமங்களின் அழிவிற்குப் பிறகு "ஆத்மா" அல்லது "நபர்" அழிந்துவிடுவார் என்று இரு பிரிவுகளும் வலியுறுத்துகின்றன. ஆனால் புத்கலவாத பௌத்தர்களோ "ஆத்மா" என்ற ஒன்றில்லை; ஆனால் கருமங்களைத் தாங்கிச் செல்கிற "நபர்" இருக்கிறார். அவர் ஐவகைக் கந்தங்களுடன் தொடர்புடையவராக இருக்கிறார் அல்லது தொடர்பற்று இருக்கிறார் என்று நம்பினார்கள். புத்கலவாத பௌத்தப் பிரிவுகள் பிற்காலத்தில் மறைந்துவிட்டன.

[viii] *ஏனைய புத்த நூல்களில் இப்பனிரெண்டும் – அவித்யை, சம்ஸ்காரம், விஞ்ஞானம், நாமரூபம், சடாயதனம், ஸ்பரிசம், வேதனை, திருஷ்னை, உபாதானம், பவம், சாதி – என்று குறிப்பிடப்படுகின்றன.*

[ix] *காட்சி மற்றும் கருத்தளவைகள் பற்றி மணிமேகலையின் 29ஆம் காதை விளக்குகிறது.*

பவத்திறமறுத்தல் – 2

Na hettha devo brahma va,
Samsarass-atthi karako,
Suddhadhamma pavattanti,
Hetusambharapaccaya ti.

No god, no Brahma, may be called,
The maker of this wheel of life,
Empty phenomena roll on,
Dependent on conditions all. (Visuddhimagga, XIX)

நிதானங்கள் யாவை, அவற்றின் வரையறைகள் – இவற்றைச் சென்ற கட்டுரையில் கண்டோம். நிதானங்களின் இயக்கத்தைப் பற்றி மணிமேகலை சொல்வதை இனி பார்ப்போம்.

பனிரெண்டு நிதானங்கள் ஒன்றையொன்று சார்ந்தவாறு எழுகின்றன.

பேதைமை சார்வாச் செய்கை யாகுஞ்
செய்கை சார்வா உணர்ச்சி யாகும்
உணர்ச்சி சார்வா அருவுரு வாகும்
அருவுருச் சார்வா வாயி லாகும்
வாயில் சார்வா வூறா கும்மே
ஊறு சார்ந்து நுகர்ச்சி யாகும்
நுகர்ச்சி சார்ந்து வேட்கை யாகும்
வேட்கை சார்ந்து பற்றா கும்மே
பற்றிற் றோன்றுங் கருமத் தொகுதி
கருமத் தொகுதி காரண மாக
வருமே யேனை வழிமுறைத் தோற்றந்
தோற்றஞ் சார்பின் மூப்புப்பிணி சாக்கா
டவல மரற்றுக் கவலைகை யாறெனத்
தவலில் துன்பந் தலைவரு மென்ப (30:104 – 117)

பேதைமை முதலான நிதானங்கள் முடிவிலா மண்டலமாக வட்டமாய்ச் சூழ்ந்து நிற்கின்றன. நிதானங்களிலிருந்து மீட்சியே கிடையாதா? பேதைமையை விட்டொழித்தலே மீட்சிக்கு முதற்படி.

பேதைமை மீளச் செய்கை மீளு . . .
செய்கை மீள வுணர்ச்சி மீளும்
உணர்ச்சி மீள வருவுரு மீளும்
அருவுரு மீள வாயின் மீளும்
வாயின் மீள வூறு மீளும்
ஊறு மீள நுகர்ச்சி மீளும்
நுகர்ச்சி மீள வேட்கை மீளும்
வேட்கை மீளப் பற்று மீளும்
பற்று மீளக் கருமத் தொகுதி
மீளுங் கருமத் தொகுதி மீளத்
தோற்ற மீளுந் தோற்ற மீளப்
பிறப்பு மீளும் பிறப்புப் பிணிமூப்புச்
சாக்கா டவல மரற்றுக் கவலை
கையா றென்றிக் கடையில் துன்பம்
எல்லா மீளுமிவ் வகையான் மீட்சி (30: 118 – 133)

நம் புலன்களால் காணப்பட்டு உணரப்படும் சம்சாரவுலகம் நிதானங்கள் என்னும் தம்மத்தால் எழுவதும் விழுவதுமாக இருக்கின்றது. உலகியல் நிகழ்ச்சி அனைத்தும் காரண, காரிய இயைபால் நிகழ்வதன்றிப் பிறிதில்லையென்று மணிமேகலையின் மேற்கண்ட அடிகள் வலியுறுத்தி நிற்கின்றன. "தூய பாதை" என்று பொருள் படும் "விசுத்திமக்கா" எனும் வினய நூலை பாலி மொழியில் எழுதிய புத்தகோசர் (ஐந்தாம் நூற்றாண்டு) கூறுகிறார்;

வாழ்க்கைச் சக்கரத்தைப் படைத்தவரென
கடவுளையோ, பிரம்மாவையோ கூறவியலாது
வெற்று நிகழ்வுகள் சுழலுகின்றன
ஏது நிலைகளைச் சார்ந்தவாறு

நிதானங்களை நான்கு கண்டங்களாகப் (குழுக்களாக) பிரிக்கலாம். பேதைமை மற்றும் செய்கையைத் தொடர்ந்தே மற்ற நிதானங்கள் எழுவதால், இவ்விரண்டும் முதற் கண்டமாகும்.

உணர்ச்சியும், அருவுருவும் வாயிலும் ஊறும் நுகர்ச்சியுமெனப் படும் நிதானங்கள் ஐந்தும் முதற் கண்டத்தில் சொல்லப்பட்ட இரண்டின் இயல்பினாலேயே உடலுள் எழுகின்றன; ஆதலின் இவற்றை இரண்டாங் கண்டமென்பர்.

வேட்கையும் பற்றும் கருமத் தொகுதியுமெனப் பகுக்கப்படும் மூன்று நிதானங்களும் உணர்ச்சி முதலாக நுகர்ச்சியீறாக

ஐந்தனால் நிகழும் நிகழ்ச்சிக்கண் விளையும் குற்றமும் அதற்குரிய விளைவுமாதலால் மூன்றாங் கண்டமெனப்படும். வேட்கை, பற்று என்னும் குற்றங்களால் விளையும் பலன் கருமத் தொகுதியாகும்.

பிறப்பு, பிணி, மூப்பு, சாவு என்று கூறப்படும் துன்பங்கள் பிறந்தவுடம்பின்கண் எய்தி வருந்தும் வினைப்பயனாதலால் நான்காம் கண்டமெனப்படும்.

பிறப்புக்குக் காரணமாகும் செய்கையும் உணர்ச்சியும் பொருந்தும் இடம் முதற் சந்தியெனப்படும். நுகர்ச்சியாகிய ஒழுக்கமும் வேட்கையும் கூடும் சந்தி இரண்டாம் சந்தியாகும்.

கருமத் தொகுதியும் மேல்வரும் பிறப்பும் பொருந்திச் செல்லும் சந்தி மூன்றாம் சந்தி.

மனிதன், கடவுள், விலங்குகள் எனும் உயிர்களின் வகைகளில் ஏதேனும் ஒன்றாகப் பிறப்பெடுப்பது முந்தைய பிறவியின் உணர்வு நிலையையும் பேதைமையிலிருந்து தோன்றிய மனக்கட்டமைப்புகளையும் பொறுத்ததாகும். ஒரு வகை உயிராக ஜனிப்பது மட்டுமே வாழ்தலின் தொடக்கம் என்றாகி விடுவதில்லை; வேறு வகை இருத்தலின் முடிவாகவும் அது ஆகி விடுவதில்லை. இருப்பின் தொடர்ச்சியெனத் தோன்றும் ஒரு மாற்றமே பிறப்பு. உள்ளூறைய ஒரு வடிவமோ உடம்போ இல்லாமல் உணர்வு வெளிப்படாது. மனிதனோ, விலங்கோ, தேவனோ எவ்வுயிராயினும் பிறந்தது முதல் உணர்வும் வடிவமும் ஒன்றிணைந்ததாகவே அமைகின்றன.

மறத்தலை ஏற்படுத்தும் பேதைமையும், செய்கையும் இறந்த காலம் எனக் கருதப்படும். உணர்ச்சியும், அருவுருவும், வாயிலும், ஊறும், நுகர்ச்சியும், வேட்கையும், பற்றும் பவமும், தோற்றமும் ஆகிய நிதானங்களைக் கால வகையிற் கூறுபடுத்திச் சொல்லும் போது நிகழ்காலம் என அறியப்படும். பிறப்பும், பிணியும், முதுமையும், சாக்காடும் எதிர்காலம் என்றும் வகைப்படுத்தப்படும்.

நிதானங்களை பௌத்தம் வேறு வகையாகவும் பகுக்கிறது. வேட்கை, பற்று, பேதைமை – ஆகியவை குற்றம் என்று கூறப்படுகிறது. உருப்படுத்தும் பவமும் செய்கையும் வினையெனக் கொள்ளப்படும். பிற ஏழு நிதானங்களும் பயன் என்று கருதப்படும். குற்றம், வினை, பயன் என்று பகுக்கப்படும் யாவுமே துன்பம் பயப்பனவே. குற்றம், வினை, பயன் – இவற்றால் பெறப்பட்ட பிறப்புடம்புகள் நிலையில்லாதனவாகும். உயர்திணை, அஃறிணையுமாகிய எப்பொருட்கும் ஆன்மா என்பது கிடையாது. இவ்வுண்மைகளை உணரும் போது வீடுபேறு உறுதி.

உணர்ச்சியும், அருவுருவும், வாயிலும், ஊறும், நுகர்ச்சியும் பிறப்பும், பிணியும், மூப்பும், சாக்காடும் என்று சொல்லப்படும் நிதானங்களே துக்கமாகும்.[i] இந்தத் துக்கத்துக்குப் பேதைமையும் செய்கையும், வேட்கையும், பற்றும், வினைப்பயன்களுமே காரணமாகும்.[ii] துன்பத்துக்கும் பிறப்பிற்கும் பற்றே காரணம். [iii] இன்பத்திற்கும் பிறவாத வீடுபேற்றிற்கும் பற்றின்மையே காரணமாகும்.[iv]

உருவமும், வேதனையும், குறிப்பும், பாவனையும், விஞ்ஞானமும் என்ற இவைகள் ஐவகைக் கந்தங்கள் *(Five Aggregates)* எனப்படும்.

வழக்குகள் *(The Experiences)* என்று சொல்லப்படுபவை: தொகை *(Conglomerates)*, தொடர்ச்சி *(Continuity)*, தன்மை மிகுத்துரை *(Evolution)*, இயைந்துரை *(Entities circumscribed by a name)* – என்ற நான்கினோடு சேர்ந்துவரும் உண்மை வழக்கென்றும், இன்மை வழக்கென்றும், உள்ளது சார்ந்த உண்மை வழக்கென்றும், இல்லாதது சார்ந்த உண்மை வழக்கென்றும், உள்ளது சார்ந்த இன்மை வழக்கென்றும், இல்லாதது சார்ந்த இன்மை வழக்கென்றும் அறுவகைப்படும்.

தொகை *(Conglomerates)* என்பதன் உதாரணங்கள்: உடம்பு, நீர், நாடு. குருதி, எலும்பு, தசை, நரம்புகள் முதலியவற்றின் தொகுதியே உடம்பு: நீர்த் துளிகளின் தொகுதி நீராகும். சிறிதும் பெரிதுமான ஊர்களின் தொகுதியே நாடாகும். நெல்வித்தினின்று முளையும் அதனினின்று தாளும் அதனினின்று நெல்லும் ஒன்றினொன்று காரண காரியமாய்த் தோன்றித் தொடர்ந்து நின்று நெல்லென வழங்குவதைப் போலக் காரண, காரியத் தொடர்ச்சியாய் வருவது தொடர்ச்சி *(Continuity)* எனப்படும். தன்மை மிகுத்துரை *(Evolution)* என்பது ஒரு பொருள் அழிந்ததென்றும், பிறந்ததென்றும், முதுமையுற்றதென்றும் கூறப்படும் தன்மைகள் மூன்றில் ஒரு கூற்றின் தன்மையை மிகுதியாகக் கூறுதல். இயைந்துரை *(Entities circumscribed by a name)* என்பது எழுத்துகள் பல கூடி உருவாகும் சொல்லென்ற தொகை போலில்லாமல் பல நாட்கள் கூடிய காலவெல்லையை மாதம் என்று வழங்குவது போன்றது.

உள்ளதாகிய உணர்ச்சியை உள்ளதென்பதால் உண்மை வழக்காகும். இல்லாததாகியவொன்றை (உதாரணம்: முயலின் கொம்பு) இல்லை என்பதால் இன்மை வழக்கு. உள்ளது சார்ந்த உண்மை வழக்கு என்பது உண்மையான ஒரு பொருளுடனான நுகர்ச்சியும் உண்டு என்பதாகும். கண நேர மின்னலைப் போன்று உணர்வாகிய உண்மைப் பொருள் தோன்றியதென்று கூறுதல்

உள்ளதைச் சார்ந்து வரும் இன்மை வழக்காகும். இல்லாதது சார்ந்த உண்மை வழக்கென்பது கண்ணுக்குத் தெரியா காரணத்தைக் கண்ணுக்குத் தெரியும் விளைவைக் கொண்டு உரைத்தல் போலாகும். முயலுக்குக் கொம்பு இல்லாமையால் அதற்குத் தோற்றமில்லை என்று கூறுதல் இல்லாததைச் சார்ந்த இன்மை வழக்கெனப்படும்.

நான்கு வகை நயங்கள் (Relations) எனத் தெளிய வுணரப்படுபவை ஒற்றுமையும் (Unity) வேற்றுமையும் (Diversity) புரிவின்மையும் (The Unknowable) இயல்பும் (The evident) என்பனவாம். ஒற்றுமை நயமாவது காரணமும் காரியமுமாய் நிற்கும் பொருள்களை வேற்றுமை கருதாது ஒரே இயல்புடையவை என்று உணர்தலாகும். காரண காரியங்களை ஒன்றாக உணராது வேறுபடுத்தி உணர்தல் வேற்றுமை நயமென கொள்ளப்படும். என்றும் அழியா, நிரந்தரப் பொருள், அழிதலுக்குட்பட்ட காரண காரியப் பொருள் – இவைகளுக்கிடையே இருக்கும் புரிந்துகொள்ள முடியா நயத்தைப் புரிவின்மை நயம் என்று சொல்லலாம். நெல் விதையிலிருந்து நெல்லே விளையும் என்பது மாதிரியான நயத்தை இயல்பு என்று சொல்லலாம்.

நால் வகை நயங்களிலிருந்து நாம் பெறும் பாடங்கள்: எல்லாமே காரண, காரியத் தொகுதியின் ஒற்றுமை நயத்தால் காணப்படும் பொருள்களேயன்றி வேறில்லை. அப்பொருள்களிடத்தே பற்று தேவையில்லை. வினையோடு செய்யும் நபரைத் தொடர்புபடுத்திக் குழப்பிக்கொள்ளுதல் கூடாது. பொருந்தும் காரணத்தால் காரியம் பிறக்கும்; அது காரண காரியமுமன்று அல்லாததுமன்று. நெற்பயிரின் விதை, முளை, தாள் என்பவை காரண, காரியத் தொடர்ச்சிகளே, ஆனால் விதை முளையாகாது; முளை தாளுமன்று.

வினாக்களுக்கு நான்குவித விடைகள் தரப்படலாம். அவை: துணிந்து சொல்லல் (Definite Answer), கூறிட்டு மொழிதல் (Deferred Answer), வினாவினை விடுத்தல் (Dilatory Response), வாய் வாளாமை (Silence)

துணிந்து சொல்லல்: "பிறந்தது இறக்க வேண்டுமா?" என்ற வினாவுக்கான விடை "பிறந்தது எல்லாம் மரித்தல் நிச்சயம்"

கூறிட்டு மொழிதல்: "இந்த இறந்த மனிதன் திரும்பப் பிறப்பானா?" என்ற வினாவுக்கான முதல் விடை ஒரு வினாவாக இருக்க வேண்டும் "இவ்வுலகப் பொருட்களின் மேல் பற்றுடையோனாக அவன் இருந்தானா?" அதற்கான விடை

"இல்லை"யென்று கிடைத்தால், அவசியம் அவன் திரும்பப் பிறக்கமாட்டான்.

வினாவினை விடுத்தல்: "எது முதலில் வருகிறது – விதையா? பனை மரமா?" என்ற வினாவுக்கு விடை "எந்த விதை? எந்தப் பனை மரம்?"

வாய் வாளாமை: "வானில் பூத்த மலர் புதிதோ? பழையதோ?" என்ற கேள்விக்கு அளிக்கும் விடை மௌனமாயிருத்தலேயாகும்.

மறுபிறப்பு என்னும் அடிமைத்தனமா அல்லது வீடுபேறு என்னும் விடுதலையா என்னும் தெரிவே ஸ்கந்தங்களின், வாழ்வனுபவங்களின் இலக்கு. அனைத்துத் துக்கங்களுக்கும் காமம், வெகுளி, மயக்கம் – இவைகளே காரணம்.

பொருள்கள் நிலையில்லாதனவென்றும், துன்பந்தருவன வென்றும், அநான்மாவென்றும், அருவருப்புடையனவென்றும் ஆராய்ந்தறிந்து பற்றினை நீக்கும்போது காமமாகிய காரணம் இல்லாது போகும்.

மைத்ரி, கருணை, முதிதை என்று சொல்லப்படுகின்ற பாவனைகளையறிந்து அவற்றால் திருந்தப்படும் நல்லுணர்வு கொண்டு வெகுளியைப் போக்க வேண்டும். [v]

சுருதியும் சிந்தனையும் பாவனையும் தரிசனையுமாகிய நான்கையும் ஆராய்ந்துணர்ந்து மயக்கத்தைப் போக்க வேண்டும். [vi]

சுருதி முதலிய நான்கு நெறியால் மனமயக்கம் கெடுவாயாக என்று முன்னுக்குப் பின் முரணிலாத சொற்களால் ஞானமாகிய விளக்கத்தைத் தெளியக் காட்டினாராதலின் பாவை போன்ற மணிமேகலை உண்மை ஞானத்திற்குரிய தவத்தின் கூறுகளை மேற்கொண்டு பல்வகை அறநெறிகளையும் தெளிவுறக் கேட்டு பிறப்புக்கேதுவாகிய குற்றங்களினின்று நீங்குவேனென நோற்கலுற்றாள்.

குறிப்புகள்

[i] நால்வகை வாய்மைகளில் முதல் வாய்மை – The truth of Dukkha (suffering)

[ii] இரண்டாம் வாய்மை – The truth of Origin of Dukkha

[iii] மூன்றாம் வாய்மை – The truth of cessation of Dukkha

[iv] நான்காம் வாய்மை – The truth of the path of liberation

[v] மைத்ரி (பாலியில் – மெத்தா) பாவனையென்பது எல்லா உயிர்களையும் நட்புறவோடு நினைந்து அவையெல்லாம் துன்பம், நோய் முதலியவையில்லாமல் இன்பமுடையவாகுக என்று நினைத்தல். கருணை பாவனையாவது பிறவுயிர்களுக்கு உண்டாகும் துன்பம் கண்டு உள்ளமுருகி அதனை நீக்குதற்கு விரையும் விரைவுணர்வு. முதிதை பாவனை என்பது பிற உயிர்கள் பெற்றிருக்கும் ஆக்கமும் இன்பமும் கண்டு மனமகிழ்வும் நிறைவும் அமைதியுங் கொண்டு அவை நீங்காதிருப்பனவாகுக என நினைத்தல்.

[vi] சுருதி – அறவுரை கேட்டல், சிந்தனை – சிந்தித்தல், பாவனை – கேட்டவாறு ஒழுகுதல், தரிசனை – உண்மை தெளிதல், இந்நான்கினையும் உபேக்ஷா பாவனையென்றும் கூறுவர்.

தம்மம் என்பது என்ன?

தம்மம் - தேரவாத தம்மம் - மகாயான தர்மம் - ஷூன்யதா - மகாயானம் ஒரு சதியா?

தர்மம் (சமஸ்கிருதம்) அல்லது தம்மம் (பாலி) என்ற சொல்லை பௌத்தர்கள் அடிக்கடி பயன்படுத்துவார்கள். புத்தம், தம்மம், சங்கம் என்ற மும்மணிகளுள் ஒன்றான தம்மம் பொதுவாக "புத்தரின் போதனைகள்" என்று வரையறுக்கப்படு கிறது. தம்மம் என்பது புத்தரின் போதனைகளுக்கான சிட்டை மட்டுமல்ல. அது ஒரு விரிவான சொல்.

பௌத்தத்துக்கும் முன்னதாகப் பாரதத்தின் பழங்காலத்திலிருந்தே "தர்மம்" என்ற சொல் வழக்கத்திலிருந்தது. பௌத்தம் மட்டுமில்லாமல், இந்து மற்றும் சமண மதங்களிலும் "தர்மம்" ஒரு முக்கியச் சொல்லாக இருக்கிறது.

இதன் மூல அர்த்தம் – இயற்கை சட்டம் – என்பதாகும். "தம்" என்ற மூலச்சொல்லிலிருந்து பெறப்பட்ட சொல் தர்மம். "தம்" என்றால் "ஒன்றைத் தாங்கிப்பிடிப்பது" என்று பொருள். அனைத்து மதங்களின் பொதுவான அர்த்தத்தில், பிரபஞ் சத்தின் இயற்கைச் சட்டத்தை நிலை நிறுத்துவது எதுவோ அதுவே தர்மம். பௌத்த சமயப் புரிதலின் படியும் கூட இவ்வர்த்தம் பொருந்தும்.

தேரவாத தம்மம்

தர்மத்துக்கிசைவாக அதைக் கடைப்பிடிக்கும் சாதனாவுக்கும் "தம்மம்" என்ற சொல் பொருந்தும். இந்த அளவில், தர்மம் நெறிமுறை சார் நடத்தையையும் நீதியையும் குறிக்கிறது. சில இந்து மரபுகளில் "தர்மம்" என்பது "புனிதக் கடமை" என்ற அர்த்தத்திலும் பிரயோகம் செய்யப்படுகிறது.

தேரவாத பௌத்த பிக்ஷுவும் புகழ்பெற்ற பௌத்த சிந்தனையாளருமான ராஹுல வால்போலத் *(Rahula Walpola)* தன்னுடைய *What Buddha Taught* என்ற நூலில் எழுதுகிறார்:

"தம்மம் என்ற பௌத்தக் கலைச்சொல்லைப் போன்ற வேறொரு விரிவான சொல் இல்லை. நிபந்தனைகளுக்குட்பட்டு எழும் பொருள்களை நிலைகளை மட்டும் குறிக்கும் சொல்லல்ல அது; நிபந்தனைகளுக்குட்படா நிர்வாண நிலையையும் அது குறிக்கும். இப்பிரபஞ்சத்தினுள்ளே அல்லது வெளியே, சார்புடைத்த அல்லது முழுமையான, நிபந்தனைக்குட்பட்ட அல்லது உட்படாத என்று இச்சொல்லில் அடங்காதது எதுவும் இல்லை."

இருக்கும் நிலையை குறிப்பது தம்மம். புத்தர் போதித்த உண்மையைக் குறிப்பது தம்மம். மேலே தந்த மேற்கோளில் வருவது போல, இருப்பின் அனைத்துக் காரணிகளைக் குறிக்கும் சொல்லாகவும் 'தம்மம்' பயன்படுத்தப்படுகிறது.

தனிஸ்ஸாரோ பிக்கு சொல்கிறார்: "மேலோட்டமாக, புத்தர் தம்மைப் பின்பற்றுபவர்களுக்குக் கற்பித்த சாதனாவைத் தம்மம் குறிக்கிறது" இதன்படி, தம்மம் மூன்று அர்த்த நிலைகளைக் குறிக்கிறது – புத்தரின் போதனைகள், போதனைகளின் படி நடத்தல், நிர்வாண நிலையை எய்துதல். எனவே, தம்மம் என்பது புத்தரின் போதனை மட்டுமில்லை; இது போதனை + சாதனை + நிர்வாணம்.

மகாயான தர்மம்

மகாயானத்தில் புத்தரின் போதனை மற்றும் நிர்வாணத்தை எய்துதல் ஆகிய இரண்டையும் குறிப்பதற்குத் 'தர்மம்' என்ற சொல் பயன்படுத்தப்படுகிறது. பெரும்பாலும், இச்சொல்லின் பிரயோகம் இரண்டு அர்த்தங்களையும் ஒரு சேரவே குறிக்கிறது.

ஒருவன் தர்மம் பற்றிய புரிதலைப் பற்றிப் பேசுதல் அவன் எவ்வளவு நல்ல முறையில் பௌத்த போதனைகளை மனனம் செய்து ஒப்பிக்கிறான் என்பதை ஒப்புமை செய்து

சொல்லுதல் அல்ல; அவனுடைய மெய்யுணர்வு நிலையைப் பற்றிப் பேசுதல். உதாரணமாக, ஜென் மரபில், தர்மத்தை விவரித்தல் என்பது யதார்த்தத்தின் உண்மை இயல்பின் சில அம்சங்களை விவரித்தலையே குறிக்கும்.

சில இடங்களில், மகாயான சூத்திரங்கள் தர்மம் என்னும் சொல்லை "யதார்த்தத்தின் வெளிப்பாடு" என்னும் அர்த்தத்தில் பயன்படுத்துகின்றன. பிரஜ்னபாரமித ஹ்ருதயம் என்று சமஸ்கிருதப் பெயர் கொண்ட "இதய சூத்திரத்தில் (Heart Sutra) வரும் வரிகள் – "இத சரிபுத்ர சர்வ தர்ம சூன்யத". இதன் அர்த்தம் – ஓ! சரிபுத்ரரே, எல்லாத் தர்மங்களும் வெறுமையானவை". அடிப்படையில், எல்லா நிகழ்வுகளும் (Phenomena) சாரமற்ற வெறுமை என்று சொல்லுதலேயாகும் இது.

லோட்டஸ் சூத்ராவின் முதல் அத்தியாயத்திலும் தர்மம் என்ற சொல்லின் பயன்பாடு வெறுமை என்ற அர்த்தத்தில் செய்யப்பட்டிருக்கும்.

இருமைகளற்ற அனைத்துத் தர்மங்களின்
அடிப்படை இயல்பை
வெற்றிடமென கண்டுணர்ந்த
போதிசத்துவர்களை நான் இங்கு சந்திக்கிறேன்

இங்கு "அனைத்துத் தர்மங்கள்" என்பதை "அனைத்து நிகழ்வுகள் (Phenomena)" என்றே பொருள்கொள்ள வேண்டும்.

ஷூன்யதா

பனிரெண்டு நிதானங்களைப் பகுத்துக் கூறிய பகவான் புத்தர் உலகியல் நிகழ்வுகளின் அடிப்படைகள் அந்த நிதானங்களே எனக் கூறினார். நிதானங்களைத் தர்மங்கள் என்றும் கொள்ளலாம். உலகின் நிகழ்வுகள் அனைத்தும் ஒன்றையொன்று சார்ந்தவை; நித்தியத்தன்மையற்றவை; கண நேர நிகழ்வுகள்; நிரந்தரத்தன்மையில்லாதவை என்று போதித்த புத்தர் அடிப்படையில் கூற விழைந்தது "சார்பியல் தர்மங்கள் அனைத்துமே வெறுமையானவை; அவற்றில் சாராம்சம் என்ற ஒன்று இருக்காது. அப்படி இருக்குமானால், அவைகள் நித்தியத்தன்மை கொண்டதாக இருக்கும்" என்று மகாயான சூத்திரங்கள் விளக்குகின்றன.

"வெறுமை" (சமஸ்கிருதத்தில் "ஷூன்யதா") – மகாயான பௌத்தத்தின் அடிப்படைக் கொள்கை. தவறான புரிதலுக்குள் ளாகும் ஷூன்யதா கொள்கை சர்ச்சைக்குரிய கொள்கையுமாகும். "ஷூன்யதா" பொருள்களின் இருப்பை மறுக்கிறதென்று பலராலும்

தவறாகப் புரிந்துகொள்ளப்படுகிறது. வணக்கத்துக்குரிய பதினாலாவது தலாய் லாமா சொல்கிறார்: “பொருட்களின், நிகழ்வுகளின் இருப்பு என்பது இங்கு சர்ச்சையில்லை; அவை எவ்விதம் இருக்கின்றன என்பது தெளிவுபடுத்தப்பட வேண்டும்” பொருள்களுக்கும், நிகழ்வுகளுக்கும் உள்ளார்ந்த இருப்பு இல்லை; நம் எண்ணங்களை மீறிய தனிப்பட்ட அடையாளம் ஏதும் அவைகளுக்கில்லை. தலாய் லாமா அவர்கள் சொல்வது போல “இருப்பு என்பது (பனிரெண்டு நிதானங்களினூடே எழும்) சார்புடை தோற்றங்கள் வாயிலாகவே புரிந்துகொள்ளப்படல் வேண்டும்.” நிரந்தரச் சுயம் கொண்ட சுயாதீனமான மனிதர்கள் நாம் என்ற கற்பிதத்திலிருந்து எழுவதே நம் துக்கங்களென்று புத்தர் நால்வகை வாய்மை வாயிலாக நமக்குப் போதிக்கிறார். உள்ளார்ந்த சுயம் என்பது ஒரு மயக்கம் என்று தெளிவுற உணர்தலே நம் விடுதலைக்கு வழி வகுக்கும்.

❍

ஆதி பௌத்தத்தின் அடிப்படைக் கொள்கைகளில் இருந்து முளைத்ததே மகாயான சிந்தனை. காலப் போக்கில் மக்களிடையே தோன்றிய எதிர்பார்ப்புகளை நிறைவு செய்வதற்கென ‘கடவுளர்களை; மகாயான பௌத்தம் கண்டு பிடித்தது என்றும் அதன் காரணமாக சாக்கியமுனி புத்தர் போதித்த கொள்கைகள் நீர்த்துப் போக மகாயானம் காரணமாக இருந்தது என்றும் சிலர் பேசக் கேட்டிருக்கிறேன். சாதாரணர் பேசிய பாலி மொழியைக் கைவிட்டு சமஸ்கிருத மொழியில் மகாயான பௌத்தர்கள் சூத்திரம் எழுதி, பிராமணர்கள் சங்கத்துள் நுழைந்து கலகம் செய்து பௌத்தத்தை இந்தியாவில் இல்லாமல் செய்துவிட்டனர் என்றெல்லாம் கூடச் சில “வரலாற்று வல்லுநர்கள்” பேசுவதைக் கேட்டிருக்கிறேன். இதற்கெல்லாம் தொடர்ந்து சான்றுகளைத் தேடி வருகிறேன். உட்பூசல்களில், கருத்து வேறுபாடுகளில் பௌத்த சமயம் பிற சமயங்களைப் போலவே என்பதை நாம் நினைவில்கொள்ள வேண்டும். என்னுடைய சிற்றறிவில் நான் புரிந்துகொண்ட படி, தேரவாதச் சிந்தனையின் *Paradigm Shift* - ஆகவே மகாயானத்தைக் கருத வேண்டும். மகாயானம் ஒரு *populist and liberal* பௌத்தப் பிரிவாக மலர்ந்து பல நூற்றாண்டுகளுக்கு பௌத்தத்தை பாரதத்தில் நிலைக்க வைத்தது; வடமேற்கு இந்தியா வழியாக மத்திய ஆசியா, சீனா, ஜப்பான் மற்றும் கொரியாவெங்கும் பௌத்தம் பரவியதற்கு மகாயானமே காரணம். துறவிகள் மட்டுமே அருகராக முடியுமென்ற தேரவாதச் சிந்தனையை விடுத்து அனைத்து உயிர்களும் புத்த நிலையை அடைதல் சாத்தியம் என்ற தரிசனத்தைப் பாமர மக்களிடையே

பரப்பியதன் வாயிலாகவே பௌத்தம் இன்றும் பல்கிப்பெருகும் சமயச் சிந்தனையாக நிலைத்து வருகிறது.

தேரவாத நாடுகள் என்று கருதப்படும் இலங்கை, பர்மா மற்றும் தாய்லாந்திலும் ஆசாரமான தேரவாதம் இன்று இல்லை. தேரவாத பௌத்தத்துக்கே உரித்தான பிக்குகளின் அரசியல் செல்வாக்கைத் தவிர வேறெந்த தேரவாத எச்சங்களும் இன்று அந்த நாடுகளில் இல்லை. "நாதா" என்று இலங்கையிலும், "லோகநாட்" என்று பர்மாவிலும் "லோகேஸ்வரா" என்று தாய்லாந்திலும் அவலோகிதேஸ்வர போதிசத்துவர் வழிபடப்படுதல் இதற்கு ஓர் உதாரணம். ஆதி பௌத்தமென்ற ஒன்று வரலாற்றேடுகளில் படிக்கக் கிடைக்கும் விஷயமாக மட்டுமே இன்று சுருங்கிவிட்டது.

இந்தியா மேற்கில் இருக்கிறது

"ஏழாம் நூற்றாண்டில் சீன யாத்திரிகர் ஒருவர் இந்தியாவெங்கும் பயணம் செய்தார்" என்று ஏழாம் வகுப்பு வரலாற்றுப் பாட நூலில் நாம் படித்த யுவான் சுவாங்–கை சாகசப் பாத்திரமாகக் கொண்ட சீனத் திரைப்படம் ஒன்றைச் சமீபத்தில் இணையத்தில் பார்த்தேன். கோடிக் கணக்கில் செலவு செய்து பிரம்மாண்டம் என்ற பெயரில் நம்மூரில் எடுக்கப்படும் அர்த்தமிலா மசாலாக்களைப் போலில்லாமல், சீனாவின் நான்கு அதிமுக்கியச் செவ்வியல் நாவல்களுள் ஒன்றான –*Journey to the West*– என்னும் 16ஆம் நூற்றாண்டில் எழுதப்பட்ட நாவலின் சில பகுதிகளின் அடிப்படையில் எடுக்கப் பட்ட படம். நடிகரும் நட்சத்திர இயக்குநருமான *Stephen Chow* இயக்கியிருக்கிறார். 2013இல் ரிலீஸ் ஆகி சீனாவில் எட்டே நாட்களில் இருநூறு மில்லியன் டாலர்கள் வசூல் அள்ளிய திரைப்படம். ஆங்கிலத்தில் டப் செய்யப்பட்டு அமெரிக்காவிலும் பிற மேலை நாடுகளிலும் கூட நல்ல வரவேற்பைப் பெற்ற படம்.

யுவான் சுவாங் சமயத்துறவியாவதற்கு முன்னர் வெறும் ஆன்மீக மாணவனாக இருந்த காலத்தில் நடந்ததாகக் கதையில் வரும் சம்பவங்களின் தொகுப்பே இத்திரைப்படம். காட்சிக்குக் காட்சி அசத்தலான சாகசத் தொகுதிகள், வியக்க வைக்கும் கிராஃபிக்ஸ், *Slapstick* நகைச்சுவை நிரம்பிய வசனங்களுக்கு நடுவே ஆங்காங்கே ஆழமான கருத்து தெறிக்கும் வசனங்கள் (நாவலின் வரிகளே

வசனங்களாக ஆங்காங்கே கையாளப்பட்டிருக்கிறதா என்று தெரியவில்லை), இனிமையான சீன மொழிப்பாடல்கள் (முழு நிலவின் ஒளியில் கவர்ச்சியாக நடனமிடும் கதையின் நாயகி ஷு–கி அந்தப் பாடலையும் பாடியிருக்கிறாராம்) என்று வெகுஜனப் பொழுதுபோக்கு அம்சங்கள் அனைத்தும் படத்தில் இடம் பெற்றிருக்கின்றன.

கதையின் மூலத்தில் அதிக ஈர்ப்பு கொண்ட ஒரு படைப்பாளியின் படம் என பார்வையாளர்களால் நன்கு உணர முடியக் கூடிய படம். மூலம் வேறொன்றாக இருந்தாலும் அதன் உணர்வைச் சேதப்படுத்தாமல் ஒரு சொந்த மறுவிளக்கத்தைத் தருவதிலும் இயக்குநர் வெற்றி பெற்றிருக்கிறார்,

யுவான் சுவாங் இந்தியப் பயணம் செல்லத் தொடங்குவதற்கு முன் குரங்கு ராஜனை, நீர் பூதத்தை, பன்றி பூதத்தை எவ்விதம் சந்திக்கிறான்; அவற்றை எப்படித் தன் வழிக்குக் கொண்டு வருகிறான் என்பதுதான் கதை. மூல நாவலில் இல்லாத சில பாத்திரங்களையும் நிகழ்வுகளையும் புகுத்தித் திரைப்படத்தின் விறுவிறுப்பைக் கூட்டியிருக்கிறார் *Stephen Chow*. யுவான் சுவாங் சமயத்துறவு ஆவதற்கு முன்னரான கதை என்பதால் காதலும் இருக்கிறது. குங்ஃபூ நகைச்சுவை, சீனத்து தேவதைக் கதை, பௌத்த ஆக்ஷன் படம், மேலதிகத் தொடர் படங்களுக்கு வாய்ப்பளிக்கக் கூடிய மெகா காவியத்தின் பிந்தைய பாகமென்று "அவதார்" இயக்குநர் ஜேம்ஸ் காமரோனின் கனவுகளையே மிஞ்சிவிடக் கூடிய பெருங்கனவு *Stephen Chow*–வினுடையது.

❍

Julia Lovell என்பவர் எழுதிய மதிப்புரையின் ஒரு பகுதியைத் தமிழ்ப்படுத்தி நூலறிமுகமாக இங்கு தந்திருக்கிறேன்.

பௌத்த வரலாற்றின் முக்கியமான ஆளுமையான யுவான் – சுவாங்–கின் இந்தியப் பயணத்தையொற்றிச் சீனாவின் பல பகுதிகளில் புழங்கும் நாட்டார் கதைகளையும், நூலின் ஆசிரியரினுடைய கற்பனையையும் கலந்து புனையப்பட்ட இந்நாவல் நூறு அத்தியாயங்களைக் கொண்டது; நான்கு பாகங்களாக நாவல் பிரிந்துகிடக்கிறது. ஏறத்தாழ முன்னூறு வருடங்களுக்கு நூலின் ஆசிரியர் யார் என்ற விவரம் யாருக்கும் தெரியாதிருந்தது; இருபதாம் நூற்றாண்டின் துவக்கத்தில் தான் வூ செங்ஹென் என்பவர்தான் இந்நாவலை எழுதியிருக்கக் கூடுமென்று கண்டுபிடிக்கப்பட்டது.

புத்தரின் ஆணைக்கிணங்கி யுவான் சுவாங் இந்தியா செல்லத் திட்டமிடுகிறான். அங்கு செல்லும் வழியில் கடுமை யான சோதனைகளைச் சந்திக்கிறான். அவன் சந்திக்கும்

ஆபத்திலிருந்து அவனைக் காப்பாற்றுவதற்காகவே அவன் தன்னுடைய சீடர்களாக மூன்று பேர் வருகின்றனர். முன்னாளில் குரங்கு பூதங்களின் ராஜாவாக இருந்த சுன் – வூகோங், பன்றி பூதமாக இருந்த பிக்ஸி மற்றும் நீர்ப்பூதமாக இருந்து பின்னர் சாதுவாக மாறிய சேண்டி. ஆபத்து நிறைந்த பட்டுச் சாலை வழியாக அவர்கள் செல்கிறார்கள். *Xinjiang*, திபெத், நேபாளம் வழியாக அவர்கள் இந்தியாவுக்குள் நுழைகிறார்கள். பயணம் நெடுக அவர்கள் கொலைகார பௌத்தர்கள், நயவஞ்சக டாவோயிஸ்டுகள், அழுகிய தக்காளிகளின் பள்ளத்தாக்குகள், பல வித வடிவ உருவங்களில் பேய்கள் (மோகினிகள், யானைகள், காண்டாமிருகங்கள், கால்பந்து விளையாடும் ஆவி லோக மாந்தர்கள்). அவர்கள் நால்வரும் பல இக்கட்டுகளில் சிக்குகிறார்கள்; முலாம் பூசப்படுதல், வறுக்கப்படுதல், வேக வைக்கப்படுதல், உருக்கப்படுதல், ஊறவைக்கப்படுதல், கிள்ளாடி களுடன் உறவில் ஈடுபட வைக்கப்படுதல் எனப் பல வித இன்னல்களுக்குள்ளாகிறார்கள். இறுதியில். எண்பத்தியொன்று பேராபத்துகளைச் சந்தித்த பிறகு, யாத்திரிகர்கள் இந்தியாவிலுள்ள இடிமின்னல் மடாலயத்தை அடைகிறார்கள். எண்ணற்ற புத்த சூத்திர நூல்களும், புத்தரின் போதிசத்துவ அரசாங்கத்தில் பல்வேறு பதவிகளும் அவர்களுக்குக் கிடைக்கின்றன.

கடவுளர்கள், பூதங்கள், பேரரசர்கள், பிரபுக்கள், சாதுக்கள், மிருகங்கள், விறகுவெட்டிகள், கொள்ளைக்காரர்கள், விவசாயிகளென்று பல விதப் பாத்திரங்களை உலவவிட்டுச் சீனப் பேரரசின் காவிய தரிசனத்தை நாவல் நல்குகிறது. ஹாஸ்ய சாகசம் என்னும் சட்டகத்தின் துணைகொண்டு சிக்கலான சீனச் சமுதாயத்தை அற்புதமாகப் படம் பிடிக்கிறது. ஒரு தன்னிறைவான, தனிமைப்படுத்தப்பட்ட, வெளிநாட்டாரை எளிதில் ஏற்றுக்கொள்ளாத, சொந்தக் கலாசாரத்தை மட்டுமே மேன்மையானதாகக் கருதக்கூடிய நாடென்று கருதும் சீனா பற்றி பரவலாக நிலவும் எண்ணப்போக்கைச் சிதறடிக்கக் கூடிய நாவலாக *Journey to the West* திகழ்கிறது. பவித்திரமான, பணிவுமிக்க கன்ஃப்யூசிய மதத்தைப் பின்பற்றி, படிநிலையையும் அதிகாரத்தையும் பூஜிக்கும் பேரரசாக எண்ணப்பட்டு வரும் சீனா பற்றிய ‘ஸ்டீரியோடைப்’களையும் இந்த நாவல் உடைக்கிறது. யுவான் சுவாங்கின் பயணத்தில் அவனுடன் இணைபவர்கள் நல்லவர்களோ, பெருமை வாய்ந்தவர்களோ அல்லர்; அற்பமான, அஞ்ஞான இருளில் சிக்கிய ஜந்துக்களே. அவையெல்லாம் புத்தகத்தின் முடிவில் அழியாத்தன்மை அடைந்து பௌத்த தரிசனத்தை நிகழ்த்திக் காட்டுகின்றன. பயணிகளின் தேடலை மேம்போக்காக ஆன்மீகத் தேடல் எனக் கருதினாலும், சமயம்

மற்றும் ஒழுக்க அதிகாரத்தின் மீதான பயபக்தியற்ற பார்வையை நாவல் பிரதிபலிக்கிறது. மந்த புத்தி நவ-கன்ஃப்யூசியர்கள், பேராசை மிக்க பௌத்தர்கள், காமாந்தக டாவோயிஸ்டுகள் – அனைவரும் நாவலில் பரிகசிக்கப்படுகின்றனர். ஓரிடத்தில், குரங்கு ராஜா புத்தரின் கையின் மேல் சிறுநீர் கழிப்பதாகவும் வருகிறது.

Journey to the west ஒரு தீவிரமான மனிதத்துவ புத்தகம். அமரத்தன்மை கொண்டவர்களும் அரக்கர்களும் நாவலெங்கும் நிரம்பி வழிகிறார்கள். அவர்களின் புறவுருவம் திகிலூட்டக் கூடியதாக இருந்தாலும், பலவிதங்களில் அவர்கள் நம்மையொத்தவராகவே இருக்கின்றனர். அவர்களின் அதிகாரத்துவமும் அரசாங்கங்களும் மனித உலகத்தை நகலெடுத்த மாதிரியே இருக்கின்றன. சரியான இயற்கைக்கப்பாற்பட்ட துறைகளுக்கு அவர்கள் தம் விண்ணப்பங்களைக் கவனத்துடன் பதிகிறார்கள். பாதாள லோகத்தில் பணி புரியும் எழுத்தன் தன்னுடைய ஜனனம் – மரணம் பற்றிய ஏட்டில் கணக்குகளைச் சரி பார்க்கும் வரை ஒரு மனிதனும் மரிக்க முடியாது. நம் காலத்து அதிகாரிகளைப் போலவே, இடிமின்னல் மடாலயத்தைக் காக்கும் காவலர்கள் யுவான் சுவாங்கையும் மற்றவர்களையும் சூத்திரங்களைப் படிக்க அனுமதிக்கும் முன்னர் லஞ்சம் கேட்கிறார்கள். நாவலில் வரும் பயணிகள் புனிதர்களல்லர்; நிறைகுறையுள்ள மனிதர்கள். இயற்கை தருவதைப் பிரசாதம் போல ஏற்றுக்கொள்வேன் என்று பக்தி பூர்வமாகச் சொல்லும் புத்தத் துறவி யுவான் சுவாங், கதையின் பல இடங்களில் குளிர், பசி, வசதியின்மை பற்றிக் குறைபட்டுக்கொண்டே வருகிறான். நெருக்கடி ஏற்படும் போதெல்லாம் யுவான் சுவாங் தவறாமல் புலம்புகிறான். பிக்ஸி ஒரு சோம்பேறி; பேராசைக்காரன் ஃப்ரைடு ரைஸ் (இது அந்தக் காலத்திலும் சீனாவில் பாப்புலர் போல!) நிரம்பிய கிண்ணத்தைக் கண்டால் மெய்ம்மறந்து அடிக்கடி ஏதாவது பூதத்திடம் சிக்கிக்கொள்வான். குரங்கு ராஜனைப் பற்றியோ சொல்லவே வேண்டாம். மிகவும் துன்பியல் கட்டங்களிலும் கூட இளித்துக்கொண்டே இருப்பது அவன் இயல்பு. பயமுறுத்தும் கடவுள்களிடமும் பூதங்களிடமும் தந்திரமாகப் பேசும் அவன் திறமை; விசித்திரமான பாணியில் அவன் யுத்தம் புரியும் உத்திகள்!

Journey to the West – பல தலைமுறைகளாக உலகளாவிய வரவேற்பையும் கவனத்தையும் பெற்ற சீன நாவல்.

ஐந்து ஜென் கதைகள்

குதிரையில் செல்பவன்

வாயில் நுரை தள்ளியவாறு அதிவேகமாக ஓடிக்கொண்டிருந்த குதிரையின் மேல் உட்கார்ந்திருந்தவனின் முகபாவம் முக்கியமான அலுவல் எதுவும் இல்லாதவன் போல் இருந்தது.

சாலையின் ஓரத்தில் ஒதுங்கியிருந்த படி இன்னொருவன் கேட்டான் "எங்கே போகிறாய்?"

குதிரையிலிருந்தவன் சொன்னான்: "எனக்குத் தெரியாது; குதிரையைக் கேள்"

கரை சேர்தல்

தன் இலக்கை நோக்கிச் சென்றுகொண்டிருந்த இளம் பௌத்தனின் வழியில் அகண்டதோர் ஆறு வந்தது. ஆற்றின் வெள்ளத்தை நோக்கிய படி 'எப்படி இந்நதியைக் கடக்கப் போகிறோம்?' என்று பல மணி நேரங்களாக யோசித்தவாறு நின்றிருந்தான்.

பயணத்தைக் கை விட்டுவிடலாமென்ற முடிவுக்கு அவன் வரும் தருணத்தில் ஆற்றின் எதிர்க் கரையில் ஒரு வயோதிகர் நின்றுகொண்டிருப்பதைக் கவனித்தான்.

அவரை நோக்கி "அக்கரையை எப்படி வந்தடைவது?" என்று சத்தம் போட்டு வினவினான்.

வயோதிகர் மேலும் கீழும் சில கணங்களுக்குப் பார்த்துவிட்டுக் கத்திச் சொன்னார்: "மகனே, நீ அக்கரையில் தான் நிற்கிறாய்"

எத்தனை காலம்?

தற்காப்புக் கலையைப் பயின்றுகொண்டிருந்த மாணவன் தன் ஆசானிடம் கேட்டான் "தற்காப்புக் கலையைப் பயின்று பாண்டித்தியம் பெறுவதையே என் நோக்கமாகக் கொண்டுள்ளேன்; இதில் மேதமை அடைய எத்தனை காலம் பிடிக்கும்?

கொஞ்சமும் யோசிக்காமல் ஆசிரியர் "பத்து வருடங்கள்" என்று பதிலிறுத்தார்; பொறுமையிழந்த குரலில் மாணவன் மீண்டும் கேட்டான் "ஆனால் நான் அதைவிடக் குறைந்த காலத்தில் பயில விரும்புகிறேன். அதற்காகக் கடும் உழைப்பைச் சிந்த சித்தமாயிருக்கிறேன். தேவைப்பட்டால் தினமும் பத்துப் பனிரெண்டு மணி நேரத்திற்கும் மேலாகப் பயிற்சி செய்யத் தயாராயிருக்கிறேன். அப்போது எத்தனை காலம் பிடிக்கும்?"

ஆசான் சில கணம் அமைதியாயிருந்துவிட்டுச் சொன்னார் "இருபது வருடங்கள்"

நிரம்பி வழியும் தேநீர்க் கோப்பை

ஜப்பானின் மெய்ஜி காலத்தில் ஜென் ஞானியொருவரிடம் பல்கலைக் கழகப் பேராசிரியர் ஒருவர் தன் சந்தேகத்தைத் தீர்த்துக் கொள்வதற்காக வந்தார். பேராசிரியரின் கோப்பையில் தேநீரை ஊற்றினார் ஜென் ஞானி. கோப்பையின் விளிம்பைத் தாண்டித் தேநீர் நிரம்பி வழிந்தது. ஆனாலும் ஊற்றுவதை நிறுத்தவில்லை. பேராசிரியரால் பொறுத்துக்கொள்ள முடியவில்லை.

"கோப்பை நிரம்பிவிட்டது. மேலதிகத் தேநீர் அதற்குள் நிரம்பாது"

ஞானி புன்னகை வழியச் சொன்ன பதில்: "இந்தக் கோப்பையைப் போலவே, உங்களுள்ளிலும் கருத்துகளும் ஊகங் களும் நிரம்பியிருக்கின்றன. நீங்கள் உங்கள் கோப்பையைக் காலி செய்யாத வரையில் நான் எப்படி உங்களுக்கு ஜென்னைப் போதிக்க முடியும்?"

இனிப்பான ஸ்ட்ராபெர்ரி

காட்டுப் புறத்தில் நடந்து சென்றுகொண்டிருந்த ஒருவனைப் பசித்த புலியொன்று துரத்த ஆரம்பிக்கிறது. அவன் வேகமாக

ஓடுகிறான். புலி துரத்திக்கொண்டே வந்தது. உயர்ந்த குன்றின் விளிம்பு வரை வந்துவிட்டான். வேறு வழியில்லை. செங்குத்தான குன்றின் விளிம்பில் படர்ந்திருந்த கொடியின் தண்டைப் பற்றியவாறு அபாயகரமாகத் தொங்கிக்கொண்டிருந்தான்.

அந்நேரம் பார்த்துப் பாறையின் சிறு துளையிலிருந்து வெளிப்பட்ட இரு எலிகள் கொடியின் தண்டைத் தன் பற்களால் கடித்துத் துண்டாக்கத் தொடங்கின.

திடீரென அக்கொடியில் பூத்திருந்த தடிமனான காட்டு ஸ்ட்ராபெர்ரி அவன் கண்ணில் பட்டது. அதைப் பிடுங்கி வாயில் போட்டுக்கொண்டான். அது மிக மிக இனிப்பாக இருந்தது.

தாரா தாரா தாரா

பௌத்தர்களின் வரலாற்றுக் கதைகளைப் பதிவு செய்த திபெத்திய வரலாற்றாளர் தாரநாதர் ஒரு கதை சொன்னார். பன்மடங்கு ஒளி என்னும் பிரபஞ்சத்தில் ஞானசந்திரா என்னும் இளவரசி வாழ்ந்து வந்தாள். புத்தர்களின் மேல் மிகுந்த பக்தியுடைவளாக விளங்கினாள். துந்துபிஸ்வர புத்தர் என்னும் புத்தருக்குப் பல வருடங்களாகக் காணிக்கைகள் அளித்து வந்தாள். இதன் காரணமாக ஒரு நாள் அவளுள் கருணையின் அடிப்படையிலான போதிசித்தம் எழுந்தது. உலக உயிர்கள் அனைத்தையும் உய்விக்க வைக்கும் ஞானத்தைப் பெறும் எண்ணம் வெகுஆழமாக வேரூன்றியது. பிக்குகளை அணுகினாள். அவர்களெல்லாம் பிரார்த்தனையில் ஈடுபடுமாறு வலியுறுத்தினர். அப்போதுதான் அவள் ஓர் ஆணாக அவதரித்து போதிசத்துவ நிலையை அடைய இயலும் என்றும் அறிவுறுத்தினர். பௌத்த இலக்கியங்களில் நாம் இந்நிலைப்பாட்டைப் பரவலாகப் படிக்கலாம். ஒரு பெண் போதிசத்துவப் பாதையில் முன்னேறுவதற்கு ஒரு கட்டத்தில் ஆணாகப் பிறத்தல் அவசியம் என்றே பல்வேறு பௌத்த நூல்கள் வலியுறுத்தி வந்தன. ஞானசந்திராவுக்குப் பிக்குக்கள் சொன்னது ஏற்றதாய்ப் படவில்லை. பிக்குக்கள் சொன்னதைக் கேட்ட ஞானசந்திரா பேசலுற்றாள்:

இங்கு ஆணும் இல்லை, பெண்ணும் இல்லை
சுயமும் இல்லை, நபரும் இல்லை,
பிரக்ஞை இல்லவேயில்லை.
ஆணென்றும் பெண்ணென்றும் வகைப்படுத்துதல்
சாரமற்றது,
தீயமனம் கொண்ட உலகை ஏமாற்றவல்லது.

பிறகு அவள் ஓர் உறுதிமொழி பூண்டாள்.

ஆணுடலில் இருந்து
ஞானநிலையை விழைவோர் பலர்;
பெண்ணுடலில் இருக்கும் உயிர்களின் உய்வுக்காக
உழைப்போர் யாருமிலை.
எனவே, சம்சாரவுலகம் இல்லாமல் போகும் வரை
பெண்ணுடலில் இருக்கும் உயிர்களின் உய்வுக்காக
அயராதுழைப்பேன்.

உயிர்களைக் காத்து ஆட்கொள்ளும் பணியில் வல்லமை பெற்றவளாக ஆனாள். துந்துபிஸ்வர ததாகதர் அவளுக்கு "தாரா" என்னும் புதுப்பெயர் சூட்டினார்.

தாராவின் தோற்றம் பற்றி மேலும் பல தொன்மக் கதைகள் உண்டு. சில தொன்மங்களின் படி, நாம் வாழ்ந்து கொண்டிருக்கும் இந்த யுகத்தின் துவக்கத்தில் அவலோகிதேஸ்வர போதிசத்துவர் தன் தலையைச் சாய்த்து மனிதவினத்தின் துக்கங்களை நோக்கலானார். சம்சாரவுலகமெங்கிலும் துக்கம் பரவிக் கிடந்தது. உயிர்கள் துக்கத்தில் பிறந்து, நோய்கள், போர், வறட்சி இவற்றால் பீடித்துத் துக்கத்தில் மடிந்த வண்ணம் இருந்தன. உயிர்கள் தாம் ஆசைப்பட்டதை அடையமுடியாமலும், ஆசைப்படாததை அடைந்தும் அல்லலுற்றன. எத்துணை உயிர்கள் பயனிலா சம்சார சுழற்சியிலிருந்து விடுபட அவலோகிதர் உதவி செய்தாலும், விடுபடா உயிர்களின் எண்ணிக்கை குறையாமல் இருப்பதைக் கண்டு அவர் கண்ணில் நீர் துளிர்த்தது. கண்ணீர் அவர் முகத்தில் வழிந்தோடி அவர் காலுக்கருகே ஒரு குட்டை உருவானது. குட்டையின் ஆழத்திலிருந்து ஒரு நீலத் தாமரை பூத்தெழுந்தது. நீலத் தாமரையிலிருந்து பதினாறு வயது இளம் பெண் ஒருத்தி தோன்றினாள். அவள் மென்மையான உடலைக் கொண்டிருந்தாள். அவள் உடலை மேவிய ஒளி ஊடுருவும் பச்சை நிறம் யதார்த்தத்திற்கும் யதார்த்தமின்மைக்கும் இடையே வட்டமிடுவதாய் இருந்தது. அவளின் குடிகொண்ட ஆற்றல் புலன்களால் காண, கேட்க, உணரத் தக்கதாய் இருந்தது. பட்டுடை உடுத்தியிருந்தாள். இளவரசிகள் அணியும் நகைகளைப் பூண்டிருந்தாள். அவளின் கை அழகான நீலத்தாமரையை ஏந்தியிருந்தது. அவலோகிதேஸ்வரரின் கருணைக் கண்ணீரில்

இருந்து உதித்தவளைக் கருணையின் வடிவம் என்றே கொள்ள வேண்டும். ஒளி மயமாக, அழகான கண்களுடன், நட்சத்திரவொளி யின் மறுரூபமாய்த் தாரா இந்த யுகத்தில் மீண்டும் தோன்றினாள்.

வேறோரு யுகத்தில் மேற்கு திசை சொர்க்கத்தில் இருக்கும் அமிதாபா புத்தரின் கண்களிலிருந்து ஒளிர்ந்த நீலக் கதிரொளி யிலிருந்து தாரா தோன்றினாள்.

தாராவும் துர்க்காவும்

தாராவின் பல்வேறு அம்சங்களும் பண்புகளும் ஆரம்பக்காலப் பெண் கடவுளான துர்க்கையை ஒட்டியவாறு அமைந்திருக்கின்றன. எனவே, துர்க்கை வழிப்பாட்டிலிருந்து பௌத்தத்தின் தாரா வழிபாடு வளர்ந்திருக்கலாம் என்று எண்ண இடமிருக்கிறது. இது போன்ற இணைப்பை அவலோகிதேஸ்வரருக்கும் ஆரம்பகால சிவனுக்கும் இடையில் காணலாம். சுயாதீனமான பௌத்தக் கடவுளாகத் தாரா வழிபடப்பட்டதற்குக் குப்தர்கள் காலத்துக்கு முந்தைய இலக்கியச் சான்றுகளோ தொல்லியல் சான்றுகளோ இல்லை. தாராவின் மிகப் பழைமையான சிற்பத்தின் காலம் ஆறாம் நூற்றாண்டு என்று வரலாற்றாசிரியர்கள் கருதுகின்றார்கள். துர்க்கை மாதிரியான சில பெண் தெய்வங்களின் பெயர்கள் (அதிதி & ராத்ரி) வேத நூல்களில் வருகின்றன என்றாலும் வைதீகச் சமய பெண் தெய்வங்களின் கொள்கை ஒன்றிணைதல் *(Principle Coalescence)* முதன்முதலாக மார்க்கண்டேய புராணத்தின் ஒரு பகுதியான தேவி மகாத்மியத்தில்தான் நிகழ்கிறது. மார்க்கண்டேய புராணம் நான்காம் நூற்றாண்டின் இறுதியில் இயற்றப்பட்டிருக்கலாம் என்று வல்லுநர்கள் கருதுகிறார்கள். சொற்பிறப்பியலின்படி *(Etymologically)* தாராவும் துர்காவும் ஒரே எண்ணத்தை வெளிப்படுத்தும் சொற்கள். ஒன்றுக்கிணையான இரு பெயர்கள் பரஸ்பர உறவை அர்த்தப்படுத்திக்கொள்ள இடமளிக்கிறது. தாராவின் எண்ணற்ற வடிவங்களில் ஒன்று பௌத்த நூல்களில் "துர்கோத்தரி நித்தரா" என்று வர்ணிக்கப்படுகிறது. ஐந்தாம் நூற்றாண்டில் இயற்றப்பட்டதாகக் கூறப்படும் மகாபாரதத்தில் ஒரு துர்க்கை ஸ்தோத்திரம் வருகிறது. அதில் துர்க்கை "தாரிணி" என்று துதிக்கப்படுகிறாள். "தாரிணி" என்றால் "கடக்கச் செய்பவள்" என்று பொருள். தாரா என்னும் பெயரின் பொருளும் அதுவே. தாராவின் 108 நாமங்களில் 44 நாமங்கள் துர்க்காவுக்கும் வழங்கப்படுகின்றன. மகாபாரதம் துர்கா என்ற பெயருக்கு "மக்கள் உன்னை துர்கா என்று துதிக்கிறார்கள் ஏனென்றால் நீயே அவர்களைக் கஷ்டந்தரும் வழிகளிலிருந்து மீட்கிறாய்"

தாரா வழிபாடு – இந்தியாவிலும் பிற நாடுகளிலும்

கிழக்கிந்தியாவில் தொடங்கிய தாரா வழிபாடு ஆறாம் நூற்றாண்டு காலத்தில் முழு வடிவம் பெற்று தக்காணக் குகைகளுக்கு, குறிப்பாக அஜந்தா – எல்லோரா குகைகளுக்கு பரவியிருக்கலாம். தாராவின் முக்கியத்துவம் வளர்ந்துகொண்டே போய், கிட்டத்தட்ட நூற்றாண்டுகளில் பாரதமெங்கும் பரவியது. இந்தியா மட்டுமில்லாமல் நேபாளம், திபெத், மங்கோலியா, இந்தோனேசியாவெங்கும் தாரா வழிபாடு பிரசித்தமானது. இலங்கையிலும் தாரா வழிபாடு இருந்திருக்கலாம். (திரிகோணமலையில் கண்டெடுக்கப்பட்ட பனிரெண்டாம் நூற்றாண்டு தாரா சிற்பம் ஒன்று பிரிட்டிஷ் மியூசியத்தில் வைக்கப்பட்டிருக்கிறது) இந்தியாவில் பனிரெண்டாம் நூற்றாண்டு வரை தாரா பிரசித்தமாயிருந்தாள்.

திபெத்திலும் மங்கோலியாவிலும் தாரா வழிபாடு இன்றளவும் தொடர்கிறது. *Stephen Beyer* என்பவர் எழுதிய *"The cult of Taaraa"* என்ற கட்டுரையில் சொல்கிறார்: "தாராவின் வழிபாடு திபெத்திய சம்பிரதாயங்களில் பரவலாகக் காணப்படுகிறது. மற்ற தெய்வங்களுடன் ஒப்பிட முடியாத அளவுக்குத் திபெத்தியர்கள் தாராவுடன் தனிப்பட்ட, நீடித்த உறவைக் கொண்டிருக்கிறார்கள்". சீனாவிலும் ஜப்பானிலும் தாரா ஒரு குட்டி தெய்வம்தான். குவான்–யின் அல்லது கன்னொான் என்ற பெயர் கொண்ட பெண் வடிவ அவலோகிதேஸ்வரர் தாராவின் இடத்தை அங்கே நிரப்பி விடுகிறாள். குவான்–யினின் முதன்மைத் தொடர்பு அவலோகிதேஸ்வரருடன் இருந்தாலும், குவான்–யின்னின் சித்தரிப்பு தாராவைப் போன்றே அமைந்திருக்கிறது.

பயங்களைப் போக்குபவள்

மகாபயங்கள் எனப்படும் எட்டு பயங்களைப் போக்குபவளாக தாரா திகழ்கிறாள். இவ்விஷயத்திலும் இந்து சமயத்தின் துர்க்கையோடு தாராவுக்கு ஒற்றுமையுண்டு. தேவி மகாத்மிய நூலில் தேவி பக்தரை எல்லாக் கஷ்டங்களிலிருந்தும் கரை சேர்க்கிறாள் என்று சொல்லப்படுகிறது. கஷ்டங்களில் மகாபயங்களும் கூட சேர்க்கப்படுகின்றன. பயங்களிலிருந்து மட்டுமில்லாமல் சம்சார சாகரத்திலிருந்து கரை சேர்ப்பவள் துர்கா. சம்சார சாகரம் என்பதைக் குறிக்கும் – பவசாகரா – என்னும் சம்ஸ்கிருதச் சொற்றொடர் தாராவின் தொடர்பிலும் பயன்படுத்தப்படுகிறது. ஐந்தாம் நூற்றாண்டில் அஜந்தா குகையில் அவலோகிதேஸ்வரர் மனிதர்களை மகாபயங்களிலிருந்து விடுவிக்கிறார் என்று சித்தரிக்கப்படுகிறது. ஏழாம் நூற்றாண்டிலோ, எல்லோரா

குகையொன்றில் அவலோகிதேஸ்வரரின் இடத்தைத் தாரா எடுத்துக்கொண்டு விடுகிறாள்.

எட்டு பெரும் பயங்கள் என்று சொல்லப்படுபவை – சிங்கங்கள், யானைகள், தீ, பாம்புகள், கொள்ளைக்காரர்கள், சிறைவாசம், கப்பல் கடலில் மூழ்குதல், மனிதர்களைத் தின்னும் பிசாசுகள். இது என்ன லிஸ்ட் என்று நமக்குத் தற்போதைய காலத்தில் தோன்றலாம். ஆனால், பழைய காலத்தில் நாடு விட்டு இன்னொரு நாட்டுக்குப் போகும் பயணிகள் சந்தித்த பொதுவான இடர்களாக இவை இருந்திருக்கலாம். சாதுக்கள் மற்றும் யாத்திரிகள் மட்டுமில்லாமல் வணிகர்களும் வியாபாரிகளும் கடல் கடந்து தூர தேசப் பயணம் மேற்கொள்வது அதிகமாகத் தொடங்கியது. இத்தகையோராலேயே தாரா வழிபாடு எல்லாத் திசைகளிலும் பரவத்தொடங்கியது.

சிங்கத்திடம் சிக்கியோர் அல்லது கடற்பிரயாணம் மேற்கொண்டு கடலில் மூழ்கியோர் தாராவின் நாமத்தை பக்தியுடன் உச்சரித்தலும் உடன் அவர்களெல்லாம் மின்னல் வேகத்தில் தாராவால் காக்கப்படுவதும் என்று திபெத்தில் பல கதைகள் வழங்கப்படுகின்றன. திபெத்தில் சிங்கங்கள் இல்லை. திபெத்திய கலைஞர்கள் சித்தரிக்கும் சிங்கங்கள் இயற்கையான தோற்றம் கொண்டதாகக்கூட இருப்பதில்லை. திபெத்திய சிங்க ஓவியங்களைப் பார்த்தால் ஓவியர் சிங்கத்தைப் பார்த்ததேயில்லை என்றுதான் நமக்குத் தோன்றும். திபெத்தில் யானைகளைப் பார்ப்பதும் அரிது. திபெத் கடலால் சூழப்பட்டிருக்கும் நாடல்ல. யாரந்தப் பிசாசுகள்? அவை எதைக் குறிக்கின்றன? திபெத்திய ஓவியக் கலைகளில் இந்த பயங்கள் ஏன் தொடர்ந்து சித்தரிக்கப்படுகின்றன? ஓவியர்களின் படைப்புகளில் ஏதேனும் குறிப்பு கிடைக்குமா? பிசாசுகள் சாதுக்களைத் தாக்குவது போலவே எல்லா ஓவியங்களிலும் சித்தரிக்கப்படுகின்றன. முழுநேரமும் உண்மையைத் தேடுவோரின் குறியீடாகச் சாதுவின் உருவத்தைக்கொள்ள வேண்டும். மற்ற பயங்கள் சாதுக்களையும் பாமரர்களையும் பீடிக்கும். ஆனால் பிசாசுகள் சாதுவையோ சாதுக்களின் குழுக்களையோ தாக்குவதாகவே அனைத்துக் கதைகளிலும் காட்டப்படுகிறது. முதலாம் தலாய் லாமா (இப்போதிருப்பவர் பதினான்காவது) தனது தாரா துதியில் தெளிவாக விளக்குகிறார்:

> இருண்ட அறியாமையின் வெளியில் திரியும் அவை
> வாய்மையைத் தேடுவோருக்குக் கடுந்துன்பத்தை விளைவிக்கும்.
> விடுதலைக்கிடையூறாக மரண ஆபத்தைத் தோற்றுவிக்கும்
> சந்தேகம் எனும் பிசாசுகள் – இந்த பயத்திலிருந்து எம்மைக்
> காப்பாற்று

சிங்கத்தின் கருவம், மயக்கமெனும் யானை, கோபத்தீ, பொறாமைப் பாம்புகள், பிழையான கருத்துகள் எனும் திருடர்கள், பேராசைச் சங்கிலி, பற்றின் வெள்ளம், சந்தேகப் பிசாசுகள் – எட்டு பெரும் பயங்கள் ஆன்மீக ஆபத்துகளையும் சாதனாவுக்கான தடைகளையும் குறிப்பதாகப் புரிந்துகொள்ள முடியும்.

○

துணுக்கு: (1) மணிமேகலைக் காப்பியத்தில் மணிமேகலையின் முற்பிறப்பை மணிமேகலா தெய்வம் (தாரையின் ஒரு வடிவம்?) அறியத் தருகிறது. மணிமேகலை முற்பிறப்பில் இலக்குமி என்ற பெயருடன் பிறந்தாள். இலக்குமிக்கு இரு தமக்கையர் இருந்தனர். அவர்களின் பெயர் – தாரை & வீரை. தாரையே அடுத்த ஜென்மத்தில் மணிமேகலையின் தாயார் மாதவி; வீரையே மணிமேகலையின் செவிலித்தாயாக அன்பு செலுத்தும் உற்ற தோழி சுதமதி (2) மணிமேகலா தெய்வம், தீவதிலகை, சிந்தா தேவி என்று பௌத்தப் பெண் தெய்வங்கள் போதிசத்துவப் பாதையின் வழி நடக்கும் மணிமேகலைக்கு உற்ற துணையாய் பாதுகாப்பாய் காப்பியம் நெடுக வருகின்றன.

(தர்மாசாரி பூர்ணா என்பவர் Western Buddhist Review என்ற பத்திரிகையில் எழுதிய Tara: Her Origins and Development என்ற கட்டுரையில் பதிந்த பல தகவல்களை இக்கட்டுரையில் பயன்படுத்தியிருக்கிறேன்.)

புத்த வசனம்

புத்தர் சொன்ன சொற்களிலேயே அவரின் அறவுரைகளைக் கேட்டால்? புத்தர் எந்த மொழியில் பேசியிருப்பார்? இக்கேள்விக்கான உறுதியான விடை பற்றிய முடிவுக்கு இன்னும் வரலாற்றாளர்கள் வரவில்லை. கிழக்கத்திய மகதி பிராகிருதமோ அல்லது கோசல நாட்டில் பேசப்பட்டு வந்த மொழியிலோ அவர் பேசியிருக்கலாம் என்று கருதப்படுகிறது. கிராம நாகரீகங்களின் முடிவில், நாணயங்கள் புழக்கத்துக்கு வந்த புதிதில், ஆடு-மாடு மேய்த்து சிறிய அளவிலான தோட்டப்பயிர் செய்து வாழ்ந்த பழங்குடி மக்கள் வாழ்க்கையை விடுத்துச் செல்வச் செழிப்பான நகரங்கள் உருவாகத் தொடங்கிய காலத்தில், வணிகத்தை மையப்படுத்திய முடியரசுகள் தோன்றத் தொடங்கியிருந்த காலத்தில் புத்தர் தன் அறவுரைகளைச் சொல்லிக்கொண் டிருந்தார். கங்கைச் சமவெளியின் ஒவ்வொரு நகரங்களிலும் பல வருடங்களாக (புத்தர் பரிநிர்வாணம் அடைந்த போது அவருடைய வயது எண்பது) உலவித் திரிந்து சாதுக்களுக்கு வினய வழிமுறைகளை அறிவுறுத்தினார்; அவரை மொய்த்த வண்ணம் இருந்த இல்லறத்தில் இருக்கும் பாமரர்களிடம் பேசினார்; ஆர்வமுள்ளோர் தொடுக்கும் வினாக்களுக்கு விடையளித்தார்; பல்வேறு வர்க்க மக்களிடமும் உரையாடினார். நமக்குக் கிடைத்திருக்கும் அவருடைய போதனைப் பதிவுகள் அவருடைய சொந்த எழுதுகோலினால் எழுதப்பட்டவை அல்ல; அவருடைய பேச்சுகளைக் கேட்டவர்கள் அவர் பேசியதைப் பேசியவாறே

படியெடுத்தவைகளுமல்ல. புத்தரின் பரிநிர்வாணத்துக்குப் பிறகு நடந்த புத்த சபைகளில் தொகுக்கப்பட்ட புத்தரின் சொற்பொழிவுகளிலிருந்தே நம்மிடையே இன்றிருக்கும் புத்த வசனங்கள் பெறப்பட்டன. வாய் வழி மரபாகப் புத்தரின் வசனங்கள் முன்னூறு வருடங்களுக்கு மேலாக அடுத்தடுத்த தலைமுறைகளுக்கு எடுத்துச் செல்லப்பட்டன. புத்த சபை களில் தொகுக்கப்பட்ட போதனைகள் புத்தர் சொன்ன வார்த்தை மாறாமல் பதிவு செய்யப்பட்டிருக்கும் என்று எண்ணச் சாத்தியமில்லை. தம்மை அண்டிய மக்களின் மனப்பக்குவத்திற்கேற்றவாறு புத்தர் உரையாற்றியிருக்கக் கூடும். அவரின் சொற்பொழிவுகளைத் தரப்படுத்தப்பட்ட உரைகளாகப் பதிவு செய்யும்போது *"edit"* பண்ணப்படாமல் இருந்திருக்கக்கூடுமா? வாய் வழிப் பாரம்பரியம் வாயிலாகப் பாதுகாக்கப்படுவதற்கேற்ற பொருத்தமான முறையில் போதனைகளை வடிவமைப்பதற்கு, புத்த சபையில் கூடிய சாதுக்கள் போதனைகளைத் தொகுப்பாக்கம் செய்து, வாய் வழிப் பாரம்பரியத்தின் அடிப்படைக் கூறுகளான – கேட்டல், நினைவில் தக்கவைத்தல், ஓதுதல், மனனம் செய்தல், ஒப்பித்தல் – இவ்வைந்துக்கும் வழிவகை செய்யுமாறு *"edit"* செய்திருப்பார்கள். இந்த வழிவகையில் எளிமைப்படுத்துதலையும் தரப்படுத்துதலை யும் அவர்கள் தவிர்த்திருக்க முடியாது.

புத்தர் வாழ்ந்த நாட்களிலேயே அவரின் உரைகள் இலக்கிய வகைமைகளின் அடிப்படையில் கீழ்க்கண்டவாறு வகைப்படுத்தப் பட்டன:–

1. சுத்தா *(Sutta)* – உரைநடை வடிவிலான போதனை
2. கெய்யா *(Geyya)* – உரைநடையும் செய்யுளும் கலந்த வடிவம்
3. வெய்யாகரணா *(Veyyakaranaa)* – வினா விடை வடிவம்
4. காதா *(Gatha)* – செய்யுள் வடிவம்
5. உதானா *(Udana)* – உரைநடை அல்லது செய்யுள் வடிவிலான புத்தரின் சிறப்பு வாசகங்கள். (பாலி அமைப்பில் உள்ள குத்தக நிகாயத்தின் படைப்பு ஒன்றின் பெயரும் இதுவே).
6. இதிவுத்தகா *(Itivuttaka)* – *"thus it is said"* என்ற சொற் களின் அறிமுகத்துடன் தொடங்கும் போதனைகள். பாலி அமைப்பின் குத்தகநிகாயத்தின் இதே தலைப்பில் அமைந்திருக்கும் ஒரு படைப்பில் இவைகள் அடங்கி

யுள்ளன. சமஸ்கிருத அமைப்பில் சீடர்களின் முந்தைய ஜென்மங்களின் கதைகளைக் கொண்ட வகைமையாக இது "இதிவ்ரித்திகா" என்று வழங்கப்படுகிறது.

7. ஜாதகா (Jataka) – புத்தரின் முந்தைய ஜென்ம வாழ்க்கையைப் பேசும் வகைமை.

8. அப்புததம்மா (Abbhutadhamma) – அற்புதங்களும் இயற்கைக்கு மீறிய நிகழ்வுகளும் அடங்கிய கதைகள்.

9. வேதல்ல (Vedalla) – "நுண்ணிய பகுப்பாய்வு" என்ற பொருள்கொண்ட இந்த வகைமை சமய இலக்கணம் மற்றும் மறைக்கல்வியை சம்பாஷணை வடிவில் அளிக்கிறது. சமஸ்கிருத அமைப்பில் இது "வைபுல்ய" என்று குறிக்கப்படுகிறது. முக்கியமான பல மகாயான சூத்திரங்கள் – லோட்டஸ் சூத்ரா, அஷ்டசஹஸ்ரிக– பிரஜ்னபாரமித சூத்திரம், லங்காவதாரச் சூத்திரம் முதலானவை வைபுல்ய வகைமையைச் சார்ந்தவை.

மேற்கண்ட ஒன்பது வகையோடு மூன்று இதர வகைகளும் சமஸ்கிருத அமைப்பில் காணப்படுகின்றன.

- நிதானா ("Cause") – அறிமுகப்பகுதி மற்றும் வரலாற்றுச் சொல்லாடலைக் குறிக்கும் வகைமை
- அவதானா ("Noble Deeds") – மக்களின் முந்தைய பிறப்புகளில் புத்தர் புரிந்த நல்வினைகளும் அதன் விளைவாக அவர்களின் நிகழ் பிறப்பில் நிகழும் நல்வினைகளும்
- உபதேசா ("instructions")

புத்தரின் பரிநிர்வாணத்துக்குப் பிறகு பழைய வகைகள் அடங்கிய அமைப்பு பெருந்தொகுதியாக ஒன்றிணைக்கப்பட்டு தேரவாத பாரம்பரியத்தில் நிகாயங்கள் என்னும் பெயரில் பெருந்தொகுதிகளாக மாறின. மகாயான பௌத்தத்தின் சமஸ்கிருத அமைப்பில் பெருந்தொகுதி ஆகமங்கள் என்றழைக்கப்படுகின்றன.

பாலி நெறிமுறை

துரதிர்ஷ்டவசமாக, துவக்க கால மைய நீரோட்ட இந்திய பௌத்தப் பிரிவுகளின் நெறிமுறைத் தொகுதி நூல்கள் தொலைந்துபோய்விட்டன. ஆரம்பக் கால பௌத்தப் பிரிவுகளின் தொகுதிகளில் இன்றும் நிலைத்திருக்கக் கூடிய ஒரே தொகுதி – பாலி என இன்று நாம் அறிந்திருக்கக் கூடிய மொழியில் இருக்கும் தொகுதியாகும். புராதன தேரவாத பௌத்தப் பிரிவுக்கான தொகுதியே அது.

ஒரே தொகுதியாக பாலி நெறிமுறையின் எல்லாப் படைப்புகளும் ஒன்றிணைந்திருக்கின்றன என்பதாலேயே எல்லாப் படைப்புகளும் ஒரே சமயத்தில் இயற்றப்பட்டன என்று கருதிவிட முடியாது. மிகப் பழைமையான மொழியில் பாலி நிகாயங்களின் சில பகுதிகள் இருக்கின்றன என்பதாலேயே பிற பௌத்தப் பிரிவுகளின் நெறிமுறைத் தொகுதிகளை விடப் பழைமையானவை என்றும் சொல்லிவிட முடியாது. பிற பௌத்தப் பிரிவுகளின் பெரும்பாலான ஆகமங்கள் சீன மொழிபெயர்ப்புகளிலும் திபெத்திய மொழிபெயர்ப்புகளிலும் இன்றும் காணப்படுகின்றன. ஆனாலும், பாலி நெறிமுறைத் தொகுதியை மூன்று காரணங்களின் அடிப்படையில் சிறப்பானவை என்று நாம் சொல்லலாம்.

ஒன்று, ஒற்றை பௌத்தப் பிரிவுக்குச் சொந்தமான எல்லா நெறிமுறைகளின் முழுமைத் தொகுதி என்பதால்; நெறிமுறையின் பகுதிகள் வெவ்வேறு கால இடைவெளிகளில் இயற்றப்பட்டவை என்று கொண்டாலும், ஒற்றைப் பிரிவுடனான ஒழுங்கமைவு நிகாயங்களுக்கு ஒரு சீரமைப்பை நல்குகிறது. வெவ்வேறு காலங்களில் எழுந்த பகுதிகளுக்கிடையிலும் ஒரே சீரான உள்ளடக்கத்தை நம்மால் காண முடியும். நான்கு நிகாயங்களுக்கிடையிலும், ஐந்தாவது நிகாயத்தின் பழைய பகுதிகளுக்கிடையே காணப்படும் சீரான உள்ளடக்கம் பௌத்த இலக்கியத்தின் மிகப் பழைமையான அடுக்கை நாம் கண்டடைந்திருக்கிறோம் என்ற நம்பிக்கையை நமக்களிக்கிறது.

இரண்டு, முழுத் தொகுதியும் மத்திய இந்தோ–ஐரோப்பிய மொழியில் பேணிக் காக்கப்பட்டிருக்கிறது. இம்மொழி புத்தர் பேசியிருக்கக் கூடிய மொழி அல்லது பல்வேறு பிராந்திய வட்டார வழக்குகளுக்கு நெருக்கமானதாகக் கருதப்படக்கூடியது. நாம் இம்மொழியைப் பாலி என்றழைக்கிறோம். ஆனால் இப்பெயர் ஒரு தவறான புரிதலின் மூலமாக எழுந்திருக்கிறது. “பாலி” என்ற சொல்லின் அர்த்தம் “உரைமூலம்” என்பதாகும்; இது “உரை” என்பதிலிருந்து வேறுபட்டது. உரையாசிரியர்கள் உரை பேணிக் காக்கப்பட்டுக் கொண்டு வந்த மொழியை “பாலிபாஷா” அதாவது “உரைமூலங்களின் மொழி” என்று குறிப்பிடுகின்றனர். ஒரு கட்டத்தில் இந்தச் சொற்றொடர் “பாலி மொழி” என்று தவறாகப் பொருள் கொள்ளப்பட்டது. இந்தத் தவறான கருத்து காலப் போக்கில் நிலைத்துவிட்டது. கி.மு மூன்றாம் நூற்றாண்டில் பயன்படுத்தப்பட்ட பல்வேறு பிராகிருத வட்டார மொழி வழக்குகளின் சிறப்பம்சங்களைக் காட்டும் அதே சமயம் ஒரு பகுதி சமஸ்கிருதமாக்கலுக்கு உள்ளாக்கப்பட்டதுமான கலப்பு மொழியென்று அறிஞர்கள் கருதுகின்றனர். வாஸ்தவத்தில் புத்தர் பேசிய் மொழியாக இது

இல்லாமல் இருந்தாலும், அவர் பேசிய மொழியுடன் மிகவும் நெருங்கியதானதாகக் கருதப்படக் கூடியதாக மத்திய இந்திய–ஐரோப்பிய மொழியினத்தின் அம்சமாகப் "பாலிபாஷையை" நாம் கொள்ளலாம். எனவே, புத்தர் எண்ண–உலகத்தின்பாற் பட்ட சொற்கள் தாம் இவை; அவர் வாழ்ந்த காலத்தில் நிலவிய கருத்தியல்களில் பயன்படுத்தப்பட்ட சொற்களை இப்பாலி நெறிமுறைகள் கொண்டிருக்கின்றன என்பது இவற்றின் இரண்டாவது சிறப்பம்சம்.

மூன்று, அழிந்து போன பிற பௌத்தப் பிரிவுகளின் (உதாரணம், சர்வாஸ்திவாத பௌத்தம்) இன்னும் மிஞ்சியிருக்கும் நெறிமுறைகள் கல்வி ஆர்வத்தின்பாற்பட்டதாகச் சுருங்கிவிட்டன. ஆனால் பாலி நெறிமுறை பல லட்சம் பேர் வணங்கிப் பின்பற்ற நினைக்கும் நெறிமுறையாக இன்னும் உயிர்ப்புடன் இருக்கிறது.

பாலி நெறிமுறை பொதுவாகத் "திரிபீடகம்" என்று அழைக்கப் படுகிறது. திரிபீடகம் என்றால் "மூன்று கூடைகள்" அல்லது "மூன்று தொகுப்புகள்" என்று பொருள். இந்த மூவகைப்பாடு தேரவாதத்துக்கு மட்டுமே உரித்தான தனியம்சம் அல்ல. பௌத்த நெறிமுறை நூல்களை மூன்றாகத் தொகைப்படுத்துதல் இந்திய பௌத்தப் பிரிவுகளின் பொது அம்சமாக இருந்தது. சீன மொழிபெயர்ப்பாக இன்றும் பாதுகாக்கப்பட்டு வரும் ஆகமங்களைச் சீன திரிபீடகம் என்றே அழைக்கிறார்கள்.

பாலி நெறிமுறையின் மூன்று பிரிவுகள்

I. வினய பிடகம் – சாதுக்கள் பின்பற்ற வேண்டிய ஒழுக்க விதிமுறைகள்; இவ்விதிமுறைகள் பிக்குகள் மற்றும் பிக்குணிகளுக்கானவை. ஒத்திசைவான மடாலய ஒழுங்கைப் பேணுவதற்கான விதிமுறைகள் இவை.

II. சுத்த பிடகம் – புத்தரின் அவருடைய முக்கியச் சீடர்களினுடைய உரைகளின் தொகுப்பு, உத்வேகமூட்டும் செய்யுள் வடிவப்படைப்புகள். செய்யுள் வடிவக் கதைகள், மற்றும் விளக்கங்கள் தரும் இயல்பினதான படைப்புகள்.

III. அபிதம்ம பிடகம் – பௌத்தத் தத்துவங்களின் தொகுப்பு. புத்தரின் போதனைகளைக் கடுமையான மெய்யியல் மற்றும் அமைப்பியல் தருக்கங்களுக்கு உள்ளாக்கும் ஏழு ஆய்வுப் படைப்புகளின் தொகுப்பு.

மற்ற இரு பிடகங்களுடன் ஒப்பு நோக்கும் போது, அபிதம்ம பிடகம் பௌத்தச் சிந்தனையின் பரிமாண வளர்ச்சியில்

எழுந்த பிற்கால விளைவே. பழைய போதனைகளை ஒழுங்கு படுத்தும் தேரவாதத்தின் முயற்சியே பாலி பதிப்பு. பிற ஆரம்பக் கால பௌத்தப் பிரிவுகளும் தமக்கேயான அபிதம்மத்தைக் கொண்டிருந்தன. பாலி பதிப்பைப் போல, சர்வாஸ்திவாத பௌத்தப் பிரிவின் நெறிமுறை நூல்கள் மட்டுமே இன்றளவும் முழுமையாக உள்ளன. அவற்றின் மூலம் சமஸ்கிருதம். ஆனால் இன்று அவை சீன மொழிபெயர்ப்பாக நமக்குக் கிடைக்கின்றன. தேரவாத பௌத்தத்தின் நெறிமுறையுடன் உருவாக்கத்திலும் மெய்யியலிலும் குறிப்பிடத்தக்க அளவில் வேறுபடுகின்றன.

புத்தரின் சொற்பொழிவுகளையும் உரையாடல்களையும் பதிவு செய்யும் சுத்தபிடகம் நிகாயங்கள் எனப்படும் ஐந்து பிரிவுகளைக் கொண்டிருக்கிறது. நிகாயங்களின் உரையாசிரியர்கள், வடக்கு பௌத்தத்தின் ("மகாயானம்") சகாக்கள் போல, அவற்றை ஆகமங்கள் என்றும் குறிப்பிடுகிறார்கள்.

நான்கு முக்கிய நிகாயங்கள்

i. *திக்க நிகாயம்: நீண்ட உரைகளின் தொகுப்பு – மூன்று பாகங்களாகப் பிரிக்கப்பட்ட 34 சுத்தங்கள்*

ii. *மஜ்ஜிம நிகாயம்: நடு அளவினதான உரைகளின் தொகுப்பு – மூன்று பாகங்களாகப் பிரிக்கப்பட்ட 152 சுத்தங்கள்*

iii. *சம்யுத்த நிகாயம்: Connected Discourses – இன் தொகுப்பு. 56 அத்தியாயங்களாகப் பகுக்கப்பட்டு சம்யுத்தங்கள் என்றழைக்கப்படும் மூவாயிரம் குறுகிய சுத்தங்கள்.*

iv. *அங்குத்தர நிகாயம்: Numerical Discourses – நிபாதங்கள் எனும் பதினோர் அத்தியாயங்களாகப் பிரிக்கப்பட்ட 2400 குறுகிய சுத்தங்கள்.*

மேற்சொன்ன நிகாயங்களைத் தவிர குத்தக நிகாயம் என்னும் ஐந்தாவது நிகாயத்தையும் சுத்த பிடகம் உள்ளடக்கியிருக்கிறது. இதன் அர்த்தம் சின்ன தொகுதி. பெயர்தான் சின்ன தொகுதி. ஆனால் பெரிய பெரிய படைப்புகளையெல்லாம் தன்னுள் அடக்கிக்கொண்டிருக்கும் நிகாயம் இது – முழுக்க செய்யுள் வடிவில் இருக்கும் தம்மபதம், தேரகாதா மற்றும் தேரிகாதா, உரைநடை மற்றும் செய்யுள் கலந்த சுத்தநிபாதம், உதானா, மற்றும் இதிவுத்தகா என்று முக்கிய, மிகப் பழமையான படைப்புகள் குத்தக நிகாயத்தில் உள்ளன.

நான்கு நிகாயங்களுக்கிணையான நான்கு ஆகமங்கள் சீனத் திரிபீடகத்திலும் உண்டு; ஆரம்பப் பௌத்தப் பிரிவுகளிலிருந்து குறிப்பிடத்தக்க வேறுபாடுகள் சீனத் திரிபீடகத்தில் காணப்படுகிறது.

நான்கு நிகாயங்களுக்கிணையான நான்கு ஆகமங்கள்

தீர்க்காகமம் – தர்மகுப்தக பௌத்தப் பிரிவிலிருந்து முளைத்திருக்கலாம்; பிராகிருத மூலத்தில் இருந்து மொழிபெயர்க்கப்பட்டது.

மத்யமாகமம் – சர்வாஸ்திவாத பௌத்தத்திலிருந்து முளைத்தது. சமஸ்கிருதத்திலிருந்து மொழிபெயர்க்கப்பட்டது.

சம்யுக்தாகமம் – சர்வாஸ்திவாத பௌத்தத்திலிருந்து முளைத்தது. சமஸ்கிருதத்திலிருந்து மொழிபெயர்க்கப்பட்டது.

எகோத்தராகமம் – மகாசங்கிக பௌத்தப் பள்ளியிலிருந்து கிளைத்தது. பிராகிருதமும் சமஸ்கிருதமும் கலந்த கலப்பு மொழியிலிருந்து சீனத்தில் மொழிபெயர்க்கப்பட்டது.

நான்கு நிகாயங்களின் சூத்திரங்கள் சீனத் திரிபீடகத்திலும் காணப்படுகின்றன, சிலபல வித்தியாசங்களுடன். குத்தகநிகாயத்தின் தனிப்படைப்புகளின் மொழிபெயர்ப்பும் சீனத் திரிபீடகத்தில் உள்ளது. தம்மபதத்தின் இரண்டு மொழிபெயர்ப்புகள் சீனத் திரிபீடகத்தில் சேர்க்கப்பட்டுள்ளது. தனிப்படைப்பாக சுத்தநிபாதம் சீனத் திரிபீடகத்தில் சேர்க்கப்படவில்லை.

குரங்கு ராஜன்*

ஒரு முறை ஜெதாவனத்தில் சில பிக்குகள் புத்தர் தம் உறவினர்களுக்குச் செய்த நன்மை களைப் பற்றிப் பேசிக்கொண்டிருந்தார்கள். அப்போது அங்கே வந்த புத்தர் அவர்கள் எதைப் பற்றிப் பேசிக்கொண்டிருக்கிறார்கள் என்று கேட்டறிந்தார். "ததாகதர் தம் உறவினர்களுக்கு நன்மைகள் செய்வதொன்றும் இது முதல் முறையல்ல" என்று சொன்ன புத்தர் இறந்த காலக் கதையொன்றைச் சொல்லத் தொடங்கினார்.

O

பல விதத் தாவரவினங்களும் விலங்கினங்களும் ஒன்றையொன்று சார்ந்து வாழும் அடர்ந்த காட்டுப்பகுதியில் அற்புதக் கனி மரம் ஒன்று இருந்தது. பனங்கொட்டையைவிட அளவில் பெரிதான பழங்களைக் காய்த்தது அந்த மரம். பழத்தின் சுகந்தம் மிக அபூர்வம். அதன் சுவை அதி மதுரம். அம்மரத்தில் காய்த்த பழம் போன்று உலகில் யாரும் எங்கும் கண்டிருக்க முடியாது.

அதே மரத்தில் எண்ணற்ற குரங்குகள் வாசம் செய்துவந்தன. போதிசத்துவர் குரங்குகளின் ராஜாவாக அந்த மரத்தில் பிறந்தார். குரங்கு ராஜா அதன் குரங்குப் பிரஜைகளை விட வளர்ச்சியில் ஆஜானுபாகுவாக இருந்தது. தன் பிரஜைகளின் மேல் பாசமும் பரிவும் கொண்டிருந்தது.

---
* பாலி மூலத்தில் இதன் தலைப்பு – மகாகபி ஜாதகம்

மரத்தின் அருகில் ஓடும் ஆற்றின் மேலாக மரக்கிளை ஒன்று வளரத் தொடங்கியதை ஒரு நாள் குரங்கு ராஜா கவனித்தது. அது அவருள் ஜாக்கிரதை உணர்வை விழித்தெழ வைத்தது. கிளையிலிருந்து பழுத்து உதிரும் பழம் ஆற்றின் மேல் விழலாம். ஆற்றின் வெள்ளத்தில் அடித்துச் செல்லப்பட்டு பழம் காசிமாநகரை அடையலாம். அப்பழத்தை உண்ணக் கிடைத்த மனிதர்கள் பழம் எங்கு விளைகிறதென்று கண்டுபிடிக்கும் ஆர்வத்தில் இங்கு வந்து விடுவார்கள். அவர்களால் மரம் அழிபட்டுக் குரங்குகள் பாதிப்புக்குள்ளாகும். அந்தக் குறிப்பிட்ட கிளையில் ஒரு கனியும் பழுக்காமல் பார்த்துக் கொள்ளுமாறு குரங்குகளுக்குக் கட்டளையிட்டது குரங்கு ராஜா. ராஜாவின் ஆணையின் படி அந்தக் கிளையில் ஒரு காயும் பழுக்கா வண்ணம் குரங்குகள் பார்த்துக்கொண்டன, எனினும் ஒரு பழம் மட்டும் அவற்றின் கண்களுக்குப் படவில்லை. சில நாட்களில் அந்த ஒற்றைக் கனிக்குள் நிறம், சுவை, மணம் மற்றும் மிருதுத்தன்மை கூடி நன்கு பழுத்து, அதன் காம்பிலிருந்து விடுபட்டு ஆற்று நீரோட்டத்தில் விழுந்தது. அரசனின் ஆட்கள் மீன்களுக்காக விரித்து வைத்திருந்த வலைக்குள் சிக்கிக்கொண்டது. பழம் வலையில் சிக்கிக்கொண்ட இடத்துக்கு மிக அருகில் அரசன் பெண்டிருடன் சல்லாபம் புரிந்துகொண்டிருந்தான். பழத்தின் அசாதாரணமான வாசம் அவ்விடமெங்கும் பரவியது. பெண்கள் அணிந்திருந்த வாசனைத் திரவியங்களின் வாசனை போலில்லை அது. அவர்கள் சூடியிருந்த பூமாலைகளிலிருந்து கமழும் வாசனையல்ல அது. அரசன் அருந்தும் மதுபானங்களிலிருந்து எழும் வாசனையுமல்ல அது. அங்கு குழுமியிருந்த அனைவரும் பழத்தின் வாசனையை முகர்ந்து மதி மயங்கிப் போயினர். அனைத்து வாசனையும் தம் நாசிக்குள் வர வேண்டுமென்று ஒவ்வொரு பெண்களும் சுவாசத்தை இழுத்தவண்ணம் இருந்தனர். அப்போது அவர்களின் பாதி கண்கள் மூடின. மன்னனும் பழ வாசனையில் மயங்கிப் போனான். வாசனையின் மூலம் எதுவென அறியும் ஆவலில் அனைவரும் தம் விழிகளை உருட்டி நாலா திசையிலும் தேடினர். விரைவிலேயே வலையில் சிக்கிய பழத்தைக் கண்டுபிடித்தனர். அரசன் சில வல்லுனர்களை அழைத்துப் பரிசோதித்து அது விஷபழமல்ல என்று உறுதி செய்துகொண்டான். நிறம், வாசனை, அளவு, வடிவம் – எல்லா அம்சங்களிலும் வித்தியாசமானதாக இருந்த அந்தக் கனியை அரசனே புசித்தான். பிறகு, "உலகின் வேறெந்த வகைக் கனியும் சுவையில் இக்கனியுடன் போட்டி போட முடியாது" என்று அரசன் குறிப்பிட்டான். ஆற்று வழியே பயணம் செய்து இக்கனியின் மரத்தைக் கண்டு பிடிக்குமாறு காவலர்களுக்கு உத்தரவு பிறப்பிக்கப்பட்டது. மிக விரைவிலேயே தீஞ்சுவைக்

கனிகள் பூத்துக் குலுங்கிய ஆற்றோர மரம் கண்டுபிடிக்கப்பட்டது. கனிகளைச் சுவைத்து மரத்தில் விளையாடிக் கொண்டிருந்த குரங்குக் கூட்டத்தைக் கண்டதும் மனிதர்களால் பொறுக்க முடியவில்லை. குரங்களின் மேல் அம்புகளை எய்தனர்.

காவலர்கள் மரத்தை அணுகுவதை முன்னரே கவனித்து விட்ட குரங்கு ராஜா ஒரு குன்றின் உச்சியை அடைந்தது. பிற குரங்குகள் பாதுகாப்பான அந்த உச்சியை அடைய முடியாது என்பதைப் புரிந்துகொண்ட குரங்கு ராஜா, வேர்ப்பாகம் பலமாக இருந்த ஓர் உயரமான மூங்கிலைப் பிடித்துக்கொண்டு குரங்குகள் வசித்த மரத்தை நோக்கிக் குதித்தது. உச்சியை எளிதில் அடையும் படியாக மூங்கில் வில்லாக வளைந்தது. குரங்கு ராஜா பிற குரங்குகளை அழைத்துத் தன் உடலைப் பாலமாகப் பயன்படுத்தி மூங்கிலின் மேல் ஏறி குன்றின் உச்சியை அடைந்துவிடுமாறு சொன்னது. உடனடியாகச் சந்தர்ப்பத்தைப் பயன்படுத்திக் கொண்டு குரங்குகளெல்லாம் குன்றின் மீது ஏறின. காவலர்களின் அம்புகள் வந்து விழாத குன்றின் உச்சியைச் சென்றடைந்தன. ஆனால் சகாக்களின் கால்கள் மிதித்து மோசமாகக் காயமுற்ற குரங்கு ராஜாவோ மூங்கிலைக் கைவிட்டுச் சுருண்டு விழுந்தது. சற்றுத் தள்ளி நின்று குரங்குகள் தப்பித்த விதத்தையும் குரங்கு ராஜாவின் அவல நிலையையும் கண்ணுற்றவாறிருந்தான் அரசன். தனது குரங்குப் பிரஜைகளைக் காப்பதற்காக நுண்ணறிவு, தைரியம், வீரம் மற்றும் தியாகம் போன்ற குணங்களின் எடுத்துக்காட்டாய்க் குரங்கு ராஜா புரிந்த சாகசம் மன்னன் மனதை நெகிழ வைத்தது.

மயக்கத்தில் இருந்த குரங்கு ராஜாவைப் பத்திரமாக மரத்திலிருந்து இறக்கி, ஒரு மெத்தையில் படுக்க வைக்குமாறு தன் காவலர்களுக்கு அரசன் கட்டளையிட்டான். குரங்கு ராஜாவுக்கு முதலுதவி செய்ய மருத்துவரொருவர் அழைக்கப்பட்டார்.

குரங்கு ராஜா கண் விழித்தவுடன் அதனருகே நின்றிருந்த அரசன் தம்முடைய பிரஜைகளைக் காப்பதற்காகச் சொந்தவுயிரைப் பணயம் வைத்த காரணத்தை வினவினான். அவனைப் பொறுத்தவரை ஆபத்துக் காலத்தில் பிரஜைகள்தான் அரசனைக் காக்க வேண்டும் அல்லது உயிரைத் தியாகம் செய்ய வேண்டும். அரசனுக்குப் பணிவிடைகள் செய்யத்தானே சாதாரண ஜனங்கள் இருக்கிறார்கள் என்று அரசன் எண்ணினான்.

ஞானம் ததும்பக் குரங்கு ராஜா சொன்னது:

அரசனே! என் உடல் நொறுங்கிவிட்டது
ஆனால் என் மனம் தெளிவாயுள்ளது

வெகுநாட்களாய் யாரிடம் அரசதிகாரத்தைக் காட்டினேனோ
அவர்களைத்தான் நான் தூக்கிவிட்டேன்

அரசன் புகழ்ந்து சில வார்த்தைகளைச் சொல்லு முன்னமே குரங்கு ராஜாவின் உயிர் பிரிந்தது. குரங்கிற்கு ராஜமரியாதைகளுடன் இறுதிச் சடங்குகள் நடைபெற்றன. அரசனின் அமைச்சர்கள் குரங்கு ராஜாவின் இறுதிச் சடங்கிற்கென நூறு மாட்டு வண்டி நிறைய மரக்கட்டைகள் அனுப்பி வைத்தார்கள். சடங்குகள் முடிந்த பின்னர் குரங்கு ராஜாவின் எலும்புக்கூட்டை அமைச்சர்கள் அரசனிடம் எடுத்துச் சென்றனர். குரங்கு ராஜாவை எரித்த இடத்தில் அரசன் ஒரு கோயில் எழுப்பினான்; கோவிலில் தீபமும் தூபமும் ஏற்றப்பட்டன. குரங்கு ராஜாவின் தலையெலும்புக் கூட்டிற்குத் தங்க முலாம் பூசி ஓர் ஈட்டியில் பதித்து ஊர்வலங்களில் ஏந்திச் சென்றான். அரண்மனை வாசலில் அதை வைத்து, குரங்கு ராஜாவுக்கு மலர்களால் ஊதுபத்திச் சுடரால் அஞ்சலி செலுத்தினான். தன் வாழ்நாள் முழுதும் எலும்புக் கூட்டை நினைவுச் சின்னமாகக் கருதி வணங்கினான். குரங்கு ராஜனின் வழிப்படி மக்களுக்கு நல்லாட்சி வழங்கி சுவர்க்க பதவிக்கு தகுதி பெற்றான்.

❍

கதையைச் சொன்ன பிறகு புத்தர் கதையின் பாத்திரங்களை நிகழ் காலத்தில் அடையாளம் காட்டினார். "அந்தப் பிறப்பில் அரசனாக இருந்தவர் ஆனந்தர்; இங்கு கூடியிருக்கும் பிக்குகளின் குழு குரங்குகளின் பரிவாரமாக இருந்தது. நான் குரங்கு ராஜாவாக இருந்தேன்"

ஸ்ராவஸ்தியில் நிகழ்ந்த அற்புதங்கள்

பேசிப் பார், விவாதம் செய்து பார், மிரட்டிப் பார்... எல்லாம் பார்த்தாயிற்று. ஒன்றும் ஆகவில்லை. புத்தரைப் பின்பற்றுபவர்களின் எண்ணிக்கை அதிகமாகிக் கொண்டே வந்தது. இரு வல்லரசுகளின் சக்கரவர்த்திகள் – மகத மன்னன் பிம்பிசாரன் மற்றும் கோசல நாட்டு மன்னன் பிரசேனஜித்தன் – இருவருமே புத்தரின் மீது அளவற்ற மரியாதையும் பக்தியும் கொண்டிருந்தனர். புத்தருக்கும் சங்கத்திற்கும் நல்லாதரவை வழங்கி வந்தனர். புத்தர் காலத்தில் நிலவிய பிற ஆறு சமயத்தின் தலைவர்களுக்கும் இது பொறாமையை ஏற்படுத்தியது. எப்படியாவது இரண்டு தேசத்துப் பேரரசர்களின் முன்னால் புத்தர் ஒரு சக்தியும் இல்லாதவர்; அவரால் தத்துவங்களையும் நீதிகளையும் பற்றிப் பேச மட்டுமே இயலும்; மந்திர சக்திகள் ஏதும் இல்லாதவர் அவர்; எனவே அரசர்கள் ஆதரவு தருமளவுக்கு அவ்வளவு முக்கியமானவரல்லர் என்று காட்டி விட வேண்டுமென்று திட்டமிட்டனர். மகத மன்னனிடம் சென்று புத்தரை மந்திர சக்தி களை ஆற்றும் போட்டியில் பங்கு பெறச் செய்ய வைக்க வேண்டுமென்று விண்ணப்பித்தனர். பிம்பிசாரன் முதலில் அவர்களைக் கேலி செய்து திருப்பியனுப்பிவிட்டான். சமய குருக்கள் விடவில்லை. தொடர்ந்து மன்னனிடம் விண்ணப்பம் செய்த வண்ணமிருந்தனர். கடைசியில் பிம்பிசாரன் புத்தரிடம் பேசினான். மன்னன் சொல்வதைக்

கேட்ட புத்தர் மறுதளிக்கவில்லை; மாறாக மந்திர வித்தைகளைச் செய்து காட்டும் தருணத்தைத் தாமே தீர்மானிப்பேனென்று ஒரு நிபந்தனையை மட்டும் வைத்தார். பிம்பிசாரன் மந்திரப் போட்டிகளுக்கென்றே பிரத்யேகமான ஒரு மேடையைக் கட்டினான். புத்தர் மந்திர ஜாலங்கள் செய்யும் நாளைச் சீக்கிரமே அறிவிப்பார் என்று நம்பினார். ஆனால் புத்தரோ விரைவிலேயே ராஜகிருகத்திலிருந்து நீங்கி அண்டை நாடுகளின் நகரங்களுக்கு விஜயம் செய்யலானார். எதிர் மதங்களின் தலைவர்கள் புத்தர் விஜயம் செய்யும் நாடுகளின் அரசர்களையெல்லாம் அணுகிப் பிம்பிசாரனிடன் சொன்னது போலவே சொல்லி புத்தரிடம் கேட்கச் சொல்லித் தொந்தரவு செய்தனர். அரசர்களும் சமயத் தலைவர்களின் வேண்டுகோளுக்கிணங்கி புத்தரிடம் மந்திர வித்தைப் போட்டியைப் பற்றிப் பேசுவார்கள். பிம்பிசாரனிடம் சொன்னது போலவே புத்தர் “அதற்கான தருணத்தை நானே முடிவு செய்வேன்” என்று சொல்லிவிடுவார்.

புத்தரின் வயது ஐம்பத்தியேழு ஆன போது மாற்றுச் சமய ஆன்மீகத் தலைவர்களின் திட்டத்திற்கு ஒத்துக்கொண்டார். அந்த நேரத்தில் அவர் கோசல நாட்டில் பிரயாணம் செய்து கொண்டிருந்தார். அரசன் பிரசேனஜித்தன் ஏழு சிம்மாசனங்கள் கொண்ட ஒரு பெரிய மண்டபத்தை எழுப்பினான். குறித்த நாளில் ஆறு சமய குருக்களும் தத்தம் இருக்கையில் வந்தமர்ந்த பின்னும் புத்தர் வருவதாகத் தெரியவில்லை. பார்வையாளர் களாகக் கூடியிருந்தவர்கள் அனைவரும் ஆறு சமயங்களைப் பின்பற்றுபவர்கள். அவர்களெல்லாம் பொறுமையை இழந்து கொண்டிருந்தார்கள். ஆறு சமய குருக்களும் தம் மனதுக்குள்ளேயே சிரித்துக்கொண்டார்கள். புத்தர் வராமலேயே போய்விடுவார் என்று தப்புக் கணக்குப் போட்டு சந்தோஷப்பட்டுக் கொண்டனர். அக்கணம் அங்கே குழுமியிருந்தவர்கள் ஆகாயமார்க்கமாகத் தரையிறங்கிக் கொண்டிருந்த புத்தரைப் பார்த்தார்கள். ஒரு பறவையைப் போல அமைதியுடன் மண்டபத்துக்குள் நுழைந்தார் புத்தர். அவரின் அங்கவஸ்திரங்கள் அழகாக ஆடின. அவர் தம் இருக்கையில் வந்தமர்ந்தார். எல்லோரும் வாயடைத்துப் போயினர். குருமார்களின் முகத்தில் ஈயாடவில்லை. வாய் திறக்காமல் தன் பார்வையினாலேயே பூடகப் புன்னகையை வீசினார் புத்தர். சுற்றுமுற்றும் பார்த்தார். மண்டபத்துக்கருகில் மாஞ்செடியொன்று வாடிக் கிடந்தது. அதன் வேரை யாரோ பிடுங்கியெடுத்திருக்கிறார்கள். தன் ஆடையின் முடிச்சொன்றி லிருந்து பல் குத்தும் குச்சியொன்றை எடுத்தார். வாடிக்கிடந்த செடியின் ஓர் இலையைப் பிய்த்தெடுத்துப் பல் குத்தும் குச்சியில் குத்தினார். மாஞ்செடிக்கு மிக அருகில் மண்ணைத்

தோண்டிக் குழி பறித்து இலை குத்திய குச்சியைப் புதைத்தார். மண்ணைப் போட்டு மூடினார். அங்கிருந்தோர் எல்லாரும் புத்தரை நோக்கியவாறு அமைதியாய் இருந்தனர். கண்ணை மூடி ஓரிரு நிமிடம் புத்தர் காத்திருந்தார். மண்ணைக் கீறிக் கொண்டு மாங்கன்று எழுந்தது, செடியாக மாறியது. தண்டுப் பாகம் வலுப்பெற்றது. கிளைகள் முளைத்தன. வேகவேகமாக இலைகள் தோன்றின. மாமரம் சில கணங்களில் ஆளுயரத்திற்கு வளர்ந்தது. மாம்பூக்கள் தோன்றின. மாங்கனிகள் தொங்கின. எல்லோரும் மரத்தைப் பார்த்து மலைத்து நின்றனர். ஒரு சிலர் "ஆஹா" என்று சத்தமெழுப்பினர். மரத்துக்கு மிக அருகே அது வரை நின்றிருந்த புத்தரைக் காணவில்லை. கண் அசைந்தவுடன் புத்தர் இருக்கையில் வீற்றிருப்பதைப் பார்த்தனர். அங்கே இருந்த மன்னன் பிரசேனஜித்தன் உட்பட யாருக்கும் ஒரு வார்த்தையும் எழவில்லை.

இருக்கையில் புத்தர் அமர்ந்து ஒரு நிமிடங்கள் கூட ஆகியிருக்காது. உட்கார்ந்த படி விண்ணில் உயர்ந்தார். பிறகு இருக்கைக்குப் பின்னர் போய் நின்றுகொண்டார். இல்லை. இல்லை. அங்கு ஒரு புத்தர் போய் நிற்கவில்லை. ஐந்து புத்தர்கள் அங்கே மண்டபத்தினுள் நின்றிருந்தனர். இருக்கையிலும் ஒரு புத்தர் இருந்தார். மக்கள் எல்லோரும் ஒருவரையொருவர் பார்த்துக்கொண்டனர். அவர்களின் சந்தேகமெல்லாம் அங்கே கூடியிருக்கும் எல்லோரும் புத்தராக மாறிவிட்டனரோ என்பது. மண்டப இருக்கையில் இருந்த பிற சமய குருமார்கள் எல்லாம் வாய் பொத்தி அமர்ந்திருந்தனர். அவர்கள் தலை குனிந்திருந்தார்கள். அங்கிருந்த ஆறு புத்தர்களும் ஒருவர் பின் ஒருவராகத் தர்மத்தைப் போதிக்கத் தொடங்கினர். ஆறு புத்தரும் பேசி முடித்ததும் ஐந்து புத்தர்கள் மறைந்து போய் இருக்கையில் அமர்ந்திருந்த புத்தர் மட்டும் இருந்தார்.

உட்கார்ந்திருந்த புத்தர் எழுந்து நின்றார். அவர் கால்கள் தரையிலிருந்து உயர்ந்தன. ஓரடி உயரத்தில் அந்தரத்தில் அவர் நின்றிருந்தார். அங்கே கூடியிருந்தோர் அப்போது அந்த அதிசயத்தைப் பார்த்தார்கள். புத்தரின் உடலின் மேல் பாகத்திலிருந்து ஆயிரம் அக்னி ஜுவாலைகள் பொழிந்தன. அவரின் பாதங்களிலிருந்து நீர்த்தாரைகள் விழ ஆரம்பித்தன. சில கணத்துக்குப் பிறகு கீழ்ப் பாகத்தில் அக்னியும் மேல் பாகத்தில் தண்ணீர்த் தாரைகளும் என்று மாறி மாறி பொழிந்தன. மண்டபம் நாசமானது. கூடியிருந்தவர்கள் தூரச் சென்றுவிட்டனர். உயரமான மரங்களில் ஏறி அமர்ந்துகொண்டனர். நாசமான மண்டபம் இப்போது நீர் மாளிகை போல ஒளிஊடுருவும் தன்மையதாய் அவர்கள் கண்களுக்குத் தெரிந்தது.

அன்றிலிருந்து ஒவ்வொரு நாளுக்கும் ஓர் அற்புதம் என புத்தர் அற்புதங்கள் நிகழ்த்தியவாறிருந்தார். அவர் நிகழ்த்திய பிற அற்புதங்களாவன:

இரண்டாம் நாள்: இரண்டு இரத்தின மலைகளைத் தோற்றுவித்தார்.

மூன்றாம் நாள்: ஓர் இரத்தின ஏரியைச் சிருஷ்டித்தார்

நான்காம் நாள்: ஏரியிலிருந்து குரல்கள் கேட்கச் செய்தார்; அக்குரல்கள் தருமத்தைப் போதித்தன.

ஐந்தாம் நாள்: அவர் முகத்திலிருந்து கிளம்பிய பொன்னொளி உலகத்தை நிரப்பியது. அவ்வொளி உயிர்களின் விஷ வுணர்ச்சிகளைப் போக்கிச் சுத்தப்படுத்தியது.

ஆறாம் நாள்: ஒருவர் மற்றவரின் சிந்தனைகளைப் படிக்கும் திறமையை புத்தர் அங்கிருந்தோருக்கு அளித்தார்.

ஏழாம் நாள்: தன்னுடைய புரவலர்களையெல்லாம் பூலோகச் சக்கரவர்த்திகளாக்கினார்.

எட்டாம் நாள்: தன் வலது கை விரலால் சிம்மாசனத்தைத் தரையில் அழுத்தினார். அப்போது தரையிலிருந்து உக்கிரமான ஆங்காரத்துடன் வஜ்ரபாணி எழுந்தான். ஜுவாலை வீசும் வஜ்ராயுதத்தால் எதிர் சமயத் தலைவர்களைப் பயமுறுத்தினான். வஜ்ரபாணியின் பரிவாரத்தின் நான்கு உறுப்பினர்கள் தோன்றி சமயத் தலைவர்களினுடைய இருக்கைகளை அடித்து நொறுக்கின. பீதியடைந்த சமய குருக்கள் ஆற்றில் குதித்தனர். புத்தர் தன்னுடைய ஒவ்வொரு தோல் துளையிலிலிருந்தும் என எண்பத்தி நான்காயிரம் ஒளிக்கதிர்களை அனைத்துத் திசைகளிலும் பரவச்செய்தார். ஒவ்வொரு கதிரின் நுனியிலும் ஒரு தாமரை; ஒவ்வொரு தாமரையிலும் தர்மத்தைப் போதிக்கும் ஒரு புத்தர். வார்த்தையில் விவரிக்கவொண்ணா இந்த அற்புதக் காட்சியைக் கண்ணுற்ற ஆறு சமய குருமார்களின் தொண்ணூற்றாராயிரம் சீடர்களும் பௌத்தத்தைத் தழுவி அருகராயினர்.

ஸ்ராவஸ்தியில் நிகழ்ந்த அற்புதங்கள், காந்தாரக் கலை, லாகூர் அருங்காட்சியகம் – 1/2 ஆம் நூற்றாண்டு

கணேஷ் வெங்கட்ராமன்

அகந்தை அழிதல் - 1

பெரும் எண்ணிக்கையிலான பிக்குகளின் துணையுடன் கோசல நாட்டில் புத்தர் பயணம் செய்துகொண்டிருந்தார். பிராமணர்கள் மட்டுமே வாழும் ஒரு கிராமத்தருகே இருந்த காட்டுப் பகுதியில் ஓரிரு நாட்கள் தங்கியிருக்கலாமென்று முடிவு செய்தார். அந்தக் கிராமத்தின் பெயர் இச்சனாங்கலா. கிராமத்தின் தொட்டருகே இருந்த அடர்வனப் பகுதியில் புத்தரும் மற்ற துறவிகளும் தங்கியிருந்தார்கள்.

இச்சனாங்கலாவுக்கருகே இருந்த சற்று அதிக மக்கள் தொகையுள்ள பெரிய ஊர் உக்கர்தா. அங்கு பொக்காரசதி என்ற பிராமணப் பெரியவர் வாழ்ந்து வந்தார். மூங்கிலும், மக்காச்சோளமும், புற்களும் விளையும் நிலம் பிரம்மதேயமாகக் கோசல நாட்டு மன்னன் பிரசேனஜித்தனால் அவருக்கு வழங்கப்பட்டிருந்தது. பொக்காரசதி உக்கர்தாவில் இருக்கும் பிராமண இளைஞர்களுக்கெல்லாம் வேதங்கள் பயிற்றுவித்து வந்தார்.

இச்சனாங்கலாவில் கௌதம புத்தர் வந்திருக் கிறார் என்று பொக்காரசதி கேள்விப்பட்டார். புத்தர் வந்திருப்பதைப் பற்றிச் சொன்னவர்கள் அவரின் பெருமைகளையும் விவரித்துச் சொன்னார்கள். அதைக் கேட்ட பொக்கார சதிக்கு அளவிலா ஆர்வம் எழுந்தது. தம்மத்தை உணர்வு பூர்வமாக அறிந்து, போதித்து, முழுமையும் தூய்மையும் கலந்த

வாழ்முறையால் செயல் பூர்வமான தம்மத்தின் எடுத்துக்காட்டாக எலும்பும் சதையுமாக நடமாடும் ஒருவர் இருத்தல் சாத்தியமா என்ற வியப்புணர்ச்சி அவருள் மேலிட்டது.

தன்னுடைய பிரகாசமான மாணவன் அம்பத்தனை அழைத்தார். அம்பத்தன் அவரிடமிருந்து மூன்று வேதங்களைக் கற்றுப் பாண்டித்தியம் பெற்றவன். வேள்விகளை நடத்தும் வழிமுறைகளை நன்கு அறிந்தவன். வாய் வழி மரபு பிறழாமல் ஸ்பஷ்டமான சொல்லுச்சரிப்புடன் மந்திரங்களை ஓதுவதில் நிபுணன். தத்துவ விசாரத்திலும் ஈடுபடுபவன். ஒரு வருடம் முன்னர் "நான் அறிந்ததை நீ அறிவாய்: நீ அறிவது எல்லாம் நான் அறிந்தது" என்ற வாக்கியங்களைச் சொல்லி மூன்று வேதங்களின் வித்தகன் அம்பத்தன் என்று ஊரார் முன்னிலையில் மற்ற மாணவர்கள் முன்னிலையில் அறிவித்திருந்தார்.

"அம்பத்தா, சாக்கிய வம்சத்தில் உதித்த துறவி கௌதமர் இச்சனாங்கலாவிற்கு வந்திருக்கிறாராம். அவர் பூரண நிர்வாணம் பெற்ற துறவியென்று எல்லோரும் பேசிக்கொள்கிறார்கள். முழுமை யான ஞானமும் பரிபூரணமான நடத்தையும்மிக்கவராம் அவர். மூவுலகின் இயல்பையும் ஐயந்திரிபற உணர்ந்தவராம் அவர். கடவுளர்களுக்கும் மனிதர்களுக்கும் போதிக்கும் போதகருங்கூட. நீ அவரைச் சென்று சந்திக்க முடியுமா என்று பார்! முடிந்தால் அவரைப் பற்றி நான் கேள்விப்பட்டதெல்லாம் உண்மையா என்பதைக் கண்டுபிடி"

"ஐயா, நீங்கள் கேள்விப்பட்டது உண்மை என்று நான் எப்படிக் கண்டு பிடிப்பது?"

"நம்முடைய மரபுப்படி, முப்பத்திரெண்டு லக்ஷணங்களைக் கொண்டுள்ள ஒரு மாமனிதனுக்கு இரண்டு வழிகளே உள்ளன. அம்மனிதன் இல்லறத்தில் இருந்தால் அகிலம் போற்றும் சக்கரவர்த்தியாக உயர்வான். அவன் பார்க்கும் திசையிலுள்ள நாடுகள் எல்லாம் அவன் கைவசமாகும். ஏழு புதையல்களுக்கு அவன் சொந்தக்காரனாவான். அவனுக்குப் பிறக்கும் புத்திரர்கள் எல்லாம் வீரமிக்கவராக இருப்பார்கள். அவன் ஆட்சியில் இருக்கும் பிரதேசங்களையெல்லாம் கத்திக் கொண்டும் தடியைக் கொண்டும் ஆளமாட்டான். தம்மத்தின் துணைகொண்டு ஆள்வான். அப்படி அவன் இல்லறவாசியாக இல்லாமல் துறவுப் பாதை வழி சென்றாலோ, அவன் அருகனாவான், முற்றும் உணர்ந்த புத்தனாவான். அம்பத்தா, நான் மந்திரங்களை அடுத்த தலைமுறைக்கு எடுத்துச்செல்பவன் மட்டுமே; நீ அம்மந்திரங் களைப் பெறுபவன் மட்டுமே"

பொக்காரசதி சொன்னதைக் கேட்டதும் அம்பத்தன் எழுந்தான். "நல்லது ஐயா" என்று சொல்லி வணங்கி, வலப்புற மாகப் பொக்காரசதியைத் தாண்டிச் சென்று வாசலை அடைந்தான். ஒற்றைக் குதிரை பூட்டிய இரதத்தில் ஏறினான். அவனோடு பொக்காரசதியின் இளம் மாணவர்கள் சிலரும் கூட ஏறிக்கொண்டார்கள். இச்சனாங்கலாவின் வனப்பகுதிக்குள் குதிரை வண்டி போகத்தக்க இடம் வரை வண்டியிலும் பிறகு கால்நடையாகவும் புத்தர் தங்கியிருந்த குடிசை வரை சென்றார்கள். குடிசைக்கு வெளியிலிருந்த மைதானத்தில் பிக்குக்கள் பலர் நின்றிருந்தனர். அவர்களை அம்பத்தன் அணுகி, புத்தரைக் காணும் விருப்பத்தைச் சொன்னான். அம்பத்தனைக் கண்களால் எடைபோட்ட பிக்குகள் "நன்கு படித்தவனாகத் தெரிகிறான் இந்த பிராமண இளைஞன். நல்ல குடும்பத்துப் பையன்போலத் தெரிகிறான். பகவான் இவனுடன் உரையாட விரும்புவார்" என்று நினைத்தார்கள். புத்தரின் குடிலைக் காட்டினார்கள். குடிலுக்கு முன்னர் சென்று அம்பத்தன் அமைதியாக நின்றான், பிறகு மெதுவாக இருமினான். மூடியிருந்த கதவை லேசாகத் தட்டினான். புத்தர் கதவைத் திறந்தார். அம்பத்தன் உள்ளே சென்றான். அவனுடன் வந்த இளைஞர்களும் உள்ளே நுழைந்தார்கள். புத்தருக்குப் பணிவான வணக்கத்தைத் தெரிவித்து புத்தர் உட்கார்ந்ததும் அவருக்குப் பக்கத்தில் உட்கார்ந்துகொண்டார்கள். அம்பத்தன் சற்றுத் தள்ளி நின்றிருந்தான். மற்றவர்கள் எல்லாம் உட்கார்ந்த பின்னும் அவன் உட்கார்வதாகத் தெரியவில்லை. அந்தச் சிறு குடிலுக்குள் அங்குமிங்குமாக நடந்துகொண்டிருந்தான். புத்தர் அவனைப் பார்த்துக் கைகளைக் கூப்பினார். அம்பத்தன் பதிலுக்குக் கை கூப்பவில்லை. வெற்று வார்த்தைகளால் போலித்தனம் கலந்த குரலில் மரியாதை நிமித்தம் ஏதோ சொன்னான்.

"அம்பத்தா, ஒரு மதிப்புக்குரிய, கல்விமானான பிராமணர் ஒருவர் முன்னால் நீ என்னுடன் இப்படி நடந்துகொள்வது போல் – நான் உட்கார்ந்திருக்கும்போது நீ நடந்துகொண்டும், வெறுமையான வாழ்த்துகளைத் தெரிவித்துக்கொண்டது மாதிரி தான் நடந்துகொள்வாயா?" என்று புத்தர் அம்பத்தனைக் கேட்டார்.

"இல்லை கௌதமரே, நடந்துகொண்டிருக்கும் பிராமண னுடன் இன்னொரு பிராமணன் நடந்தபடியே பேச வேண்டும்; உட்கார்ந்திருக்கும் பிராமணனுடன் உட்கார்ந்து கொண்டும், நிற்கும் பிராமணனிடம் நின்றுகொண்டும்தான் பேசவேண்டும். ஆனால், முகச்சவரம் செய்துகொண்ட சின்ன சன்னியாசிகளிடம்,

சிற்றேவலர்களிடம், பிரம்ம தேவனின் காலடியில் படிந்திருக்கும் அழுக்கையொத்தவர்களிடம் – நான் உம்முடன் நடந்து கொண்டிருப்பதைப்போன்று நடந்துகொள்வதே சரி”

“அம்பத்தா, நீ எதையோ தேடி என்னிடம் வந்தாய். அதைத் தக்க முறையில் கேட்டறிந்து கொள்வதைவிடுத்து உன் சிறுமையை விளம்பரம் செய்துகொள்வது சரியன்று. நீ இன்னும் பக்குவப்படவில்லை. உன் இறுமாப்பு அனுபவமின்மையிலிருந்து எழுகிறது.”

புத்தரின் பேச்சு அம்பத்தனுள் கோபத்தைக் கிளப்பிற்று. பட்டறிவில்லாதவன் என்று தான் கணிக்கப்படுவது அவனை அதிருப்திப்படுத்தியது. உரத்த குரலில் புத்தரிடம் கத்தினான். “கௌதமரே, சாக்கியர்கள் மூர்க்கர்கள்; முரட்டுத்தனமாகப் பேசுபவர்கள்; வன்மமிக்கவர்கள். சிற்றேவலர்கள் மரபில் பிறந்த அவர்களுக்குப் பிராமணர்களை எப்படி மதிப்பது, வணங்குவது, நடத்துவது என்பதெல்லாம் சுட்டுப்போட்டாலும் வராது.”

“உனக்கேன் சாக்கியர்கள் மீது இத்தனை கோபம்? அவர்கள் உனக்கு என்ன தீங்கிழைத்தார்கள்?

“கௌதமரே, ஒருமுறை கபிலவத்துவில் என் குருவுக்கு ஒரு காரியம் ஆக வேண்டியிருந்தது. அதற்காக நான் சென்றிருந்தேன். அப்போது, சாக்கியர்கள் நிறைந்திருந்த ஒரு மண்டபத்துள் செல்ல வேண்டியிருந்தது. அங்கேயிருந்த சாக்கியர்கள் நாகரீகமில்லாமல் சத்தம் போட்டுக்கொண்டும்அடுத்தவரை விரல்களால் சீண்டிக் கொண்டும் இருந்தனர். என்னைப் பார்த்து அவர்கள் கேலி செய்தது போலிருந்தது. நான் உட்கார அவர்கள் இருக்கை கூடத் தரவில்லை. ஒரு பிராமணரை எப்படி நடத்த வேண்டும் என்ற பிரக்ஞையோ அறிவோ இல்லாத ஜென்மங்கள்”

“அம்பத்தா, ஒரு சின்ன பறவை கூட தன் சொந்தக் கூட்டில் தனக்கு விருப்பமானதைச் செய்துகொண்டும் பேசிக்கொண்டும் இருக்கிறது. கபிலவஸ்து சாக்கியர்களின் சொந்தவூர். ஓர் அற்பமான விஷயத்துக்காக இவ்வளவு கண்டனம் தேவையா?”

“கௌதமரே, நான்கு வர்ணங்கள் பற்றி நீங்கள் அறிந்திருப்பீர்கள்.–க்ஷத்திரியர்கள், பிராமணர்கள், வைசியர்கள் மற்றும் சூத்திரர்கள். இந்த நான்கு ஜாதிகளுள், மூன்று – க்ஷத்திரியர்கள், வைசியர்கள் மற்றும் சூத்திரர்கள் – இவர்களெல்லாரும் பிராமணர்களை விட மட்டமானவர்கள்”

புத்தர் சற்று மௌனமானார். “இந்த இளைஞன் அளவுக்கு மீறி சாக்கியர்களை மட்டமாகப் பேசுகிறான். இவனுடைய

கோத்ரம் என்னவென்று இவனிடம் கேட்க வேண்டும்" என்று புத்தர் நினைத்தார். "அம்பத்தா, உன் கோத்திரம் என்ன? என்று கேட்டார்.

"கன்ஹா கோத்திரம்"

"மூதாதையர் வம்சாவளி சரித்திரங்களை அறிந்தவர்கள் கூறுகின்றபடி, முன்னாளில் சாக்கியர்கள் எஜமானர்களாக இருந்தார்கள். அவர்கள் பரம்பரையில் வந்த ஓர் அடிமைப் பெண்ணின் வம்சாவழியிலிருந்து வந்த குடும்பத்தில் பிறந்தவன் நீ. ஒக்காகன் எனும் ஓர் அரசன் தன் பிரியத்துக்குகந்த காதலிக்குப் பிறந்த மகனை இளவரசனாக்குவதற்காகப் பிற புத்திரர்களை – ஒக்கமுகன், கராண்டு, ஹத்தினியன், சினிபுரன் என்பது அந்தப் புத்திரர்களின் பெயர்கள் – நாடு கடத்தினான். இமயமலைப் பிராந்தியத்தில் இருந்த, மூங்கில் மரங்கள் நெடிது வளர்ந்த காட்டுக்கு மிக அருகிலிருந்த தாமரைகள் பூத்துக்குலுங்கிய குளக்கரையில் அவர்கள் வசிக்கத்தொடங்கினர். தம் இனம் அசுத்தப்படாமல் இருக்க வேண்டுமென்ற எண்ணத்தில் தம் சகோதரிகளையே புணர்ந்து வாழ்ந்தனர். ஒருநாள் "தம் புத்திரர்கள் எங்கு இருக்கிறார்கள்?" என்று ஒக்காகன் தம் மந்திரிமாரிடம் கேட்டுத் தெரிந்துகொண்டான். "சக மரங்களைப் போன்று வலிமையானவர்கள் என் பிள்ளைகள்; அவர்கள் நிஜ சாக்கியர்கள்" என்று சொல்லி பெருமைப்பட்டுக் கொண்டான். அன்றிலிருந்துதான் அவர்கள் குலத்தின் பெயர் சாக்கியர்கள் என்றானது. ஒக்காக மன்னனே சாக்கியர்களின் மூதாதையன் ஆனான்."

புத்தர் மேலும் தொடர்ந்தார்.

"அரசன் ஒக்காகனின் அரண்மனையில் வேலை செய்த அடிமைப் பெண்ணொருத்தி ஒரு மகவை ஈன்றாள். அது கருப்பு நிறக் குழந்தை. அசிங்கமான உருவம் கொண்ட அக்குழந்தை பிறந்த மறு கணமே பேச ஆரம்பித்தது. "அன்னையே, என்னைக் குளிப்பாட்டுங்கள். என்னுடைய அழுக்கைக் கழுவி ஓட்டுங்கள். அதனால் உங்களுக்கு நன்மையுண்டாகும்" என்றது. குழந்தை பேசுவதைக் கேட்டவர்கள் அடிமைப் பெண் ஒரு பிசாசைப் பெற்றெடுத்திருக்கிறாள் என்று புரளி பேசினார்கள். அந்தப் பிசாசின் பெயர் கன்ஹா (கருப்பன்) என்றும் சொன்னார்கள். ஏற்கெனவே நான் சொன்னபடி, மூதாதையர் வம்சாவளி சரித்திர நிபுணர்கள் சாக்கியர்களைப் பற்றிச் சொன்னது நான் சொன்ன சரித்திரம். சாக்கியர்களின் அடிமைப் பெண் ஒருத்தியின் குடும்பத்திலிருந்து வந்த குடும்பமே உன்னுடையது."

அம்பத்தன் ஒன்றும் பேசாமல் ஒரு சிலை போல அசைவின்றி நின்றிருந்தான். அவனுடன் கூட வந்த இளம் மாணவர்கள் "மதிப்புக்குரிய கௌதமரே, அம்பத்தனை அவமதிக்காதீர்கள். அம்பத்தன் நல்குடிப்பிறப்பில் வந்தவன். மிகவும் படித்தவன், ஒரு கல்விமான், நன்கு உரையாற்றக் கூடியவன், உங்களுடனான வாதத்தில் உங்களுக்கு ஈடாக வாதம் செய்ய வல்லவன்" என்று கூறினார்கள்.

புத்தர் சொன்னார் "அம்பத்தன் நல்குடியைச் சேர்ந்தவனில்லை. மிகவும் படித்தவனில்லை, அவன் கல்விமான் கிடையாது. நன்கு உரையாற்றத் தெரியாதவன். கௌதமபுத்தருடன் வாதத்தில் ஈடுபடும் திறமை இல்லாதவன் என்று நீங்கள் கருதினீர்களே யானால், அம்பத்தன் வாய் திறவாதிருக்கட்டும். என்னுடன் நீங்கள் உரையாடுங்கள். ஆனால் அம்பத்தன் நல்குடிப்பிறப்பில் வந்தவன். மிகவும் படித்தவன், ஒரு கல்விமான், நன்கு உரையாற்றக்கூடியவன், என்னுடன் வாதத்தில் ஈடுபடத் தகுதியானவன் என்று நீங்கள் நினைப்பீர்களேயானால், நீங்கள் அமைதியாயிருங்கள். அம்பத்தன் என்னுடன் உரையாடட்டும்."

மாணவர்கள் அமைதியானார்கள்.

புத்தர் அம்பத்தனை நோக்கிப் பேசலானார். "அம்பத்தா, நான் உன்னிடம் ஓர் அடிப்படைக் கேள்வி கேட்கிறேன். அதற்கு நீ பதிலளிக்க விரும்பமாட்டாய். அப்படி நீ பதிலளிக்காமல் இருந்தாலோ அல்லது சுற்றிவளைத்து பதில் சொன்னாலோ அல்லது அமைதியாய் இருந்தாலோ அல்லது இவ்விடத்திலிருந்து கிளம்பிப்போனாலோ, உன் தலை ஏழு துண்டுகளாக வெடித்துச் சிதறும். கன்ஹாவின் தாயைப் பற்றியோ அல்லது அவனின் மூதாதையர்கள் பற்றியோ மூத்த பிராமண ஆசிரியர்கள் யாரேனும் உன்னிடம் சொல்லியிருக்கிறார்களா? அம்பத்தா, பதில் சொல்"

அம்பத்தன் அமைதியாய் வாய் மூடி நின்றான்.

"பதில் சொல், அம்பத்தா. அமைதியாய் இருக்கும் தருணமல்ல. மீண்டுமொருமுறை சொல்கிறேன். ததாகதர் மூன்றாவது முறையாகக் கேட்ட அடிப்படைக் கேள்விக்குப் பதில் தராதவர் யாராக இருந்தாலும் அவர் தலை ஏழு துண்டுகளாக வெடித்துச் சிதறும்."

அப்போது, புத்தரின் தலைக்கு மேல் வஜ்ரபாணி என்ற யக்ஷன் தோன்றினான். அதை அங்கு குழுமியிருந்த மாணவர்கள் பார்க்கவில்லை. அவன் கையில் இரும்பாலான பெரிய கதை

இருந்தது. கதையின் ஒளிர்வு அம்பத்தனின் கண்களைக் கூச வைத்தது. ததாகதர் தன் மனதுக்குள் சிரித்துக்கொண்டார். வஜ்ரபாணியின் எண்ணத்தில் "பகவான் எழுப்பிய வினாவுக்கு இவ்விளைஞன் பதிலளிக்காமல் போவானாயின், என் கதையால் அவன் தலையை ஏழு துண்டாக உடைத்தெடுப்பேன்" என்ற சிந்தனை ஓடியது. அம்பத்தனின் சர்வ நாடியும் ஒடுங்கியது. பயத்தில் அவன் கைகள் நடுங்கின. நெற்றி வியர்த்தது. இதயம் வேகமாக அடித்துக் கொண்டது. பகவானின் காலடியில் வந்து தன் தலையைப் பதித்துக்கொண்டான். மெலிதான, நொறுங்கும் குரலில் "நீங்கள் கேட்டது என்னவென்று எனக்குப் புரியவில்லை. நீங்கள் கேட்ட வினாவைத் திரும்பக் கேட்க முடியுமா?" என்றான்.

(திக்கநிகாயத்தின் மூன்றாம் அங்கமாக வரும் அம்பத்த சுத்தம்)

அகந்தை அழிதல்–2

புத்தர் தன் குரலின் இனிமையை அதிகப் படுத்திக் கொண்டு கேள்வியை இன்னுமொருமுறை கேட்டார்.

"அம்பத்தா, நீ என்ன நினைக்கிறாய்? வணங்கத்தக்க, மூத்த பிராமணர்கள் யாராவது கன்ஹா கோத்திரக்காரர்கள் எங்கிருந்து வந்தவர்கள் என்ற தகவலை உனக்குச் சொல்லியிருக்கிறார்களா?"

"ஆம் ஐயா, கன்ஹா கோத்திரக்காரர்களின் மூலம் பற்றி எனக்குச் சொல்லியிருக்கிறார்கள்; நீங்கள் சொன்ன மாதிரிதான் எங்கள் கோத்திர வரலாறு"

அம்பத்தனுடன் வந்திருந்த மாணவர் குழு அவன் சொன்னதைக் கேட்டு அதிர்ந்துபோனது; ஆரவாரத்துடன் சத்தமெழுப்பியது. ஒரு மாணவன் எழுந்திருந்து ஆத்திரத்துடன் அம்பத்தனிடம் பேசினான். "இந்த அம்பத்தன் இழிகுலத்தில் பிறந்தவன்; நல்ல குடும்பத்தைச் சேர்ந்தவனல்லன். சாக்கியர்களின் அடிமைப் பெண்ணின் வழி கிளம்பிய குடும்பக் கோட்டின் வழி உதித்தவன்; சாக்கியர்கள் அம்பத்தனின் எஜமானர்கள். இவனை நம்பி நாம் குரு கோதமரை அவமதித்தோம்"

புத்தர் அமைதியாக இருந்தார்; அவர் மனதில் "இந்த இளைஞர்கள் அம்பத்தனைப் பற்றிக் கேவலமாகப் பேசுகிறார்கள்; அம்பத்தனை இதிலிருந்து தப்பிக்க வைக்க வேண்டும்" என்று நினைத்தார்.

“அம்பத்தனை யாரும் ஏளனமாகப் பேச வேண்டாம். கன்ஹா பற்றி உங்களுக்குத் தெரியுமா? அவர் ஒரு பராக்கிரமசாலியான முனிவர். சாக்கிய நாட்டிற்குத் தெற்கிலுள்ள பகுதிகளுக்குச் சென்று அங்கிருந்த பிராமணர்களிடமிருந்து மந்திரங்களைக் கற்றுத் தேர்ந்தார். பின், சாக்கிய மன்னன் ஒக்காகனிடம் திரும்பச் சென்று அவனுடைய மகள் மத்தரூபியைத் தனக்கு மணமுடித்து வைக்குமாறு வேண்டினார். ஒக்காகனின் கோபம் எல்லை மீறியது. “அடிமைப் பெண்ணின் மகனுக்கு இளவரசி மனைவியாகக் கேட்கிறதா?” என்று கர்ச்சித்தான். அம்பை எடுத்து வில்லில் பூட்டினான். ஆனால் என்ன ஆனதென்று தெரிய வில்லை. அவனால் அவன் கையை இயக்க முடியவில்லை. அம்பையும் வில்லையும் பிடித்தபடியே நின்றான். அவன் எத்தனித்துப் பார்த்தும் அவன் கையை நகர்த்த முடியவில்லை. மந்திரிகளும் மற்ற மூத்தவர்களும் கன்ஹாவை அணுகி “அரசரைக் காப்பாற்றுங்கள்! மதிப்புக்குரியவரே, அரசரைக் காப்பாற்றுங்கள்” என்று வேண்டினர்,

“அரசர் பாதுகாப்பாக இருப்பார். ஆனால் அவர் நாணைக் கீழ்ப்புறமாக விட்டாரானால், இந்த சாம்ராஜ்யம் முழுதிலும் நிலம் அதிரும்.”

“வணக்கத்துக்குரியவரே! அரசரைக் காப்பாற்றுங்கள்! நிலத்தையும் காப்பாற்றுங்கள்”

“அரசனும் சரி, நிலமும் சரி – இருவரும் காக்கப்படுவார்கள். ஆனால் அரசனின் நாண் மேல் நோக்கிப் பாயுமானால், அவன் சாம்ராஜ்யம் முழுவதிலும் ஏழு வருடங்களுக்கு மழை பெய்யாத படி கடவுள் செய்துவிடுவார்”

“வணக்கத்துக்குரியவரே! அரசரைக் காப்பாற்றுங்கள்! நிலத்தையும் காப்பாற்றுங்கள்! கடவுளர் மழை பெய்ய வைக்கும்படி செய்யுங்கள்”

“அரசர் பாதுகாப்பாக இருப்பார்; நிலமும் பாதுகாப்புடன் இருக்கும்; கடவுளர் மழை அளிப்பர், ஆனால் அரசர் தன் நாணை இளவரசரை நோக்கிக் குறி வைத்தாரென்றால், இளவரசரும் வெகு பாதுகாப்பாக இருப்பார்”

மந்திரிகள் அரசனிடம் இளவரசனை நோக்கி அம்பை விடும்படி கேட்டுக்கொண்டார்கள். இளவரசனுக்கு ஒன்றும் ஆகவில்லை. பயந்துபோயிருந்த அரசன், தெய்வக்குத்தம் வந்து சேர்ந்துவிடக்கூடாதென்று இளவரசி மத்தரூபியை கன்ஹா முனிவருக்கே மணமுடித்து வைத்தார். எனவே மாணவர்களே அம்பத்தனை யாரும் இகழ வேண்டாம். பெருமை மிகு கன்ஹா முனிவரின் வழி வந்தவன் இந்த அம்பத்தன்”

புத்தர் அம்பத்தனுடனான உரையாடலைத் தொடர்ந்தார். "ஒரு க்ஷத்திரிய இளைஞன் ஒரு பிராமணப் பெண்ணைத் திருமணம் புரிந்துகொண்டானெனின் அவர்களுக்குப் பிறக்கும் மகனுக்கு இருக்கையும் நீரும் பிராமணர்களால் அளிக்கப்படுமா?"

"ஆம்"

"இறுதிச் சடங்குகளிலோ அல்லது சோற்றுப் படையல்களிலோ அல்லது பலிகளிலோ அல்லது ஒரு விருந்திலோ உணவுண்ண அவன் அனுமதிக்கப்படுவானா?"

"ஆம்"

"அவனுக்கு மந்திரம் கற்றுக்கொடுக்கப்படுமா?"

"ஆம்"

"ஆனால், க்ஷத்திரியர்களுக்கான பட்டாபிஷேகத்தின் போது அவன் தலையில் தண்ணீர் தெளிக்கப்படுமா?"

"இல்லை"

"ஏன் அப்படி?"

"ஏனென்றால், அன்னை வழி நல் குடிப்பிறப்பில் அவன் பிறக்கவில்லை"

புத்தரின் கேள்விகள் தொடர்ந்தன.

"ஒரு பிராமண இளைஞன் ஒரு க்ஷத்திரிய குலப் பெண்ணைக் கல்யாணம் செய்துகொண்டு ஒரு மகனைப் பெற்றானென்றால், அம்மகனுக்குப் பிராமணர்கள் இருக்கையும் நீரும் கொடுப்பார்களா?"

"ஆம்"

"இறுதிச் சடங்குகளிலோ அல்லது சோற்றுப் படையல்களிலோ அல்லது பலிகளிலோ அல்லது ஒரு விருந்திலோ உணவுண்ண அவன் அனுமதிக்கப்படுவானா?"

"ஆம்"

"மந்திரங்கள் அவனுக்குக் கற்றுக்கொடுக்கப்படுமா?"

"ஆம்"

"ஆனால், க்ஷத்திரியர்களுக்கான பட்டாபிஷேகத்தின் போது அவன் தலையில் தண்ணீர் தெளிக்கப்படுமா?"

"இல்லை"

"ஏன் அப்படி?"

“தந்தை வழிப்படி நல்ல குடியில் அவன் பிறக்காததால்”

“ஒரு ஆண் பெண்ணை எடுத்துக்கொண்டதன் மூலமாகவோ அல்லது ஒரு பெண் ஆணை எடுத்துக்கொண்டதன் மூலமாகவோ, எப்படி வைத்துக்கொண்டாலும், க்ஷத்திரியர்களே பிராமணர்களை விட உயர் மட்டத்தில் இருக்கிறார்கள். ஒரு பிராமணனை எடுத்துக்கொள்வோம், அவன் செய்த செயலின் காரணமாக மற்ற பிராமணர்கள் அவன் தலையை மழித்துவிடுகிறார்கள். ஒரு சாம்பல் மூட்டையைச் சுமக்கும் படி கொடுக்கப்பட்டு நகரிலிருந்தோ நாட்டிலிருந்தோ அவனைத் தள்ளி வைத்து விட்டார்கள். நீ என்ன நினைக்கிறாய்? பிராமணர்கள் அவனுக்கு இருக்கையும் நீரும் கொடுப்பார்களா?

“இல்லை”

“இறுதிச் சடங்குகளிலோ அல்லது சோற்றுப் படையல்களிலோ அல்லது பலிகளிலோ அல்லது ஒரு விருந்திலோ உணவுண்ண அவன் அனுமதிக்கப்படுவானா?”

“இல்லை”

“மந்திரங்கள் அவனுக்குக் கற்றுக்கொடுக்கப்படுமா?”

“இல்லை”

“அதே இடத்தில் ஒரு க்ஷத்திரியனை எடுத்துக்கொள்வோம். அவனையும் தலையை மழித்தெடுத்து நாட்டை விட்டோ நகரை விட்டோ தள்ளி வைத்துவிடுகிறார்கள்! பிராமணர்கள் அவனுக்கு இருக்கையும் நீரும் கொடுப்பார்களா?”

“ஆம்”

“அவனுடைய மனைவியைப் பாதுகாப்புடன் தங்க வைப்பார்களா?”

“ஆம்”

“பார்த்தாயா, ஒரு க்ஷத்திரியன் ஒரு கேவலமான அந்தஸ்தைப் பெற்ற நிலையிலும், நாட்டிலிருந்தும் நகரிலிருந்தும் தள்ளி வைக்கப்பட்டுவிட்ட நிலையிலும் அதே நிலையிலிருக்கும் இன்னொரு பிராமணனை விட உயர் நிலையானவனாகவே கருதப்படுகிறான்”

அம்பத்தா, பிரம்மனின் குமாரன் சனத்குமாரன் சொன்னான்:

குலத்தை மதிப்பவர்களுக்கு க்ஷத்திரியர்களே சிறந்தவர்கள்:
கடவுளுக்கும் மனிதருக்குமிடையே அறிவும் நடத்தையும்
கொண்டவர்களே உயர்ந்தவர்கள்

"வணக்கத்துக்குரிய கௌதமரே, எது நடத்தை? எது அறிவு?"

"பிறப்பின் அடிப்படையில் குலத்தின் அடிப்படையில் பிரகடனம் செய்துகொள்ளப்படும் பெருமை மறுதலிக்கவியலா அறிவு மற்றும் நடத்தையை அடைந்த நோக்கு நிலையிலிருந்து பெறப்படுவதன்று. "நீ எனக்குச் சரிசமம்; நீ எனக்குச் சரிசமமில்லை" என்ற இறுமாப்பும் அப்படித்தான். எங்கெல்லாம், கொடுக்கல் இருக்கிறதோ, வாங்கல் இருக்கிறதோ, கொடுக்கல்-வாங்கல் இருக்கிறதோ, அங்கெல்லாம் இதே பேச்சு இதே இறுமாப்பு. இது போன்ற விஷயங்களினால் அடிமைப்பட்டோர் மறுதலிக்கவியலா அறிவு – மற்றும் – நடத்தையை அடைதலிலிருந்து வெகுதூரத்திலிருக்கிறார்கள். இதுபோன்ற விஷயங்களைக் கைவிடுவதனாலேயே மேலே குறிப்பிட்ட அறிவையும் நடத்தையையும் அடைய இயலும்"

"ஆனால் மதிப்புக்குரிய கௌதமரே, எது அந்த அறிவு? எது அந்த நடத்தை?"

பூரணஞானம் அடைந்த புத்தர்
அருகர்
ஞானமும் நடத்தையும் இயற்கையாகவே கைவரப் பெற்றவர்
உலகங்களை அறிந்தவர்
வசப்படுத்தப்பட வேண்டிய மனிதர்களின் ஒப்பிடமுடியா
பயிற்சியாளர்

கடவுளர்களின், மனிதர்களின் ஆசான்
உள்ளொளி பெற்றவரும்
ஆசீர்வதிக்கப்பட்டவருமான
ததாகதர்
இவ்வுலகில் எழுகிறார்.
தன்னுடைய அதீத அறிவினால் ஞானநிலையை
அடைந்தவர் அவர்
தேவர்களையும், மாரர்களையும், பிரம்மர்களையும்
இவ்வுலகுக்கு
இதன் இளவரசர்களுக்கு
மனிதர்களுக்கு
பறைசாற்றுகிறார்
அவர் போதிக்கும் தம்மம்
ஆரம்பத்திலும் அருமை
நடுவிலும் அருமை
முடிவிலும் அருமை
எழுத்திலும் அருமை
ஆன்மாவிலும் அருமை
முழுப்பூரணமான
தூய
வாழ்க்கையை

எடுத்துக்காட்டும்
அவரை அடையும் மாணவன்
அறப்பயிற்சி மேற்கொள்கிறான்
புலக்கதவைக் காவல் காக்கிறான்
நான்கு ஞானங்களைப் பெறுகிறான்
அவற்றின் வாயிலாக நடத்தையை வளர்க்கிறான்
பல்வேறு உள்நிலைத் தெளிவுகளை
ஒழுக்கக்கேடுகளின் முடிவுகளை
அடைகிறான்
இதைத் தாண்டி
அவன் பெற வேண்டிய உயர்ந்த அறிவோ
பயில வேண்டிய நடத்தை வழிமுறைகளோ ஏதுமில்லை

"அம்பத்தா, மறுதலிக்கவியலா அறிவின் நடத்தையின் அடைதலுக்கான தேடலில் நான்கு விதமான தோல்விப் பாதைகள் உள்ளன. மறுதலிக்கவியலா இந்த அடைதலைப் பெறாதவன் – அவன் துறவியாகவோ அல்லது பிராமணனாகவோ இருக்கலாம் – முதற்கண் அவன் ஒரு தண்டத்தை மட்டும் எடுத்துக்கொண்டு வனப்பகுதியைச் சென்றடைந்து காற்றினால் கீழே விழுபவற்றை எடுத்துண்டு வாழ்வேன் என்ற பிரதிக்கினை மேற்கொள்வானாயின் இது தோல்விக்கான முதல் பாதையாக அமையும். ஏனெனில் இதன் வாயிலாக ஞானநிலையைச் சாதித்தவனின் ஊழியனாக மட்டுமே ஆகமுடியும். அந்தத் துறவி அல்லது பிராமணன் காற்றினால் விழுபவைகளை உண்டு வாழ முடியாமல், மண்வெட்டியையும் கூடையையும் எடுத்துக்கொண்டு "நான் வேர்களையும் கிழங்குகளையும் உண்டிருப்பேன்" என்று முடிவெடுப்பானாயின் அது இரண்டாவது தோல்விப் பாதையாக இருக்கும். அந்தத் துறவி அல்லது பிராமணன் வேர்களை கிழங்குகளை உண்டு வாழ முடியாமல் ஒரு கிராமத்தின் அல்லது சிறு ஊரின் ஓரத்தில் தீயடுப்பை நிறுவி அதில் தீ வளர்க்கத் துவங்குவானாயின் இது தோல்விக்கான மூன்றாவது பாதை. தீ வளர்க்க முடியாத அந்தத் துறவி அல்லது பிராமணன் சாலைகளின் சந்திப்புக்கருகே நான்கு கதவுகளைக் கொண்ட சிறு வீட்டைக் கட்டிக்கொண்டு "நான்கு திசைகளிலிருந்து இந்தச் சாலைச் சந்திப்புக்கு வரும் துறவி அல்லது பிராமணருக்கு என்னால் முடிந்தவற்றைச் செய்வேன்" என்று முடிவெடுப்பானாயின் இது தோல்விக்கான நான்காவது பாதை."

"அம்பத்தா சொல்! நீயோ அல்லது உனது குருவோ மறுதலிக்கவியலா அறிவு மற்றும் நடத்தையின் படி வாழ்கிறீர்களா?

"இல்லை கௌதமரே! நானும் என் குருவும் ஒப்பீட்டளவில் வெகு தொலைவில் இருக்கிறோம்"

“ஓ. அப்படியானால், நீயும் உனது குருவும் ஞானத்தை அடையாத பட்சத்தில் தண்டத்தை எடுத்துக்கொண்டு காற்றினால் கீழே விழுபவற்றை உண்டு வாழும் எண்ணத்தில் ஆழ்ந்த வனப்பகுதிக்குச் சென்று வாழ முடியுமா?”

“கண்டிப்பாக முடியாது கௌதமரே”

“பின் . . . நீயோ அல்லது உனது குருவோ கிழங்கையும் வேரையும் உண்டு வாழ்வீர்களா? . . . தீ வளர்ப்பீர்களா? . . . அல்லது வீடு கட்டிக்கொள்வீர்களா? . . .” “இல்லை கௌதமரே” “பார் நீயோ அல்லது உன் குருவோ மறுதலிக்கவியலா ஞானத்தையும் நடத்தையையும் மட்டுமல்ல, நான்கு தோல்விப் பாதைகள் கூட உங்கள் சாத்தியத்துக்கு அப்பாற்பட்டதாக இருக்கின்றன. எனினும் நீயும் உன் குரு பொக்காரசதி பிராமணரும் என்ன சொல்கிறீர்கள்? – முகச்சவரம் செய்து கொண்ட சின்ன சன்னியாசிகளும், சிற்றேவலர்களும், பிரம்ம தேவனின் காலடியில் படிந்திருக்கும் அழுக்கையொத்தவர்களும் மூன்று வேதங்களைக் கற்ற பிராமணர்களிடம் என்ன பேசி விட முடியும்? – தோல்வியுற்றவர்களின் கடமையைக் கூடச் செய்ய முடியாத நீங்கள் பேசும் பேச்சு இது! பார் அம்பத்தா, உன் குரு உன்னை எப்படிக் கை விட்டிருக்கிறாரென்று?”

“அம்பத்தா, பொக்காரசதி பிராமணர் கோசல நாட்டு மன்னன் பிரசேனஜித்தனின் தயையில் வாழ்ந்து வருபவர். இருந்தாலும் மன்னரை நேருக்கு நேர் பார்த்துப் பேச பொக்காரசதியால் முடியாது. மூடிய திரைக்குப் பின்னாலிருந்து தான் அவரால் மன்னனுடன் பேச முடியும். உத்தமமான, குற்றமிலா வாழ்வாதாரத்தைத் தந்தருளிய மன்னன் பிரசேனஜித்தன் நேருக்கு நேராகச் சந்திக்கும் அனுமதியை உன் குருவுக்கு ஏன் வழங்கக் கூடாது?”

“அம்பத்தா, முதல் துறவிகள் என்று நீங்கள் சொல்லும் ரிஷிகள் – மூல மந்திரங்களைப் பார்த்தவர்கள் – அவர்கள் பார்த்த மந்திரங்கள் ஜெபிக்கப்பட்டும். உச்சரிக்கப்பட்டும், இன்றளவும் பிராமணர்களால் தொகுக்கப்பட்டும் வருகின்றன. அத்ரி, வாமகர், வாமதேவர், விஸ்வாமித்திரர், ஜமதக்னி, ஆங்கிரஸர், பாரத்வாஜர், வசிஷ்டர், காஸ்யபர், பிருகு – போன்றோர் கண்டுபிடித்த மந்திரங்களே உனக்கும் உன் குருவுக்கும் வழங்கப்பட்ட மந்திரங்கள். ஆனாலும் இம்மந்திரங்களின் ஜெபத்தாலும், உச்சரிப்பாலும் நீயும் உன் குருவும் முனிவர்களாக முடியாது – அப்படி ஒன்று சாத்தியமே இல்லை.”

"அம்பத்தா, நீ என்ன நினைக்கிறாய்? வணங்கத்தக்க, வயதில் மூத்த, குருக்களுக்கெல்லாம் குருவானவர்களிடமிருந்து நீ என்ன கேள்விப்பட்டிருக்கிறாய்? கிட்டத்தட்ட நீயும் உன் குருவும் இருப்பது மாதிரி அந்த முதல் ரிஷிகள் – அத்தகர் முதல் பிருகு வரை – அவர்களெல்லாம் நிறைய அனுபவித்தார்களா, நன்கு குளித்தார்களா, வாசனைத் திரவியங்களைப் பயன்படுத்தினார் களா, முடியையும் தாடியையும் திருத்திக் கொண்டார்களா, மாலைகளால் தம்மை அலங்கரித்துக் கொண்டார்களா, வெண்ணிற ஆடைகளை அணிந்து கொண்டார்களா, ஐம்புல இன்பங்களில் தோய்ந்து அவற்றுக்கு அடிமையானார்களா?"

"இல்லை கௌதமரே"

"நீயும் உன் குருவும் சாப்பிடுவது மாதிரி, கூட்டும், பொறியலும் சேர்த்துப் பட்டை தீட்டப்பட்ட அரிசியால் வடித்த சோறை அவர்கள் உண்டார்களா?"

"இல்லை கௌதமரே"

"நீயும் உன் குருவும் இப்போது இருப்பது மாதிரி, குட்டைப் பாவாடையும் பகட்டணிமணிகளும் அணிந்த பெண்களுடன் உல்லாசமாக இருந்தார்களா?"

"இல்லை கௌதமரே"

"நீளமான குச்சியால் லேசாக அடித்த வண்ணம், அலங்காரம் செய்யப்பட்ட குதிரைகளால் இழுக்கப்படும் ரதத்தில் அவர்கள் பயணம் செய்தார்களா?"

"இல்லை, கௌதமரே"

"வேலிகளாலும் தடுப்புகளாலும், வாளேந்திய வீரர்களால் காக்கப்படும் ஊர்களில் வசித்து அவர்கள் தம்மைக் காத்துக் கொண்டனரா?"

"இல்லை கௌதமரே"

"ஆகவே, அம்பத்தா, நீயோ உன் குருவோ முனிவர்களுமில்லை; முனிவர்களாகும் வழியில் பயிற்சி பெற்றவரும் இல்லை. இப்போது நீ என்ன சந்தேகங்களைத் தீர்த்துக்கொள்ள இங்கு வந்தாயோ அவற்றைத் தீர்த்து வைக்கப்போகிறேன்"

புத்தர் தன் ஆசனத்திலிருந்து எழுந்து அம்பத்தனை நோக்கி நடந்தார். அம்பத்தனும் புத்தரை நோக்கி நடந்தான். அவர்களிருவரும் ஒருவரை நோக்கி ஒருவர் நடந்து வரும்போது, மாமனிதருக்கான முப்பத்திரெண்டு லட்சணங்களை புத்தரின்

உடலில் அம்பத்தன் தேடினான். எல்லா லட்சணங்களையும் அவனால் காண முடிந்தது, இரண்டைத் தவிர. அவனுடைய ஐயம் தீர்ந்தபாடில்லை. முழுக்க மூடிய ஆண் குறியையும், நீளமான நாக்கையும் அவனால் காண முடியவில்லை.

ததாகதருக்கு அம்பத்தனின் குழப்பம் புரிந்தது. தன் மனோசக்தியால் தன்னுடைய மூடிய ஆண்குறியை ஞானதிருஷ்டியில் அம்பத்தனுக்குத் தெரிய வைத்தார். அதன் பின், தன் நாக்கை வெளியே நீட்டி இரண்டு மூக்கையும், இரண்டு காதுகளையும் நக்க வைத்தார். பின்னர் தன் நாக்கால் முன் நெற்றியை வட்ட வளைவை முழுக்க மூடும் படிச் செய்தார்.

"துறவி கௌதமர் மாமனிதனுக்கான முப்பத்திரெண்டு லட்சணங்களையும் கொண்டிருக்கிறார்; ஒரு லட்சணமும் குறையவில்லை" என்று அம்பத்தன் தனக்குத் தானே சொல்லிக் கொண்டான்.

"வணக்கத்துக்குரிய கௌதமரே, நான் சென்று வரட்டுமா? எனக்குக் கொஞ்சம் வேலையிருக்கிறது"

"நிச்சயமாக அம்பத்தா" என்றார் புத்தர்.

◯

புத்தரைச் சந்தித்ததைப் பற்றிப் பொக்காரசதிக்கு அம்பத்தன் சொல்கிறான். அம்பத்தன் புத்தரை இழிவு செய்து பேசினான் என்று அறிந்தவுடன் மிகவும் வருத்தம் கொள்கிறார் பொக்காரசதி. உடனடியாக, புத்தரின் குடிலுக்குச் சென்று விருந்துக்கு அழைப்பு விடுக்கிறார். அம்பத்தன் செய்த பிழையைப் பொறுத்துக்கொள்ளுமாறு கூறுகிறார். "அம்பத்தனுக்கு அனைத்து மகிழ்ச்சிகளும் சித்திக்கட்டும்" என்று புத்தர் வாழ்த்துகிறார். புத்தர் பொக்காரசதிக்கும் தன் முப்பத்திரெண்டு லட்சணங்களைக் காட்டுகிறார். பொக்காரசதியின் இல்லம் வரும் புத்தர் தம்மத்தை எடுத்துரைக்கிறார். பொக்காரசதியும், அவரது குடும்ப உறுப்பினர்களும் அவரின் மாணவர்களும் தம்மத்தைத் தழுவுகிறார்கள்.

பௌத்தத்தில் மகாவிஷ்ணு

இலக்கியம் கொஞ்சம்... தொன்மம் கொஞ்சம்...
சுற்றுலா கொஞ்சம்... வரலாற்றாய்வு கொஞ்சம்...

இலங்கை அதிபர்கள் இந்தியா வரும்போதெல்லாம் திருப்பதி மற்றும் குருவாயூர் கோயில்களுக்குச் செல்வது ஏன்? ஸ்டண்டாக இருக்கும் என்று நான் நினைத்ததுண்டு. அவ்வாறு நினைத்தது தவறு. இலங்கை பௌத்தத்தில் விஷ்ணு வழிபாடு இருக்கிறது. எழுத்தாளர் தேவகாந்தனின் "கனவுச்சிறை" நாவலை வாசித்த போதுதான் எனக்கு இது தெரிய வந்தது.

ஈழப்போராட்டத்தின் துவக்கத்திலிருந்து முடிவு வரையிலான காலவோட்டத்தை ஒரு குடும்ப அங்கத்தினர்களின் வாழ்வின் நோக்கில் காப்பியமாக படைத்திருக்கிறார் தேவகாந்தன். சங்கரானந்தர் என்கிற ஓர் அருமையான பாத்திரத்தை நாவலில் உருவாக்கியிருப்பார் தேவகாந்தன். அந்தப் பாத்திரம் அவருக்கு நேரெதிரான எண்ணங்களைக் கொண்ட இன்னொரு புத்தபிக்குவுடன் ஒரு வாக்குவாதத்தில் ஈடுபடும்.

○

"நிகழ்வின் சாத்தியம்தான் வரலாறு. இரண்டு காலங்களை இரண்டு எல்லைகளை இரண்டு நிகழ்வுகளை வெகு அநாயாசமாய் இணைக்கக்

கூடிய காரணங்களின் சாத்தியம் அது. இந்தச் சாத்தியத்தினூடாக வரலாற்றில் முன்னனுமானமே நிகழ்ந்திருக்கிறது. எழுதிய வரலாற்றின் ஓரங்களில் இதுபோல மறைக்கப்பட்ட சம்பவங்களுக் கான ஆதாரத் துணுக்குகள், எச்சங்கள் ஒட்டியிருக்கின்றன, உண்மையில் கண்டடையப்பட்டிருக்கிறது."

"எக்காலகட்டத்தில் நிகழ்ந்தது அது?"

"கிறித்து சகாப்தம். புத்த காலத்தின் ஐந்நூறு வருஷங்கள் கழிந்து. தென்பகுதியில் கல்யாணி ஆறு தொடங்கி மாணிக்க கங்கை ஈறாகவும், வடபகுதியில் நயினாதீவிலும் வல்லிபுரப் பகுதியிலும் தமிழர்கள் புத்தசமயிகளாக இருந்தார்கள். ஏறக்குறைய அன்றைய தமிழ்நாட்டு நிலைமையை இலங்கை பிரதிபலித்தது. ஆனால், பிற்காலத்தில் அனுராதபுரத்திலிருந்து தெற்கு நோக்கிய நம் நகர்வு வடபகுதிப் புத்த சமயத் தமிழர்களைத் தனிமைப் படுத்திற்று. மேற்கொண்டு எமது அரசியல் நடப்புகள் தமிழ்ப் பவுத்தர்களை இழக்கச் செய்தன."

"தெற்கிலுள்ள தமிழ்ப் பவுத்தர்களுக்கு என்ன ஆனது?"

"அவர்கள் சிங்கள் பவுத்தர்களாக மாறியது நடந்தது. அதனால்தான் இந்து சமய சடங்காசாரங்கள், நம்பிக்கைகள் புத்த சமயத்திலே வந்து கலந்தன மிகுதியாகவும்."

. . .

"அது அவர்கள் தவறல்ல"

. . .

"நமது தவறுதான். அனாத்மவாதமென்று சொல்லிக் கொண்டோம். வேதங்களை மறுதலித்தோம். ஆனாலும் பிரம்மமென்ற அம்சத்தின் அடையாளமாய் நின்றிருந்த விஷ்ணுவை புத்தரின் அவதாரமென்று சொல்லிக்கொண்டோம்"

❍

சுவையான, ஆனால் தீவிரமான உரையாடல். ஒரு கட்டத்தில் பிக்கு குணாநந்த தன் குரூரமான கருத்தை வரலாற்றுக் கூற்றை போலச் சங்கரானந்தரிடம் வெளிப்படுத்துவான்.

❍

"விஷ்ணு அவதாரமான புத்தர் பற்றிய கற்பனை அவசியமான அரசியல் காரணம் பற்றியது. தேரவாதம் மதத்தில் சீலத்தையும் போதனைகளையும் வற்புறுத்திய அதே வேளையில், சாந்தியும்

அஹிம்சையும் பிரதானப்படுத்தப்பட்ட பௌத்த கிளையாகிப் போனது. அது வெகுஜன செல்வாக்குப் பெறப்பெற சிங்கள இனத்தின் மீது ஒரு மந்தமே வந்து கவிந்துவிட்டது. அந்த மந்த குணத்தைப் போக்கி அவர்களைப் போர்க்குணமுள்ள ஓர் இனமாக மாற்றுகிற ஒரு எத்தனத்தின் விளைச்சல்தான் விஷ்ணு கதை. விஷ்ணு அவதாரி. ஒன்பது அவதாரங்களை எடுத்தவர். மீதியோர் அவதாரத்துக்காய்க் காத்திருப்பவர். அந்த ஒன்பது அவதாரங்களும் பெரும்பாலும் அரசியல் காரணம் பற்றியவையே. ராமாவதாரம், கிருஷ்ணாவதாரம், நரசிம்மாவதாரம், வராகவதாரம் யாவுமே மூலத்தில் ருத்திரம் நிறைந்தவை. மூர்க்கமும் குயுக்தித்தனமும் உடையவை. அரச ஸ்தாபகங்கள் அவற்றில் நிகழ்ந்துள்ளன. அதனால்தான் விஷ்ணு வணக்கம் பவுத்தத்தில் புகுத்தப்பட்டுள்ளது. வடக்கே வல்லிபுரத்தில் மகா கலைச் செழுமையுள்ள பிரம்மாண்டமான விஷ்ணு கோயில் இருந்ததை அகழ்வாராய்ச்சி கூறுகிறது . . .”

❍

குணாநந்தரின் வாதம் மெள்ள மெள்ளச் சிங்களப் பேரின வாதத்தின் திசையில் சென்றுவிடும்.

❍

விஷ்ணு வழிபாடு இந்து சமயத்தில் வேதங்களிலிருந்து பெறப் பட்டது. வேதங்களில் இந்திரனே அதிகம் குறிப்பிடப்படுகின்றான். மழையின் அதிபதி என்கிற ஸ்தானம் உடையவனாதலால் இது இருக்கலாம். சுவர்க்கத்தின் அதிபதியாகவும் இந்திரன் பேசப்படுகின்றான். ரிக் வேதத்தில் விஷ்ணுவும் வருகிறார். ஆனால் இந்திரனைப் போன்ற பெரிய கடவுள் தகுதி அவருக்களிக்கப்படுவதில்லை. விஷ்ணுவின் பெயராக வேதத்தில் உபேந்திரன் என்ற பெயரும் வருகிறது. இதன் பொருள் இந்திரனின் துணை. பின்னர் இந்து சமயக் கடவுளர் கூட்டம் பல மாறுதல்களுக்குள்ளாகிறது. ஸ்ருதிகளுக்குப் பின்னர் வந்த ஸ்மிருதிகளில் விஷ்ணு மும்மூர்த்திகளுள் ஒருவர். இந்திரன் தன் ஆணவத்தின் காரணமாக அசுரர்களிடம் அடிமைப்பட நேரிடும்போதெல்லாம் அசுரர்களை அழித்து இந்திரனின் சங்கடத்தைத் தீர்ப்பது விஷ்ணுதான்.

ஐந்தாம் நூற்றாண்டில் தொகுக்கப்பட்ட இலங்கையின் நாளாகம நூலான மகாவம்சத்தில் உபுல்வன் என்ற பெயரில் ஒரு கடவுள் வருகிறார். மகாவம்சத்தின் ஆரம்பத்தில் கலிங்க இளவரசன் விஜயன் தன் நாட்டிலிருந்து விலகி இலங்கை

வந்தடைகிறான். விஜயன் இலங்கை வந்தடைந்தவுடன் உபுல்வன் என்னும் கடவுள் அவனை ஆசீர்வதிக்கிறார். நான் இலங்கையின் காவல் தெய்வம்; என் பெயர் உபுல்வன் என்று தன்னை அறிமுகம் செய்துகொண்டு விஜயனுக்கும் அவனுடன் இலங்கை வந்தடைந்தோருக்கும் அவர்களின் கைகளில் பாதுகாப்பாக சரடுகளைக் கட்டிவிடுகிறார். குவெணி என்ற நாகர்களின் அரசியுடன் நடைபெறும் மோதலில் உபுல்வன் கட்டிய சரடு விஜயனையும் அவனது படைகளையும் காக்கிறது. இலக்கியச் சான்றுகளில் இந்த உபுல்வன் என்கிற கடவுள் ஏழாம் நூற்றாண்டுக் குறிப்புகளில் பின்னர் மீண்டும் வருகிறார். பின்னர் நீண்ட இடைவெளிக்குப் பிறகு 13ஆம் நூற்றாண்டுக் குறிப்புகளில் “உயர்ந்த கடவுள்” என்று உபுல்வன் குறிப்பிடப்படுகிறார்.

உபுல்வன் என்ற சொல் “உப்பலவண்ணா” என்கிற பாலி சொல்லிலிருந்து மருவியது. “அல்லி போன்ற நீல நிறமுடையவன்” என்பது அதன் பொருள்.

பதினைந்தாம் நூற்றாண்டின் இறுதியில், உபுல்வன் இந்து சமயக் கடவுள் விஷ்ணுவாக அடையாளம் காணப்பட்டார். இரு தெய்வங்களின் வடிவ ஒற்றுமை இதற்குக் காரணமாய் இருக்கலாம். கண்டி சாம்ராஜ்யத்தின் போது நிலவிய இந்து சமயத் தாக்கமும் இதற்கொரு காரணமாய் இருந்திருக்கலாம். இந்தக் காலகட்டத்தில் புத்தரின் அருகே நிற்பது மாதிரியாக புத்தர் கோயில்களில் விஷ்ணு சித்தரிக்கப்படலானார்.

இலங்கையில் விஷ்ணு வழிபாடு மரபு பற்றி இன்றைய வரலாற்றாளர்களுக்கிடையே பல வித கருத்துகள் நிலவுகின்றன. உபுல்வனும் விஷ்ணுவும் ஒன்றல்ல என்று சில வரலாற்றாசிரியர்கள் கருதுகிறார்கள். சில ஆதாரங்களில் உபுல்வன் வைதீகக் கடவுள் வருணனாகச் சுட்டப்படுகிறார். அதனாலேயே உபுல்வன் இலங்கையின் பாதுகாவல் தெய்வமாகத் திகழ்கிறார். என்கிற ஐதீகம் தோன்றியதாகக் கருத இடமிருக்கிறது.

மகாவம்சம் போன்று தீபவம்சம் என்னும் நூலிலும் உபுல்வன் பற்றி நிறைய குறிப்புகள் கிடைக்கின்றன. புத்தர் பரிநிர்வாணம் அடையும் முன்னரே விஜயன் என்னும் க்ஷத்திரியன் ஜம்புத்தீவிலிருந்து கிளம்பி இலங்கை வந்தடைவான் என்றும் அவன் இலங்கையை ஆள்வான் என்ற கணிப்பையும் வெளிப்படுத்தினார் என்று சொல்லப்படுகிறது. இலங்கையின் வெற்றிகரமான, பாதுகாப்பான நிறுவுதலைப் பற்றிய கரிசனத்துடன் புத்தர் சக்கரனை அழைத்து (வேதங்களில் வரும் இந்திரன்!) உடன் அதற்காவன செய்யுமாறு கேட்டுக்கொள்கிறார்.

சக்கரன் உப்பலவண்ணனை அழைத்து இலங்கையைப் பாதுகாக்கும் பணியைத் தொடங்குமாறு சொல்கிறான். சக்கரனின் ஆணையை ஏற்றுக்கொண்டு உப்பலவண்ணன் இலங்கை வந்தடைவதாகத் தீபவம்சம் சொல்கிறது. தீபவம்சம் சொல்லும் இதே தொன்மத்தகவலை மகாவம்சமும் வலியுறுத்துகிறது. பின்–வேத கால இந்தியத் தொன்மங்களில் காணப்படும் விஷ்ணு – இந்திரன் இருவருக்கிடையிலான நெருங்கிய நட்பு என்ற கருப்பொருளை பௌத்த தொன்மங்களிலும் ஒரு தொடர்ச்சியாக எடுத்துச் செல்லப்பட்டிருப்பதாக இதைக்கொள்ளலாம்.

❍

தேவிநுவாரா

இலங்கையின் தென்மூலையில் இருக்கும் நகரம் மாத்தரை. மாத்தரைக்குத் தென்கிழக்கில் ஆறு கி.மீ தொலைவில் தேவிநுவாரா இருக்கிறது. 13ஆம் நூற்றாண்டு வாக்கில் முக்கியமான துறைமுகமாக தேவிநுவாரா திகழ்ந்தது. தங்கமுலாம் பூசப்பட்ட தாமிரத்தகடுகள் மூடிய கூரைகொண்ட புகழ்பெற்ற கோவிலொன்றும் அங்கிருந்தது. இராமாயணத்தில் வரும் ராவணனின் காலத்தில் மலர்ச்சியுடன் விளங்கிய நகரம் இதுவென்றும் நம்பப்படுகிறது. “பாரவி சந்தேஷாயா” என்னும் பதினைந்தாம் நூற்றாண்டுக் கவிதைப் படைப்பு தேவினுவாராவில் இருக்கும் தெய்வத்தை அசுரர்களின் சம்ஹாரி என்று வர்ணிக்கிறது. இராமாயணத்துடனான இந்நகரத்தின் தொடர்பைக் குறிக்கும் முகமாகக் கவிஞர் இதைக் குறிப்பிட்டிருக்கலாம் என்றும் சில ஆய்வாளர்கள் கருதுகின்றனர்.

பதிவு செய்யப்பட்டிருக்கும் வரலாற்றுத் தகவலின் படி முதலாம் தப்புல என்னும் அரசனால் இக்கோயில் ஏழாம் நூற்றாண்டில் கட்டப்பட்டது. 1587இல் மாத்தரையைத் தாக்கிய போர்ச்சுகீசியப்படை கோயிலைத் தரைமட்டமாக்கிக் கொள்ளையடித்தது. ஆனால் இரண்டாம் ராஜசிங்கன் என்னும் கண்டி மன்னன் மாத்தரையைப் போர்ச்சுகீசியர்களிடமிருந்து மீட்டு தேவிநுவாராவில் விஷ்ணு தேவாலயத்தை மீண்டும் கட்டினான்.

வல்லிபுரம்

யாழ் குடா பிராந்தியத்தில் கிழக்கு வடமராச்சிப் பகுதியில் அமைந்துள்ளது வல்லிபுரம். அங்கு பௌத்தர்கள் இருந்ததற்கான தொல்லியல் ஆதாரங்கள் கிடைத்துள்ளன. அங்கு ஒரு பிரம்மாண்டமான விஷ்ணு கோயில் இருந்திருக்கிறது என்றும்

வரலாற்றாளர்கள் சொல்கின்றனர், இதை வைத்துக்கொண்டு இலங்கை முழுவதும் சிங்களர்கள்தான் ஆதியில் வசித்தார்கள் என்ற தவறான பொருள்விளக்கம் கொடுத்துக் கொண்டு சிங்களப் பேரினவாதம் அரசியல் செய்தது வேறு கதை.

காஞ்சிபுரத்திலிருந்து மகாபலிபுரம் செல்லும் வழியில் இருக்கும் ஊரின் பெயர் வல்லிபுரம். திருக்கழுக்குன்றம் மற்றும் காஞ்சிபுரம் போல வல்லிபுரமும் பல்லவர் காலத்தில் பௌத்தம் தழைத்த இடமாக இருந்திருக்கலாம். பல்லவர் காலத்தில் தமிழகத்துக்கும் இலங்கைக்குமிடையே நெருங்கிய வரலாற்றுத் தொடர்பு இருந்தது. வடமராச்சியில் இருந்த வல்லி புரத்திலும் பௌத்தம் தழைத்திருக்கலாம். பௌத்த மடாலயங்கள் நிரம்பியிருந்த நாகைப்பட்டினம் கரை வல்லிபுரத்திலிருந்து அதிக தூரத்தில் இல்லை என்பதையும் இங்கு நினைவில்கொள்ள வேண்டும். ஆந்திரக் கரையும் வல்லிபுரத்திலிருந்து அடைதல் எளிது. வல்லி புரம் ஆழ்வார் கோயிலுக்குக் கீழ் அகழ்வாராய்ச்சியில் கிடைத்த ஆளுயர புத்தர் சிலையை சர் ஹென்றி ப்ளேக் என்கிற ஆங்கில அதிகாரி தாய்லாந்து நாட்டு மன்னருக்கு அன்பளிப்பாக 1905இல் அளித்தார். புத்தர் சிலை கிடைத்த விதம் காஞ்சி கோயில்களில் கிடைத்த புத்தர் சிலைகளையும் சின்னங்களையும் நினைவுபடுத்துகிறது. அந்தச் சிலை பாங்காக்கில் உள்ள ஒரு கோயிலில் வைக்கப்பட்டுள்ளதாகக் கூறப்படுகிறது. வல்லிபுர புத்தர் சிலை ஆந்திராவின் புராதன அமராவதி நகரில் தழைத்த பௌத்த சிற்பக்கலை பாணியில் செதுக்கப்பட்டது என்பதில் வரலாற்றாசிரியர்களுக்கு நடுவே ஒருமித்த கருத்து உண்டு. ஆனால் வல்லிபுரத்தில் கிடைத்த தங்கத் தகட்டில் பொறித்த வரிகளை இலங்கை வரலாற்று வல்லுநர் பரணவிதன வேறு விதமாகப் பொருள் கொண்டமை பேரினவாதிகளின் “யாழ்ப்பாணப் பிரதேசம் சிங்களவர்களின் கீழ்தான் இருந்தது” என்ற தியரியை வலுப்படுத்தியது. ஆனால் பரணவிதனவின் அனுமானங்களை பாகிஸ்தானிய வரலாற்று வல்லுநர் ஏ ஹெச் தானி மறுத்தார். தகட்டில் இருந்த எழுத்து வடிவங்களை வைத்துத் தகடு நான்காம் நூற்றாண்டுக்கு முன்னதானதாக இருக்க முடியாதென்று சொன்னார். பரணவிதன அந்தத் தகடு இரண்டாம் நூற்றாண்டில் பொறிக்கப்பட்டதென்று சொல்லியிருந்தார். வல்லிபுரத் தகட்டின் பிராகிருத எழுத்துப் பொறிப்பு திராவிடப் பாணியைப் பின்பற்றியதாகவே இருக்கிறது என்றும் ஏ ஹெச் தானி சொன்னார். வல்லிபுரத் தகட்டில் பொறிக்கப்பட்டது ஒன்றரை அடிகள் மட்டுமே கொண்ட

சிறிய வாக்கியம் என்பதால் உறுதியான, தெளிவான முடிவுக்கு வருதல் மிகக் கடினம்.

கந்தரோடையின் (இதுவும் குடா நாட்டில் சுன்னாகத்துக்கருகே இருக்கும் ஊர்; இங்கு நடந்த அகழ்வாய்வுகளில் புராதன பௌத்தச் சின்னங்கள் கண்டுபிடிக்கப்பட்டுள்ளன) பௌத்தச் சின்னங்களையும், வல்லிபுரப் புத்தர் சிலையையும் ஒப்பு நோக்கும்போது ஆந்திர பௌத்தத்தின் தாக்கம் யாழ்ப்பாண பௌத்தத்தில் ஆழமாக இருந்திருக்கிறது என்ற முடிவுக்கு வர முடியும்.

மந்திரம் - இணைவு - மண்டலம்

"அடிப்படையான, உள்ளார்ந்த மனதின் தெளிவான ஒளியே உன் இயல்பு என்பதை நீ உணரும் வரை, நீ புறப்பொருள் நிலையுணரும் ஜீவனாய் இருக்கிறாய்; ஆனால் உன்னுடைய கடையியல்பை உணர்ந்த பின்னரோ, நீ புத்தனாகிறாய்"

– தலாய் லாமா

தாந்த்ரீக பௌத்தத்தின் வடிவம் வஜ்ரயானம்; வஜ்ரம் என்றால் சமஸ்கிருதத்தில் "மின்னல்" அல்லது "வைரம்" என்று பொருள். பௌத்த வரலாற்றில், மகாயான ஊக சிந்தனைகளிலிருந்து பௌத்த உயர் இலக்குகளைத் தனிப்பட்ட வாழ்க்கையில் அரங்கேற்றுதலை நோக்கிய நகர்வை வஜ்ரயானம் வலியுறுத்துகிறது. "வஜ்ரம்" எனும் சொல் ஒரு மனிதனுள் இருக்கும் முற்றிலும் உண்மையான, அழியாததுமாகிய ஒன்றைக் குறிக்கும்; அது தன்னைப் பற்றியும் தன்னியல்பைப் பற்றியும் அம்மனிதன் எண்ணும் புனைவுகளுக்கு எதிரானது.

வஜ்ரயானத்தை மந்த்ரயானம் என்றும் அழைப்பர்; ஏனெனில் மந்திரங்கள் வஜ்ரயானத்தின் முக்கியமான அம்சம். மந்திரங்களின் உச்சரிப்பு மனம் கட்டுப்பாட்டை இழந்து தன்னைப் பற்றிய புனைவுலகத்துக்குள் வழி தவறி அலைவதிலிருந்து கிளைக்கும் சொல்லாட்சியைத் தடுப்பதற்கு உதவு கிறது. "குஹ்ய மந்த்ர யானம்" என்றும் இப்பௌத்தப் பிரிவு அழைக்கப்படுகிறது. "குஹ்ய" என்றால் "மறைந்திருப்பது". யதார்த்தத்தை அறியும் செயல் முறையின் உணர்ந்தறிய முடியாத்தன்மையை விவரிக்கும் சொல் இது.

தத்துவார்த்தமாக, மனத்தின் இறுதித்தன்மையைப் பேசும் யோகசார பௌத்தத்தின் கருத்து மற்றும் சார்பியல் வாதக் கொள்கைகளை உண்மை என்று ஏற்றுக்கொள்வதற்கு எதிரான மத்யமிகா தத்துவம் – இரண்டின் உருவடிவமாக வஜ்ரயானம் திகழ்கிறது. அக அனுபவங்களைக் கையாளும் வஜ்ரயான நூல்கள் அடையாள, சங்கேத மொழியை உள்ளடக்கியவையாய் இருக்கின்றன. இந்த அடையாளங்களும் சங்கேதங்களும் வஜ்ரயானத்தைப் பின்பற்றுவோரின் சொந்த அக அனுபவங்களுக்குத் தூண்டுதலாக இருக்கும் வண்ணம் படைக்கப்பட்டிருக்கின்றன. இதன் வாயிலாக வரலாற்றுப் புத்தரின் அறிவொளி அனுபவங்களை மீட்டுப்பெறுதலே வஜ்ரயானத்தின் குறிக்கோள்.

மேல்பூச்சான வேறுபாடுடைய இரண்டு எதிர் கொள்கைகள் உண்மையில் ஒன்றே என்பதை உணர்தலின் மூலமே அறிவொளி எழுகிறது என்பது வஜ்ரயானத்தின் கருதுகோள். செயலற்ற கருத்தியல்கள் (உதாரணமாக, ஷூன்யதா (வெறுமை) மற்றும் பிரக்ஞா (மெய்ஞ்ஞானம்) எல்லாம் உரிய செயல்கள் (உதாரணமாக, கருணா (கருணை) மற்றும் உபாயம் *(Skillful Means)* வாயிலாகத் தீர்க்கப்படல் வேண்டும். இந்த அடைப்படை இருமையும் அதன் தீர்வும் பாலியல் சின்னங்கள் வாயிலாக வெளிப்படுத்தப்படுகின்றன. உதாரணம்: யப்–யும் *(Yab-Yum)*

இந்தியா, நேபாளம் மற்றும் திபெத்தின் பௌத்தக் கலைச்சித்தரிப்பு யப்–யும்; ஆண் தெய்வம் ஒன்று தன் பெண் துணையுடனான பாலியல் அணைப்பின் உருவமைப்பே யப்–யும். செயல் சக்தி அல்லது வழிமுறையானது (உபாயம் – ஆணாக உருவகிக்கப்பட்டது) ஞானத்துடனான (பிரக்ஞா – பெண்ணாக உருவகிக்கப்பட்டது) மறைபொருள்–கூடலைச் சித்தரிப்பதாக இது பொதுவாகப் புரிந்துகொள்ளப்படுகிறது. ஆன்மீக அறிவொளியைத் தேடும் முயற்சியில் தோற்றவுலகின் பொய் இருமைகளை முறியடிப்பதில் யப்–யும் இணைவின் புரிதல் அவசியம். பாலியல் கூடலின் பயன்பாடு தாந்த்ரீக மரபிலிருந்து பெறப்பட்டிருக்கலாம் என வல்லுநர்கள் கருதுகிறார்கள். சீன – ஜப்பானிய பௌத்தர்கள் யப்–யும் முழுமையாக ஏற்றுக்கொள்வதில்லை. திபெத்திலும் கூட மறைபொருள் முக்கியத்துவம் அறிந்து முறையாக போதனை பெற்றவர்களுக்கு மட்டுமே யப்–யும் சித்திரங்கள் மீதான தியானம் அனுமதிக்கப்படுகிறது. பெண்–துணையுடன் இருக்கும் தெய்வங்களுடன்தாம் பிராத்தனைகள் பயன்தரும் என்னும் நம்பிக்கையும் திபெத்தில் உண்டு. பிக்குகளாலும் சாதுக்களாலும் வழிபாட்டுக்காக ஏற்கப்படும் காவல் தெய்வங்களும் *(yi-dam)*

மாறுபாடில்லாமல் யப்–யும் அணுகுமுறையை ஏற்பதாகவே திபெத்தில் சித்தரிக்கப்படும்.

யோகசார பௌத்தம் வளர்ச்சி பெற்ற காலத்துடன் அதனுடன் இயைந்து வளர்ந்தது என்பதைத் தவிர, வஜ்ரயானத்தின் வரலாற்று மூலம் பற்றிய தெளிவான தகவல் ஏதும் அறியக் கிடைக்கவில்லை; ஆறாம் நூற்றாண்டு முதல் பதினொன்றாம் நூற்றாண்டு வரை தழைத்தோங்கிய வஜ்ரயானம் இந்தியாவைச் சுற்றியிருக்கும் நாடுகளில் நீடித்த செல்வாக்கை இன்றளவும் செலுத்தி வருகிறது.

வஜ்ரயானத்தின் வளமான சித்திரக் கலைகள் புனித மண்டலத்தில் உச்சக்கட்டத்தை எட்டின. மண்டலம் எனப்படுவது பிரபஞ்சத்தைப் பிரதிநிதித்துவப்படுத்தும் சித்தரிப்பு; தியான ஊக்கியாக மண்டலங்கள் வஜ்ரயானத்தில் பயன்படுத்தப்படு கின்றன. புனிதச் சடங்குகளை நிகழ்த்துவதற்காகவும் இந்தக் குறியீட்டு வரைபடங்கள் பயன்படுத்திக் கொள்ளப்படுகின்றன. பரிசுத்தப்படுத்தப்பட்ட இடத்தில் பிரபஞ்சத்தைப் பிரதிநிதித்துவப்படுத்தும் மண்டலங்கள் வரையப்பட்டு கடவுளர்களைத் தாங்கும் வாங்கியாகவும், பிரபஞ்ச சக்திகளைக் குவிக்கும் புள்ளியாகவும் மண்டலத்தைக் கருதும் ஐதீகம் இன்றும் தொடர்கிறது. நுண்ணுயிரான மனிதன் மானசீகமாக மண்டலத்துக்குள் “நுழைந்து” அதன் மையம் நோக்கி “நகர்தல்” சிதைவு மற்றும் மீள் ஒருங்கிணைப்பு என்னும் பிரபஞ்ச செயல் முறைகளின் ஒப்புமை தியானமாக வஜ்ரயானத்தில் வடிவமைக்கப்பட்டிருக்கிறது.

பௌத்த மண்டலங்கள் இரு வகைப்படுவன; ஒன்று, கர்ப்ப–தாது; இம்மண்டலம் ஒன்றிலிருந்து பலவாக நகர்தலைக் குறிக்கும். இன்னொன்று வஜ்ர–தாது – பலவற்றிலிருந்து ஒன்று.

மண்டலங்கள் காகிதத்தில் அச்சிடப்பட்டதாக இருக்கலாம்; துணியில் வரையப்பட்டதாக இருக்கலாம்; சுத்தம் செய்யப்பட்ட தரையில் வெள்ளை மற்றும் பலவித நிறக் கயிறுகளால் வரையப்படலாம்; கோலங்களாக இருக்கலாம்; பித்தளையில் வடிவமைத்ததாக இருக்கலாம்; கற்களில் கட்டப்பட்டதாக இருக்கலாம். கற்களில் கட்டப்பட்ட மண்டலத்துக்கான மிகச் சிறந்த உதாரணம் – இந்தோனேசியாவில் இருக்கும் போரோபுதூர் நினைவுச் சின்னம்; அங்கு ஸ்தூபத்தை வலம் வருதல் மையத்தை நோக்கிய சடங்குமுறையை அனுஷ்டிப்பதற்கு ஒப்பாகும்.

சில துணுக்குகள்

மகாயானத்தின் எழுச்சிக்குப் பின்னால் வைதீகச் சமயத்தின் தாக்கமோ செல்வாக்கோ இருந்திருக்கலாம் என்று சில அறிஞர்கள் சந்தேகித்திருக்கிறார்கள். உ–ம் கெர்ன், மேக்ஸ் முல்லர், கீத், ஷெர்பாட்ஸ்கி முதலானோர். கடவுள் என்னும் கருத்துரு, புத்தபக்தி, மாறும் நிகழ்வுகளின் மைதானமாக இருக்கும் அழியா முழுமை ஆகிய கருப்பொருட்கள் ஒருவேளை வைதீகச் சிந்தனைகளின் தாக்கத்தால் உள்ளே நுழைந்திருக்கலாம் என்று கருதத் தோன்றுகிறது. ஆனால் இது பற்றி அறுதி யிட்டுச் சொல்லிவிட முடியாது. ஏனெனில் இதற்கான நேரடி ஆதாரங்கள் கிடைக்கவில்லை. வைதீக மதத்திடமிருந்து அப்படி ஏதாவது பெறப்பட் டிருந்தால், அவை மறைமுகமானதாகவோ அல்லது தற்செயலானதாகவோதான் இருந்திருக்க முடியும். முழுமைவாத மெய்யியலை நோக்கியும் இறைநிறைவாத சமயவியலை நோக்கியும் உள்ளார்ந்த பௌத்தச் சிந்தனை இயல்பாக நகர்ந்திருக்கக்கூடிய சாத்தியக்கூறே மிக அதிகம்.

(Source: the central philosophy of Buddhism - a study of Madhyamika System - T R V Murti)

◯

தாய்லாந்து மற்றும் இதர தென்கிழக்காசிய நாடுகளில் அஞ்சலி செலுத்துவதற்கு மிகவும் ஏற்றதான தனிமமாகத் தங்கம் கருதப்படுகிறது.

அந்த நாட்டு மரபுகளில் தங்கத்தை புத்தக் கோயில்களுக்குக் கொடையளிப்பது பக்தியின் உச்ச வெளிப்பாடு. சாரநாத், கயா போன்ற இடங்களுக்குச் சென்ற போதெல்லாம் தென்கிழக்காசியாவிலிருந்து வரும் சுற்றுலாப் பயணிகள் தங்க இலைத் தாள்களை அங்குள்ள புத்தர் சிலைகளின் மேல் ஓட்டுவதை நான் பார்த்திருக்கிறேன். இது ஒரு புண்ணியச் செயலென்று தென்கிழக்காசியர்கள் நம்புகிறார்கள். தங்க ஒளி வீசும் வாழும் புத்தரை நினைவு கூறும் விதமாக இந்த மரபு பின்பற்றப்படுகிறது.

○

ராஹுல் சாங்கிருத்தியாயன் அவர்களின் திபெத்திய நண்பர் கெண்டுங் சேபோல் பற்றி *Luc Schaedler*–இயக்கிய *Angry Monk: Reflections of Tibet* ஆவணப்படத்தைப் பார்க்கும் சந்தர்ப்பம் அமைந்தது. திபெத்தியர்களின் கலாசாரத்தைப் பேண விடாத அடக்கு முறையுடன் கூடிய சீன வல்லாதிக்கப்போக்கு திபெத்தியர்களை நெருக்குவதற்கு முன்பாகவே திபெத் நவீனத்துவத்தைக் கைக்கொள்ள வேண்டுமென்று முழங்கிய கலகக் குரல் கெண்டுங்–கினுடையது. ராஹுல பண்டிதர் திபெத்தில் பௌத்த நூல்களைத் தேடியபோது அவருடைய உற்ற துணையாய் இருந்தவர் கெண்டுங். 13ஆம் தலாய் லாமா திபெத் சமுகத்தை நவீனத்துவம் நோக்கி நகர்த்த முயன்ற காலத்தில் திபெத்தின் பிற்போக்குவாத சக்திகள் பல்வேறு இடையூறுகளை ஏற்படுத்தின. இதற்கு நடுவில் 13ஆம் தலாய் லாமா அகால மரணத்தைத் தழுவி விட, பிற்போக்கு வாத சக்திகளின் கை ஓங்கியது. இது திபெத்துக்கு விளைந்த மிகப்பெரும் பின்னடைவு. கிட்டத்தட்ட பனிரெண்டு ஆண்டுகள் துணைக்கண்டம் நெடுகிலும் பயணம் செய்த காலத்தில் இந்திய சுதந்திரப் போராட்டம் தீவிரப்படும் நிகழ்வுகளை உன்னிப்பாகக்கவனித்துவந்த கெண்டுங் – "இந்தியர்கள் தம் எதிர்காலத்தைத் தம் கையிலெடுத்துக்கொண்டு அதற்காகப் போராடுகிறார்கள்; திபெத்தியர்களும் அதைப் பின்பற்ற வேண்டும்" என்று எழுதினார். ராஹுல பண்டிதரின் நண்பர் என்பதால் மார்க்ஸியரான ராஹுல் போல இவரும் தீவிர எண்ணம் கொண்டலைபவர் என்னும் அவதூறு பிரிட்டிஷ் உளவாளிகளால் பரப்பப்பட்டு திபெத் அரசாங்கத்தின் காதில் எட்டியது. 1946இல் 12 வருட இடைவெளிக்குப் பிறகு தாய்நாட்டுக்குத் திரும்பியவரை – அவர் திபெத்திய மொழியாக்கம் செய்த 'காமசூத்ர'த்தைச் சுட்டி ஆபாச இலக்கியத்தைப் பரப்புகிறார் – என்ற குற்றச்சாட்டில் சிறையிலடைத்தன

அதிகாரத்தில் இருந்த பிற்போக்குவாத சக்திகள். நாகார்ஜுனரின் மூல மத்யமிக காரிகை நூலுக்கு அவர் செய்த மறு விளக்க நூலும் சர்ச்சையில் சிக்கியது. அந்நூலுக்கு அவர் வைத்திருந்த தலைப்பு– பைத்தியக்காரனின் மத்தியப் பாதை. திபெத்தைச் சீனா இணைத்துக்கொண்ட அடுத்த வருடம் கெண்டுங் காலமானார்.

ஹீனயானம் என்று தேரவாதத்தைக் குறிப்பிடலாகாது என்று தேரவாதிகள் சொல்லுகிறார்கள். ஹீனயானம் என்ற சொல் தேரவாதத்தைக் குறைவாகச் சுட்டுகிறது என்பதற்காக இல்லை என்கிறார் பௌத்த சிந்தனையாளர் ராஹுல வால்போல.

“மூன்றாம் பேரவைக்குப் பிறகு மகிந்தர் இலங்கை அனுப்பப்பட்ட பிறகு தேரவாதம் இலங்கைக்குள் நுழைந்தது. அப்போது மகாயானம் என்று சொல்லப்படுகிற பௌத்தப் பிரிவு இல்லை. ஹீனயான பௌத்தப் பிரிவுகள் இந்தியாவில் வளர்ந்தன. அவற்றுக்கும் இலங்கையில் வளர்ந்த தேரவாதத்துக்கும் எந்தத் தொடர்பும் இல்லை. மகாயானம் என்று சொல்லப்படும் பௌத்தப் பிரிவு கி.மு முதலாம் நூற்றாண்டில் வடிவங்கொள்ள ஆரம்பித்தது. ஹீனயானம் என்ற சொல் முதன்முதலாக மகாயான நூலான சத் தர்ம புண்டரீக சூத்திரம் (லோட்டஸ் சூத்ரா) என்னும் மகாயான நூலில் பயன்படுத்தப்பட்டது. கி.பி இரண்டாம் நூற்றாண்டில் மகாயானம் ஒரு தெளிவான வரையறையைப் பெற்றது. இந்தச் சமயத்தில்தான் நாகார்ஜுனர் ஷுன்யதா எனும் மகாயான தத்துவத்தைத் தன் நூல் – மூல மத்யமிக காரிகையில் விவரித்தார். முதலாம் நூற்றாண்டுக்குப் பின்னர்தான் மகாயானம் எனும் சொல்லே பயன்பாட்டுக்கு வந்தது. நான்காம் நூற்றாண்டு வாக்கில் அசாங்கர் – வசுபந்து இருவரும் மகாயானத் தத்துவத்தை விவரிக்கும் பல நூல்களை எழுதினார்கள். இன்று உலகில் எங்குமே ஹீனயான பௌத்தப் பிரிவுகள் காணப்படவில்லை. ஆகையால், இலங்கை, பர்மா, தாய்லாந்து, கம்போடியா மற்றும் லாவோஸ் – இங்கெல்லாம் நிலவும் பௌத்தம் ஹீனயானம் என்னும் சொல்லால் குறிப்பிடப்படுதலை நிறுத்த வேண்டும்”

மகாயானத்துக்கும் தேரவாதத்துக்கும் இடையில் அதிக வித்தியாசமில்லை என்பதை வலியுறுத்தும் ராஹுல வால்போல நாகார்ஜுனரின் ஷுன்யதாவின் அடிப்படையே தேரவாதத்தின் மூலக் கொள்கையிலிருந்து எழுந்ததுதான் என்று குறிப்பிடுகிறார்.

“நாகார்ஜுனரால் வளர்த்தெடுக்கப்பட்ட ஷுன்யதா அல்லது வெறுமை தத்துவம் அடிப்படையில் ஒரு மகாயான போதனை என்று பலரும் நினைக்கின்றனர். தேரவாத பாலி

மூல நூல்களில் வரும் பதிச்ச சமுப்பாத அல்லது சார்பியல் தோற்றம், மற்றும் அனத்த கோட்பாடுகளின் அடிப்படையில் விளக்கப்பட்டதே ஷுன்யதா. ஒரு முறை ஆனந்தர் சாக்கியமுனியைக் கேட்டார்: "மக்கள் ஷுன்யா என்கிறார்களே! எது ஷுன்யா?" புத்தர் சொன்னார்: "ஆனந்தா, ஆத்மா இல்லை, அது தொடர்பான எதுவும் இவ்வுலகில் இல்லை. எனவே இவ்வுலகம் வெறுமையானது". புத்தரின் இந்தக் கருத்தை எடுத்துக் கொண்டுதான் மூல மத்யமிக காரிகை என்னும் குறிப்பிடத்தக்க நூலை எழுதினார் நாகார்ஜுனர். மகாயானிகள் இந்த ஷுன்யதா கருத்தை ஓர் ஆழமான தத்துவமாக விரித்துரைத்தனர்."

மணிமேகலையின் ஆறாம் காதை சக்கரவாளக் கோட்டமுரைத்த காதை. ஒரு சூனியக்காரியின் ஆவி உள்புகுந்து அதன் விளைவாய் மரணமுறும் மகன் சங்களனுடைய உடலைச் சுமந்துகொண்டு சம்பாபதி தெய்வத்திடம் முறையிடுகிறாள் கண்பார்வையற்ற கோதமி. அவளின் அரற்றலைக் கேட்கப் பொறுக்காமல் அவள் முன் தோன்றுகிறது சம்பாபதி தெய்வம். சிறுவன் ஊழ்வினை காரணமாகவே இறந்தானென்றும் அவனை உயிர்ப்பிக்க யாராலும் முடியாதென்றும் கூறுகிறது. கோதமி அதை நம்ப மறுத்து மகன் மீண்டும் உயிர்பெறாவிடில் தானும் உயிர் நீப்பதைத் தவிர வேறு வழியில்லை என்கிறாள். தன் சக்தியால் ஆனதைச் செய்வதாகச் சொல்லும் சம்பாபதி கீழ்க்கண்டவர்களைக் கோதமி முன்னிறுத்தியது.

நால்வகை மரபி னரூபப் பிரமரும்
நானால் வகையி னுரூபப் பிரமரும்
இருவகைச் சுடரு மிருமூ வகையிற்
பெருவனப் பெய்திய தெய்வத கணங்களும்
பல்வகை யசுரரும் படுதுய ருறூஉம்
எண்வகை நரகரு மிருவிசும் பியங்கும்
பன்மி னீட்டமு நாளுங் கோளும்
தன்னகத் தடக்கிய சக்கர வாளத்து . . .

அரூபப் பிரமர்கள், உரூபப் பிரமர்கள், சூரிய சந்திரர்கள், அறுவகைத் தெய்வங்கள், மனிதர்கள், நட்சத்திரங்கள் முதலான அனைத்தும் அங்கு குழுமின. சம்பாபதி ஏற்கெனவே சொன்னதை அவை உறுதி செய்தன. கோதமியும் மனதைத் தேற்றிக்கொண்டு மகனின் மரணத்தை ஏற்றுக்கொண்டவளாய் அவன் உடலத்தை சிதைத் தீக்குப் படைக்கிறாள்.

பௌத்த மரபில் அங்கு குழுமிய கடவுளர் எல்லாம் உறையுமிடம் சக்கரவாளம் என்று சொல்லப்படுகிறது. அதனால்

அந்தச் சுடுகாட்டில் அவர்கள் குழுமிய இடம் சக்கரவாளக் கோட்டம் என்றழைக்கப்படலானது. தேவதச்சனாகிய மயன் அவ்விடத்தில் சக்கரவாளக் கோட்டத்தைப் பின்னாளில் எழுப்புகிறான். நடுநாயகமாக மேருமலையும் அதனைச்சுற்றி எட்டு மலைத்தொடர்களும், நான்கு கண்டங்களும், ஈராயிரம் தீவுகளையும் சமைத்தான்.

இந்த விவரிப்பை பௌத்த *cosmology*யின் கூறுகளின் குறியீட்டுச் சித்தரிப்பாகக் காணலாம். முழுக்கோட்டத்தையும் ஒரு யந்த்ரமாகக் கொள்ளலாம். வழிபாட்டுக்கும் தியானத்துக்குமான ஒரு மண்டலம். கதைக்குள் வரும் நிகழ்வின் வாயிலாக பௌத்த அண்டவியலின் சிறு கண்ணோட்டத்தை நமக்குக் காட்டிவிடுகிறது மணிமேகலைக் காப்பியம்.

புத்தருக்கு ஒரு கடிதம்

நண்பர் ஒருவர் சமீபத்தில் எழுத்தாளர் முகாம் ஒன்றுக்குச் சென்று திரும்பியிருந்தார். அங்கே, அவருக்குத் தரப்பட்ட பயிற்சிகளைப் பற்றிச் சொல்லி மறைந்தவர்கள் யாருக்கேனும் கடிதம் எழுதினால் யாருக்கு எழுதுவீர்கள் என்று என்னிடம் கேட்டார். சற்றும் யோசிக்காமல் புத்தருக்கு என்று சொல்லிவிட்டேன். அளவில் சின்ன மடலாக இருக்க வேண்டும்; ஓரிரு செய்திகளை மட்டும் சொல்வதாக இருக்க வேண்டும்; பத்து நிமிடங்களுக்குள் எழுதியதாக இருக்க வேண்டும் என்ற கூடுதல் நிபந்தனைகள் வேறு. எனக்குப் பத்து மடங்கு அதிக நேரம் எடுத்தது பின்வரும் கடிதத்தை எழுதி முடிப்பதற்கு.

○

உங்களுக்குச் சிறுமடலொன்று எழுத வேண்டுமாய் ஓர் எண்ணம் எழுந்தது. சம்சாரத்தின் தம்மங்கள் போன்று இந்த எண்ணமும் எதனையும் சாராமல் எழுந்திருக்க முடியாதென்ற அறிதல் எனக்குண்டு. முழுநிலவு பூத்த ஓர் இரவில் நீர் கண்டுணர்ந்து எங்களுக்குப் போதித்த பிரதீத்ய சமுத்பாதம் – ஒன்றைச் சார்ந்து ஒன்றாக எழும் தம்மங்கள் பற்றிய கோட்பாடு – விரித்துரைப்பது போல மடல் எழுதும் எண்ணம் மட்டுமல்ல சம்சாரவுலகின் எந்த நிகழ்வும் அந்தரத்திலிருந்து தன்னந்தனியாக

வந்து விழுந்தவையாக இருக்க முடியாது. கண்டுணர முடியாத மூல காரணங்களும் கிளைக் காரணங்களும் அவற்றின் பின்னால் இருக்கும். உம்மை, உமது தம்மத்தைச் சிந்தித்தல் என்னுள் ஆனந்தத்தை அள்ளி இரைக்கிறது. பழகிப்போன பக்தியுணர்வில்லை இது என்று மட்டும் சொல்லிக்கொள்ள விரும்புகிறேன். இது ஒரு வியப்பு நிலை என்றுதான் சொல்ல முடியும். வியப்புணர்வு என்னை விவரிக்கவொண்ணா அமைதியிலாழ்த்துகிறது. சிக்கலான நூல் பந்துக்குள் கிடக்கும் ஒரு முடிச்சு நான் என்பதான உருவகத்தில் மனதைக் குவிக்குமுன் நேற்று கண்டுணரப்பட்ட தம்மம் போல இன்றளவும் புதுமை மாறாது விளங்கும் நிரந்தர உண்மையை அறிவுறுத்திய உமக்கு நன்றி செலுத்துகிறேன்.

இடைத்தங்கல் மையங்கள்

"எங்கள் பல்கலைக்கழகங்களுக்கு வந்து படியுங்கள்" என்று ஆஸ்திரேலிய பல்கலைக்கழகங்கள் கூவியழைக்கின்றன. "எங்கள் நாட்டுக்குச் சுற்றுலா வாருங்கள்" என்று இஸ்ரேல் அழைக்கிறது. இத்தகைய விளம்பரச் சுருதியை யிஜின் என்ற சீனப் பயணியின் குறிப்பில் நமக்குப் படிக்கக் கிடைக்கிறது. ஏழாம் நூற்றாண்டில் இந்தியாவுக்கு விஜயம் செய்தவர் யிஜின். இந்தியா – சீனா இரண்டுக்குமிடையிலான வர்த்தக, கலாசார பரிவர்த்தனையின் முக்கிய இணைப்பாகத் தென்கிழக்காசிய அரசுகள் பங்காற்றி வந்தன. தெற்கு சுமத்ராவிலிருக்கும் பாலெம்பாங்–கை தலைநகராகக்கொண்டு ஆண்ட ஸ்ரீவிஜயர்களின் காலத்தில் இந்தியா செல்லுமுன்னர் பாலெம்பாங்–கில் ஆறு மாதம் தங்கி சமஸ்கிருத இலக்கணத்தைப் பயின்றாராம் யிஜின். சீனா திரும்பும் வழியிலும் பாலெம்பாங்கில் சிறிது காலம் தங்கியிருந்து சில பௌத்த நூல்களின் மொழிபெயர்ப்புகளைச் செய்து முடித்தாராம். அவர் சொல்கிறார்: "முழுக்க முழுக்க பௌத்த வாசிப்பில் மூழ்கியிருந்த ஏறக்குறைய ஆயிரம் பௌத்த பிக்குகள் அங்கு வசித்தனர். பௌத்தம் மட்டுமல்லாமல் அனைத்து வகை அறிவியல்களையும் அவர்கள் கற்று வந்தனர். மூல ஆகமங்களைப் படித்தறிவதற்காக மேற்குத் திசைக்குப் பயணஞ்செய்ய விழையும் சீனச் சாது ஒருவர், ஓரிரு வருடங்கள் இங்கு தங்கியிருந்து (பாலெம்பாங், ஸ்ரீவிஜயப் பேரரசு) இந்தியப் பயணத்துக்குத் தயார் செய்துகொள்ளலாம்." கிழக்குத் திசைப் பயணத்தின்போது தங்கள் விமான

நிலையங்கள் வழியாக *"transit"* செய்யலாம் எனும் சிங்கப்பூர், மலேசியா, தாய்லாந்து போன்ற நாடுகளின் தேசிய விமான நிறுவனங்களின் விளம்பர வாசகங்களை நினைவுபடுத்தும் யிஜினின் இந்தக் குறிப்பு.

❍

அதினா பூர் என்று புராதன காலத்தில் வழங்கப்பட்ட, பௌத்தம் தழைத்த, பாஹியான், யுவான் சுவாங் போன்ற சீன யாத்திரிகர்கள் விஜயம் செய்த, அலெக்ஸாண்டர் கைக்குள் இருந்து அவரின் மறைவுக்குப் பிறகு அவரின் தளபதிகளுள் ஒருவரான செலியூக்கஸ் என்பவரிடம் வந்து, சந்திரகுப்த மௌரியர்களின் கட்டுப்பாட்டுக்குக் கொண்டு வரப்பட்டு, கிரேக்க – பௌத்தப் பேரரசு, குஷானப் பேரரசு, அராபிய முஸ்லிம்கள், கஜினி, கோரி, தைமூர், முகலாய வம்சங்கள் கீழ் வந்து, பெருத்த உயிரிழப்புகளுக்குப் பிறகு ஆங்கிலேயர்களின் கைக்கு வந்து . . . அந்த நகரத்தில் இன்னும் போர் முடிந்தபாடில்லை . . . புராதனப்பட்டுச் சாலைக்கு அருகிலிருந்த காரணத்தால் வணிக முக்கியத்துவமும் மத்திய ஆசியாவிலிருந்து இந்திய நிலப்பரப்புக்குள் ஊடுருவிய ஹூணர்கள், மங்கோலியர்கள் போன்றோரின் முதல் நிறுத்தமாகக் கைபர் கணவாய்க்கு அருகில் இருந்தமையால் பூகோள – அரசியல் முக்கியத்துவமும் அந்நகருக்குப் பன்னெடுங்காலமாக இருந்து வந்திருக்கிறது. தன் பேரன் அந்நகரைப் பெரிதாகக் கட்டுவானென்ற முகலாய மன்னன் பாபரின் கனவைப் பூர்த்தி செய்தான் பேரன் . . . ஜலாலுத்தின் முகமது அக்பர் என்ற பேரனின் பெயரிலேயே அந்த நகரம் இன்றும் வழங்கப்படுகிறது . . . கிழக்கு ஆப்கானிஸ்தானின் இரண்டாவது பெரிய நகரம் – ஜலாலாபாத்!

Tapari Kalan சிதிலங்கள் ஜலாலாபாதிலிருந்து பத்து கிலோ மீட்டர் தொலைவில் இருக்கின்றன. அங்கு அகழ்வாராய்ச்சி நடந்த நாட்களில் (1923) எடுக்கப்பட்ட ஒரு புகைப்படம் பாரிஸ் மியூசியத்தில் தொங்கவிடப்பட்டிருக்கிறது. தலையற்ற முண்டமாக புத்தரின் சிலை காந்தாரக் கலையின் எழில் மிளிர நின்றுகொண்டிருக்க, தரையில் சிலையின் தலை விழுந்து கிடக்கிறது.

Tapari Kalan என்ற புராதன பௌத்த மடாலயத்தின் சிதிலங்கள் 1920–30களில் பிரெஞ்சு தொல்லியலாளர்களால் கண்டெடுக்கப்பட்டன. ஜலாலாபாத்திற்குத் தெற்கே ஹட்டா என்ற இடத்தில் *Tapari Kalan* உள்ளது. அகழ்வாராய்ச்சியில் கிடைத்த முக்கியமான சிற்பங்கள் இன்று பாரிஸ் அரும்பொருட் காட்சியகத்தில் வைக்கப்பட்டிருக்கின்றன. ஆப்கானிஸ்தானின்

உள்நாட்டுப்போரில் பாமியான் புத்தர்கள் போல *Tapari Kalan*-னும் சேதமுற்றுவிட்டதாகச் சொல்லுகிறார்கள். *Tapari Kalan*-இன் இன்றைய காலப் புகைப்படத்தைப் பார்க்கலாம் என்று கூகிளில் தேடினேன். கிடைக்கவில்லை. தேடலின் முடிவுகள் உத்தரப்பிரதேச மாநிலம் சஹாரன்பூர் மாவட்டத்திலுள்ள கிராமங்களை வரிசைப்படுத்தின. *Tapari Kalan, Jalalabad, Hadda* என்று பல ஆப்கன் ஊர்களின் பெயர்களைக் கொண்ட ஊர்களும் சஹாரன்பூர் மாவட்டத்தில் இருக்கின்றன.

அங்கிருப்பவர்களின் மூதாதையர் ஆப்கானிஸ்தானிலிருந்து வந்தவர்கள் போலும். மனிதர்கள் போன்று சின்னங்களும் நகர்ந்திருந்தால். . .

❍

நவீனக் காலத்தில் சீனர்கள் அந்நகரைக் காசி என்றழைக்கிறார்கள். பெரும்பான்மை உய்கர் இன முஸ்லிம்கள் வாழும் அந்த ஊர் – காஷ்கார். சீனாவின் மேற்கோரத்தில் இருக்கும் ஷீன்ஜாங் *(Xinjiang)* பிராந்தியத்திலுள்ள இரண்டாவது பெரிய நகரம்.

வரலாற்றுக் காலந்தொட்டு மத்திய ஆசியாவின் முக்கியமான வணிக நகரங்களில் ஒன்று காஷ்கார். தெற்குப் பட்டுச்சாலையில் அமைந்திருக்கும் ஊர். கிருத்துவ யுகத்தின் துவக்கத்தில் ஹான்– சீனாவின் கட்டுப்பாட்டில் இருந்தது. உள்ளூர் மன்னரின் ஆட்சியை மேற்பார்வை செய்ய ஹான் – சீனாவின் அதிகாரிகள் நியமிக்கப்பட்டிருந்தனர். இரண்டாம் நூற்றாண்டின் போது அண்டைய ராஜ்யமான குஷானப்பேரரசின் மீது காஷ்காருக்கு பயம். அவர்கள் தம்மைத் தாக்கக்கூடாது என்பதால் தம் குடும்பத்தின் வாரிசொன்றைப் பணயமாக குஷான அரசிடம் ஒப்படைத்திருந்தது காஷ்கார் அரசகுடும்பம். இதற்கு நடுவில் ஹான் – சீனப் பிரதிநிதியுடன் ஏற்பட்ட ஒரு பூசல் காரணமாகச் சீனப் பிரதிநிதி கொலை செய்யப்பட்டுவிட ஹான்–சீனா காஷ்கார் மீது படையெடுத்தது. குஷானப் பேரரசின் உதவி நாடப்படுகிறது. அதுவரை அவர்களிடம் பணயமாக இருந்த இளவரசனுக்கு முடிசூட்டுகிறார்கள் குஷானர்கள். காஷ்கார் இப்போது குஷானர்களின் பாதுகாப்பில் இருப்பதால் ஹான்–

சீனா படையானது பின் வாங்குகிறது. இது நடந்தது கி.பி 170இல். காஷ்காரில் பௌத்தம் தழைக்கத் தொடங்கியது இந்தச் சமயத்தில்தான். கிட்டத்தட்ட பத்தாம் நூற்றாண்டு வரை பௌத்தம் காஷ்கார் மக்களின் முக்கியச் சமயமாகத் திகழ்ந்தது. பௌத்தம் சீனாவில் பரவித் தழைத்தற்கு குஷானர்களின் கட்டுப்பாட்டில் காஷ்கார் வந்தது ஒரு முக்கியக் காரணம்.

குஷானர்கள் காலத்தில் இரானிய மக்கள் குழுக்களின் கிளைகளில் ஒன்றான சாகா மக்களும், இந்தோ – ஐரோப்பிய மொழி பேசிய டொகாரிய இன மக்களும் காஷ்காரில் வசித்தனர். எட்டாம் நூற்றாண்டில் பௌத்தம் மறைந்து இஸ்லாம் கோலோச்சத் தொடங்கியபோது இவர்கள் புறந்தள்ளப்பட்டுத் துருக்கிய பழங்குடிகளான உய்கர் குடியேறினர். எட்டு நூற்றாண்டுகக் காலம் பிரசித்தமாயிருந்தும், குறிப்பிடத்தக்க பௌத்த அடையாளங்கள் ஏதும் இன்று காஷ்காரில் மிஞ்சி யிருக்கவில்லை என்பது குறிப்பிடத்தக்கது.

பாலெம்பாங் (இந்தோனேசியா), ஜலாலாபாத் (ஆப்கானிஸ்தான்). காஷ்கார் (சீனா) என்னும் மூன்று முக்கியமான இடைத்தங்கல் மையங்களில் இன்று பௌத்தம் காணாமல் போய்விட்டது. உலகின் நான்காவது பெரிய சமய நம்பிக்கையாக பௌத்தம் இன்றளவும் நிலைத்து நிற்பதற்கு இந்த வரலாற்றுக் காலத்து இடைத்தங்கும் இடங்கள் முக்கியப் பங்காற்றின.

ஒரு கொலைகாரனின் புனிதத்துவம் நோக்கிய பயணம்

தட்சசீலத்தில் படிப்பை முடித்து சாவத்தி திரும்பத் தயாராகிக் கொண்டிருந்த அஹிம்ஸகனின் குரு கேட்ட தட்சிணை ஆயிரம் சுண்டு விரல்கள். மகாபாரதத்தின் துரோணர் போலவே அஹிம்சகனின் ஆசிரியரும் தன் மாணவனின் முன்னேற்றத்தைக் காணச் சகியாதவராய்த் தனக்கு ஆயிரம் மனிதர் களின் வலது கையிலிருந்து வெட்டி எடுக்கப்பட்ட சுண்டு விரல்கள் வேண்டுமென்றார். கட்டை விரலை தட்சிணையாகக் கேட்ட துரோணரிடம் தன் விரலைச் சமர்ப்பித்துவிட்டுச் சென்றான் ஏகலைவன். பின்னாளில் என்ன ஆனான் என்பது தெரியவில்லை. ஆனால் அஹிம்சகன் ஆயிரம் விரல்கள் சேர்க்கும் முயற்சியில் இறங்கித் தொடர் கொலைகாரனாகி விரல்களை மாலையாகப் பூண்டு அங்குலிமாலா எனும் பெயரில் ஜாலினி வனத்தில் திரிந்து கொண்டிருந்தான். 999 விரல்கள் சேர்த்துவிட்டன. ஒரு விரல் மட்டும் பாக்கி. அங்குலிமாலா என்ற பெயர் கொண்டு அப்பாவி மக்களைக் கொன்று குவிப்பவன் தன் மகன் அஹிம்ஸகனாக இருக்கலாம் என்று தாய் மந்தானிக்கு உள்ளுணர்வு தோன்றியது. மகனைத் தேடிக் காட்டுக்குள் நுழைந்துவிட்டாள். அங்குலிமாலா தன் ஆயிரமாவது விரலைப் பெறத் தன் அன்னையையே தேர்ந்தெடுத்துவிடுவானோ? பகவானுக்குள் அங்குலிமாலா பற்றிய பிரக்ஞை. நடப்பது என்னவென்ற ஞானவுணர்ச்சி அவருள் ஊற்றெடுத்தது. போதி சத்துவராய்த் தான்

பிறப்பெடுத்திருந்த முந்தைய பிறவிகளில் பெரும் உடலும் பலமும் பொருந்தியவனாய்ப் பிறந்த அவனைத் தன் மனபலத்தால் முறியடித்த சம்பவங்களை நினைவு கூர்ந்தார். தாயைக் கொல்லல் பெரும் பாவம். உடனடி நரக உலகிற்குள் தள்ளும் பாவம். புத்தர் உடன் காட்டை நோக்கி நடக்கலானார்.

அன்னையை அடையாளம் கண்டுவிட்டான் அங்குலிமாலா. கோடரி சகிதம் அவன் தாய் வரும் திசையை நோக்கி நடந்தான். இடைவெளி குறுகிக்கொண்டே வந்தது. சமீபித்துவிடுவான் போலிருக்கும் சமயத்தில் தாய்க்கும் மகனுக்கும் இடையில் புத்தர் நின்றார். அங்குலிமாலாவின் கவனம் சிதறி அம்மாவை விட்டுவிடுவோம், இந்தத் துறவியை வெட்டுவோம் என்று புத்தரை அணுகினான். ஆனால் என்ன மாயம்! எத்துணை வேகத்தில் நடந்தாலும் அவனால் புத்தரை நெருங்க முடியவில்லை. புத்தரோ நிதானமாக நடந்துகொண்டிருந்தார். வியர்வை கொட்டியது. மூச்சு இரைந்தது. களைத்துப் போய் நின்றான் அங்குலிமாலா. திரௌபதியைத் துகிலுரியும் முயற்சியில் களைத்து வீழ்ந்த துச்சாதனன் ஞாபகம் வருகிறானல்லவா?

பெற்ற மகன் மீதான பாசத்தினால் ஆபத்தை அறியாமல் மரணத்தை நோக்கி நடந்த தாய்! தாயின் விரல் வெட்டப்போய் பின்னர் சாக்கிய முனியை நோக்கி நடந்த அங்குலிமாலா! தாயின் உயிர் காத்து, நிகழவிருந்த பெரும்பாவச் செயலை நிகழாது நிறுத்துவதற்கு நடந்த புத்தர்!

புத்தரை நோக்கிக் கூவினான். "ஏ, சந்நியாசி, நில்லு"

"அங்குலிமாலா. நீ நிறுத்து இப்போது"

இவர் நடக்கிறார். நாம் நடையை நிறுத்தியாயிற்று. ஆனால் இவரோ என்னை நிற்கச் சொல்கிறாரே? இது என்ன குழப்பம்? அங்குலிமாலா கேள்வியாக அவரிடம் கேட்கவும் செய்கிறான். புத்தர் உரைக்கிறார்:

நான் என்றென்றைக்குமாக
நிறுத்திக்கொண்டுவிட்டேன்,
உயிர்களின் மீதான வன்முறையை
நான் தவிர்க்கிறேன்;

ஆனால் உனக்கோ சுவாசிக்கும் உயிர்களின் மேல் ஒரு
கட்டுப்பாடும் இல்லை:
அதனால் நான் நிறுத்திவிட்டேன் ஆனால் நீ நிறுத்தவில்லை

இச்சொற்களை அங்குலிமாலா கேட்ட போது அவன் இதயம் பெரும் மாறுதலுக்குள்ளானது. கெட்டித்துப் போன குரூரத் தன்மையை உடைத்துக்கொண்டு தூய விழைவுகள் ஊற்றெடுத்தன.

சக்கரவாளம்

தன் முன்னால் நிற்பது சாதாரண பிக்குவல்ல; சாட்சாத் புத்த பகவானே என்று புரிந்துகொண்டான். தன்னிச்சையாகத் தன்னைத் தேடி இவ்வனத்தினுள் அவர் நுழைந்திருக்கிறார் என்பதை உணர்ந்தான். முடிவில்லா துக்கக் குப்பைக்குள்ளிருந்து தன்னைப் பிடித்திழுப்பதற்காகவே வந்திருக்கிறார். பெரும்பாபக் குழியினுள் விழ இருந்த என்னை அவர் காப்பாற்றியிருக்கிறார். தன் இருப்பின் ஆழமான வேருக்குள் நகர்ந்தவனாய், ஆயுதங்களை தூக்கியெறிந்து முழுக்கவும் ஒரு புது வாழும் வழி முறைக்குத் தன்னை அர்ப்பணித்துக்கொள்ளும் உறுதியை மேற்கொண்டான்.

அங்குலிமாலாவை அழிப்பதற்கு ஒரு சிறப்புப்படை திரட்டப்பட்டது. கோசல மன்னன் பாஸநாடியே அதற்குத் தலைமை தாங்கினான். காட்டை நோக்கிப் போகும் வழியில் ஜெதாவனம் வந்தது. புத்தர் அங்கு வந்திருப்பதாகக் கேள்விப்பட்டு அவரைச் சந்திப்பதற்காக உள்ளே சென்றான். எந்த நாட்டு மன்னனுடன் போர் என்று வினவினார் புத்தர். அங்குலிமாலா எனும் கொலைகாரனைத் தேடிக் கண்டுபிடிப்பதற்காகப் போய்க்கொண்டிருப்பதாக மன்னன் சொன்னான். "அங்குலிமாலா காட்டில் இல்லாமல் என்னுடன் இங்கிருந்தால்?" என்று புத்தர் கேட்டபோது மன்னன் "அங்குலிமாலாவாவது ஜெதாவனத்திலாவது?" என்று உதட்டைப் பிதுக்கினான். "உங்கள் பின்னால் வலப்புறத்தில் நின்றுகொண்டிருக்கிறாரே அவர்தான் பிக்கு அங்குலிமாலா" என்று புத்தர் சொன்னார். மன்னனின் விழிகள் ஆச்சரியத்தில் விரிந்தன. காவி நிற உடையணிந்து, முகக் கேசத்தை மழித்து மொட்டைத் தலையுடன் தோற்றமளித்த இவரா அங்குலிமாலா? அவரை அணுகி "நீங்கள் எந்த ஊர்?" என்று கேட்டான் பாஸநாடி.

"சாவத்தி"

"தாய்–தந்தை"

"பாக்கவர் – மந்தானி"

பாக்கவர் மன்னனுடைய பண்டிதர்.

ஆச்சரியம் அகலாதவனாய்ப் புத்தரிடமிருந்து விடை பெற்றுக்கொண்டு அங்கிருந்து அரண்மனைக்குத் திரும்பிச் சென்றான் பாஸநாடி.

அங்குலிமாலா அருகனானாலும் சாவத்தியின் மக்கள் அவனை அன்புடன் ஏற்கவில்லை. பெரும்பாலானோர் பாசநாடி யின் தண்டனையிலிருந்து தப்பிப்பதற்காக புத்தரை அவன் சரணடைந்திருக்கிறான் என்பதாகவே அவர்கள் எண்ணினார்கள்.

வெகு சிலரே அங்குலிமாலாவுக்குச் சோறிட்டனர். பல நாட்கள் அவன் பசியாறாமல் இருக்க வேண்டியதாயிற்று. பசி வயிற்றுடன் தியானச் சாதனைகளில் அங்குலிமாலாவால் அதிக முன்னேற்றம் காண முடியவில்லை. ஒரு நாள் சாவத்தி நகர வீதிகளின் வீடுகளில் சோறு எதுவும் இடப்படாமல் அலைந்துகொண்டிருந்தபோது ஒரு வீட்டின் வாசலில் ஒரு நிறை மாதக் கர்ப்பிணியின் அலறும் குரல் கேட்கிறது. பிரசவம் பார்க்கும் வைத்தியச்சி குழந்தை வெளிவருவதில் சிக்கல் என்று யாரிடமோ சொல்லுவதும் அவன் காதில் விழுகிறது. கர்ப்பிணியின் அலறல் பிக்கு அங்குலிமாலாவினுள் மெத்தா என்னும் அன்பெண்ணத்தை எழுப்புவிக்கிறது. நான்கு பிரம்ம விகாரங்களில் ஒன்று மெத்தா. விடுவிடுவென ஜெத்தாவனத்துக்குத் திரும்பி பகவானிடம் தான் கண்டதை கேட்டதை சொல்கிறான்.

பிக்குவே, ஒன்று செய்யுங்கள். அந்தப் பெண்ணிடம் சென்று – நான் பிறந்ததிலிருந்து என் மனமறிந்து ஓர் உயிரையும் அதன் உடலிலிருந்து நீக்கும் தீய காரியத்தைச் செய்ததில்லை. இது உண்மையெனில், சகோதரி, நீங்கள் நலத்துடன் உங்கள் மகவைப் பெற்றெடுப்பீராக என்று சொல்லுங்கள்" என புத்தர் அறிவுறுத்தினார்.

அங்குலிமாலா பணிவுடன் "அது உண்மையில்லையே ஐயனே, என் மனமறிந்து பல உயிர்களை நான் கொன்றிருக்கிறேனே. நீங்கள் சொல்லுவது போலச் சொன்னேனென்றால் அது பொய்யாகிவிடுமே" என்றான்.

"அப்படியானால் இப்படிச் சொல் – நான் புதுப் பிறப்பு எடுத்ததிலிருந்து என் மனமறிந்து ஓர் உயிரையும் அதன் உடலிலிருந்து நீக்கும் தீய காரியத்தைச் செய்ததில்லை. இது உண்மையெனில், சகோதரி, நீங்கள் நலத்துடன் உங்கள் மகவைப் பெற்றெடுப்பீராக"

கர்ப்பிணியின் வீட்டை அடைந்து வாசலில் முன்னர் போடப்பட்டிருந்த திரைச்சீலைக்கு வெளிப்புறம் நின்று புத்தர் சொல்லச்சொன்ன வார்த்தைகளைப் பிக்கு அங்குலிமாலா அன்பெண்ணத்துடன் சொல்லவும் சில நிமிடங்களில் சிக்கல் தணிந்து சுகப்பிரசவம் ஆனது.

இறந்தவர்களை உயிர்ப்பித்தலையும், நோய்களைத் தணித்தலையும் போன்ற அதிசயங்களை நிகழ்த்துதலில் புத்தர் ஆர்வம் காட்டியதில்லை. அப்படி நோயிலிருந்து மீண்டவர் என்றாவது ஒரு நாள் இறந்து போவார் என்பதை அவர் அறிவார். உண்மையான மரணமின்மை நிலை பற்றியும் அதை அடையும்

சக்கரவாளம்

வழி பற்றியும் அவர் போதிக்கையில் அவரின் பெருங்கருணை வெளிப்படும். அவர் அங்குலிமாலாவுக்கு மட்டும் ஏன் விதிவிலக்கு அளித்தார்? கர்ப்பிணியின் சிகிச்சையின் பொருட்டு அங்குலிமாலா உண்மையின் வலிமையை அதிசயச் செயலாக வெளிப்படுத்த அங்குலிமாலாவுக்கு ஏன் அறிவுறுத்த வேண்டும்?

அங்குலிமாலா சுத்தம் பற்றிய உரையில், பௌத்தச் சான்றோரின் சிந்தனைப்படி இது புத்தர் செய்த மந்திரமன்று. உண்மையின் வலிமை மருத்துவச் செயலன்று. ஒருவனுடைய சுய சீலத்தை மையப்படுத்தி எழுவது. பிச்சை பெறுவதில் அங்குலிமாலா படும் கஷ்டத்தை புத்தர் அறிந்தேயிருந்தார். பிக்குவான பழைய கொலைகாரன் பற்றிய பயம் பெரும்பாலோருக்கு இன்னும் இருந்தது. அவன் வீட்டு வாசலுக்கு வந்து இறங்கும் போது அவனைப் பார்த்து பயந்து ஓடுவது வழக்கமாயிருந்தது. இத்தகையச் சூழலிலிருந்து அவனை மீட்கவே அங்குலிமாலாவை அதிசயம் நிகழ்த்த வைத்தார். அதைப் பார்த்த, கேள்விப்பட்ட மக்கள் “அன்பெண்ணத்தை எழுப்பியதன் வாயிலாகப் பிக்கு அங்குலிமாலா மக்களுக்குப் பாதுகாப்பு அளிக்க முடியும்“ என்று நினைப்பார்கள். அவனைக் கண்டு இனி பயப்படமாட்டார்கள். பிச்சை உணவு குறைவு படாமல் சாதுவின் பணிகளை அங்குலிமாலா திறம்படச் செய்ய ஏதுவாகும்.

அதுவரை அடிப்படை தியானப் படிகளில் அங்குலிமாலாவால் மனங்குவிக்க முடியவில்லை. இரவு பகலெல்லாம் பயிற்சி செய்தாலும் அவன் கொன்ற மனிதர்கள் தம்மை விட்டுவிடுமாறு இறைஞ்சிய குரல்கள் அவன் நினைவில் ஒலித்தவாறிருந்தன; அவனால் மரணமுற்றோர் மரிக்கும் முன்னர் நடுநடுங்கிக் கை–கால்கள் உதறலெடுக்கும் காட்சிகளும் அவன் மனக்கண்ணில் ஓடியவாறிருந்தன. அந்த நினைவுகள் அவனுள் குற்றவுணர்ச்சியை மிகுதியாக்கின. இத்தகைய நினைவுகளுடன் தியான இருக்கையில் அவனால் வசதியாக அமரமுடியவில்லை. ஆகையால் பகவான் அவனுடைய புதுப்பிறப்பு பற்றிய உண்மைக் கூற்று அதிசயத்தை நிகழ்த்த வைத்தார். பிக்குவாக அவனுடைய “புதுப்பிறப்பை”ச் சிறப்பான ஒன்று என அவன் எண்ணும் போது அவன் அடைந்த நுண்ணறிவு இன்னும் வலுப்பெறும் என்றெண்ணினார்.

சங்கத்தில் சேர்ந்துவிட்டாலும் அங்குலிமாலாவை மரியாதை யுடன் ஏற்றுக்கொண்டவர்கள் குறைவே என்று ஏற்கனவே பார்த்தோம். அவனுடைய இறந்த காலம் கடைசி வரை அவனைத் துரத்திக்கொண்டிருந்தது. “சாக்கிய முனியின் சாதுக்கள் எப்படி ஒரு கொடியவனைப் பிக்குவாக நியமித்தார்கள்?” என்று பொதுமக்கள்

பகிரங்கமாகப் பேசிக்கொண்டதைக் கேட்ட மூத்த பிக்குகள் சிலர் புத்தரிடம் இதைப் பகிர்ந்துகொண்டனர். ஒரு புது வினய விதிமுறையை உடனுக்குடன் அறிவித்தார் புத்தர். "சாதுக்களே, பேர்போன குற்றவாளி எவரையும் சாதுவாக நியமிக்கக் கூடாது. அவ்வாறு நியமிப்பவர் கடுந்தவறைப் புரிந்தவராவர்" ஒரு குற்றவாளிக்குள் இருக்கும் நற்குணத்தின் சாத்தியத்தை ஒரு புத்தராக அவர் உணரக்கூடியவராக இருந்தாலும், அவருக்குப் பின் வருவோருக்கு அத்திறமை இல்லாமற் போகலாம்; அத்திறமை இருந்தாலும் தன் இஷ்டப்படி அந்தக் குற்றவாளியை வழிநடத்தும் அதிகாரம் இல்லாமல் போகலாம். மேலும், முன்னாள் குற்றவாளிகளைச் சங்கத்தில் அனுமதிக்கும் பழக்கம் ஒரு மரபாக ஏற்றுக்கொள்ளப்பட்டால், திருந்தாத குற்றவாளிகள் கைதையும் தண்டனையையும் தவிர்க்கும் சரணாலயமாக பௌத்தச் சங்கத்தைப் பயன்படுத்திக்கொள்ளக் கூடும்.

அங்குலிமாலாவின் பிற்கால வாழ்க்கை பற்றி பௌத்த இலக்கியங்களில் குறிப்பேதும் இல்லை, அங்குலிமாலாவே எழுதித் தேராகதாவில் வரும் செய்யுளைத் தவிர.

> குருதி படிந்த கரத்தினனாக முன்னரொருமுறை
> விரல்–மாலை எனும் பெயரோடு இருந்திருந்தாலும்
> எனக்குக் கிடைத்த அடைக்கலத்தைப் பார்
> இருத்தலின் தளை வெட்டப்பட்டுவிட்டது.

மகா சித்தர்கள்

சித்தர்கள் யார்? வேத காலத்து ரிஷிகள் இல்லை அவர்கள்; பௌத்த சங்கத்தின் பிக்குகளும் இல்லை. மடங்களில் வசித்தவர்களில்லை. ஊகச் சிந்தனைகளிலோ வாக்குவாதங்களிலோ ஈடுபடாதவர்கள். அவர்களின் தேடல்கள் அமைப்புகள் சாராதவையாக இருந்தன. அவர்கள் உதாரணர்களாக இருந்தனர். மக்களுக்கு நடுவில் மக்களாக இருந்தனர். மரபு ஒழுங்கிற்கு மாறான சடங்குகளைக் கடைப்பிடிப்பவர்களாக இருந்தனர். கோரக்கர், போகநாதர் போன்ற சித்தர்களை இந்து மரபில் நாமறிவோம். இவர்கள் வரலாற்றில் இருந்த ஆளுமைகளா என்று அறுதியிட்டுச் சொல்லுதல் மிகக் கடினம். ஆனால் இவர்கள் பற்றிய எண்ணற்ற செவி வழிக்கதைகள் பல நூற்றாண்டுகளாக உலவி வருகின்றன. திருத்தொண்டர் வாழ்க்கை வரலாற்றியல் (Hagiography) சார்ந்த வரலாறுகளாக முழுக்க நம்பகத்தன்மை இல்லாதவையாக இருந்தாலும் மத்திய காலச் சமூகத்தின் வாழ்க்கை பற்றியும் நிலவி வந்த தத்துவங்கள் பற்றியும் வளமான செய்திகளை அவைகள் கொண்டிருக்கின்றன.

சைவ இந்து மரபைப் போல பௌத்தர்களும் 84 மகா சித்தர் மரபை போற்றுகின்றனர்; இரு மரபிலும் வழங்கப்படும் 84 மகா சித்தர்களின் பெயர்களில் நிறைய பொதுத் தன்மைகள் உள்ளன. கி.பி ஐந்தாம் நூற்றண்டுக்கும் கி.பி 11ஆம் நூற்றாண்டுக்கும் இடையிலான காலத்தின் சமூக, வரலாற்று யதார்த்த

நிலைகளில் சமுகத்தை வழி நடத்தும் உதாரணர்களாக மகா சித்தர்கள் செயல்பட்டிருக்கிறார்கள்.

சித்திகளை உள்ளடக்கியவர்களாகவும் பண்படுத்தியவர் களாகவும் திகழ்ந்தவர்கள் சித்தர்கள். யோகிகளாகவும் யோகினிகளாகவும் இன்றும் வஜ்ர பௌத்த மரபில் பெரிதும் போற்றப்படுகிறார்கள்.

சித்தர்கள் மரபு உருவானதற்கு வரலாற்று அறிஞர்கள் பல்வேறு கருத்தாக்கங்களைச் சொல்கின்றனர்; அவற்றுள் மிகவும் அதிகமாக வலியுறுத்தப்படுவது குப்தப் பேரரசுக்குப் பிறகு வடக்கு மற்றும் மத்திய இந்தியாவில் நிலவிய அமைதியின்மை; 7ஆம் நூற்றாண்டுக்குப் பிறகு வட இந்தியாவில் பேரரசுகள் எதுவும் உருவாகாத நிலை, சிற்றரசர்களுக்கிடையான போர்களினாலும் பூசல்களினாலும் சாதாரணர்களுக்கேற்பட்ட பாதிப்பு, அதன் காரணமாக மக்களிடையே காணப்பட்ட மன்னர்களின் மீதான வெறுப்பு மற்றும் பாதுகாப்பின்மை முதலானவை. ஆட்சியாளர்கள் மீதான வெறுப்பு மக்களை நம்பிக்கை, சரணாகதி போன்ற பண்புகளை நாடச் செய்தன. *Grassroot level*-இல் இயங்கிய சித்தர்கள் தமது சித்திகளின் துணையுடன் நம்பிக்கையுணர்வை பாதுகாப்புணர்வை மக்கள் உள்ளீர்த்துக் கொள்ளும்படி வழிநடத்தினார்கள்.

84 மகாசித்தர்களும் தாந்த்ரீகமும் என்னும் கட்டுரையில் *Keith Dowman* இவ்வாறு கூறுகிறார்: "தாந்த்ரீக மதம் இந்தியர்களின் ஆன்மீக வாழ்க்கையின் முக்கியச் சக்தியாகப் பரிணாம வளர்ச்சி பெற்ற காலத்தில் இந்தியாவின் வடமேற்கே கொடூரமான, பேரழிவை ஏற்படுத்தும் அச்சுறுத்தல்கள் பெருக ஆரம்பித்திருந்தன. அராபியர்கள் மொராக்கோவிலிருந்து சிந்து வரை பரவியிருந்த நிலப்பரப்பைத் தம் குடையின்கீழ் கொண்டு வந்திருந்தார்கள். துணைக்கண்டத்தில் குப்தப் பேரரசின் மகத்துவத்தை வாரிசுரிமையாய்ப் பெற்ற வெவ்வேறு வம்சங்களின் அரசர்களும் உட்பூசலிலும் கோரமான யுத்தங்களிலும் பரபரப்பாக ஈடுபட்டிருந்தார்கள். பழைய வகுப்பீடுகள் சிதைந்திருந்தன; சமூகம் இறுகிய சாதீய விதிமுறைகளில் வழிமுறைகளில் சரணடைந்திருந்தது; சடங்குகள் மேலோங்கிய சமயங்கள் புழக்கத்தில் இருந்தன. வலுவற்று ஒருங்கிணையாமல் கிடந்த சமூகம் புது எதிரிகளான இஸ்லாமியப் படைகளை எதிர்க்க முடியாமல் பலவீனப் பட்டுப் போயிருந்தது. பௌத்த மத்திய ஆசியாவின் அழிவு பற்றிய கதைகளோடு பௌத்த அகதிகள் துணைக்கண்டத்துள் நுழைந்தபோது தாந்த்ரீகத்தின் செல்வாக்கு அதிகரித்திருந்தது, குறிப்பாக, முண்ணனிக்

களமான ஒட்டியாணாவில் (இன்றைய பாகிஸ்தானின் ஸ்வாட் பள்ளத்தாக்கு). புது பௌத்த சாம்ராஜ்யமாக எழுச்சி கொண்ட பால் வம்சம் ஆண்டு கொண்டிருந்த கிழக்குப் பிராந்தியங்களில் (ஒரிஸா மற்றும் வங்காளம்). சமரசம் செய்துகொள்ளாத அத்வைத மெய்யியல், தன்னிச்சையான விடுதலையில் மாறா நம்பிக்கை, மாமிசம் தின்னும், குருதி குடிக்கும் தெய்வங்கள் – இவைகளைக் கூறுகளாகக் கொண்டிருந்த தாந்த்ரீக மதத்தில் தொடங்கப்போகும் ஊழுக்கு முன்னதாக இந்தியா சரணடைந்தது தற்செயலா? தாந்திரீகத்தை மறுத்து வந்த மேற்கில் இன்று தாந்த்ரீகத்துக்கு அதிகரிக்கும் வரவேற்பும் மனிதகுலம் அழிந்து போகலாம் என்னும் கருத்து நம்பகத்தன்மையைப் பெறுதலும் தற்செயலா?"

மகாசித்தர்களில் முக்கால்வாசி சித்தர்கள் கிழக்கிந்தியாவை பிறப்பிடமாகவோ இருப்பிடமாகவோ கொண்டவர்கள். பால் வம்சம் ஆண்ட காலத்தில் சித்தர் மரபுக்கு நல்ல ஆதரவு இருந்தது. விக்ரமஷீலா மற்றும் சோமபுரி பௌத்த பல்கலைக் கழகங்கள் தொடங்கப்பட்டன. இப்பல்கலைக்கழகங்களில் தாந்த்ரீக பௌத்த சாதனைகள் கற்பிக்கப்பட்டன; நாளந்தாவும் விரிவுபடுத்தப்பட்டு தாந்த்ரீக பௌத்தத்தின் மையமானது. தாந்த்ரீகத்தின் மனப்பான்மைகளும் தத்துவங்களும் சித்தர்களின் காலத்துக்குப் பிறகே சமுதாய ரீதியாக ஒப்புக்கொள்ளப்பட்டன. ஆரம்ப காலச் சித்தர்கள் போலித்தனம், வெற்றுச் சடங்குகள், கற்பனைத் தத்துவங்கள், பண்டித மேதாவித்தனம், சாதி வித்தியாசங்கள், பாசாங்குத்தனம் போன்றவற்றைக் கடுமையாக எதிர்த்தார்கள். மந்திரம் – இணைவுச் சடங்குகள் – மண்டலங்கள் – இவற்றை வலியுறுத்தும் வழிமுறைகளைப் பின்பற்றுபவர்களாக இருந்தாலும் வெறும் செயல் முறைகளாக இல்லாமல் மறைபொருள் ஞானத்துடன் இணைந்து சடங்குகளைக் கடந்த மனநிலையை அடையும் இலக்கிற்கே அதிக முக்கியத்துவம் கொடுத்தார்கள்.

குளிக்காத சுத்தமில்லா தோற்றம், முரட்டுத்தனமான பேச்சு, சில சமயம் பித்து நிலை மிகுத்து ஏறுமாறான நடத்தைகள் என்று சித்தர்கள் வலம் வந்தனர். தர்க்க ஒழுங்கு மாறாத அணுகுமுறையுடன் வளர்த்தெடுக்கப்பட்ட பௌத்தத்தில் சித்தர்கள இயக்கம் ஒரு முரண் போலத் தோன்றலாம். ஆனால் சமூக பரிவர்த்தனைகளின் விளைவாக இயல்பாக எழுந்ததே சித்தர் இயக்கம் என்று வரலாற்றறிஞர்கள் கருதுகின்றனர். பல பௌத்த சித்தர்களும் துவக்கத்தில் ஒழுங்கும் கட்டுப்பாடும் நிறைந்த மடாலய பௌத்தர்களாகவே இருந்தனர். வெறும் சூத்திரங்களின் அடிப்படையில் இருந்த சாதனைகள் அவர்களுக்கு

அனுபவரீதியாக முன்னேற்றத்தை எதிர்பார்த்த வேகத்தில் தராததால் அந்தப் பாதையிலிருந்து விலகி, சிறு வனங்களிலோ அல்லது ஆற்றங்கரைப் பகுதிகளிலோ தங்கிக்கொண்டு மது, உடலுறவு, மாமிசம் என்னும் மூன்று அம்சங்களை உட்படுத்திய தாந்த்ரீக சாதனைகளில் ஈடுபட்டனர்.

ஆன்மீக அராஜகம் அவர்களின் லட்சியமாயிருந்தது. சமய வடிவங்களில் அதிகம் மனம் லயிக்காத குணமும் அவர்களிடம் காணப்பட்டது. தீட்சை பெற்றவர்களுக்கு மட்டுமே சித்தர்–குருவின் சாதனையைப் பயிற்சி செய்யும் உரிமை வழங்கப்பட்டது. எந்த வித நிறுவனத்துவமும் சித்தர்களினுடைய இருத்தலியல் சுதந்திரவுணர்வை மட்டுப்படுத்தவில்லை.

சித்தன் தாந்த்ரீக சாதகன்; தியானத்தின் இலக்கை வெற்றிகரமாக அடைந்தவன். அவனுடைய சாதனை சித்தி. சித்தியானது இரு வகைப்படும்; ஒன்று சாதாரண மந்திர சக்தி *(Mundane)*; இன்னொன்று புத்தரின் நிர்வாண நிலை *(Ultimate)*. எனவே சித்தன் என்பவன் ஞானி, மந்திரவாதி அல்லது அருட்தொண்டன். ஆனால் இச்சொற்கள் சித்தனின் தாந்த்ரீக வாழ்க்கை முறையை நம் மனதுக்குள் கொண்டுவருவதில் தோல்வியுறுகின்றன. பொதுவாகச் சித்தன் என்றால் மந்திர சக்தி கொண்டவன்; ஒரு யோகி சுவர்களை ஊடுருவிச் செல்கிறான் என்றாலோ அல்லது விண்ணில் பறந்தாலோ அல்லது நோய்வாய்ப்பட்டவர்களைச் சுகப்படுத்தினாலோ அல்லது நீரை மதுவாக்கினாலோ அல்லது காற்றில் மிதந்தாலோ அவனுக்குச் சித்தன் என்ற பெயர் பொருந்தும். அதே யோகியின் கண்களில் பைத்தியக்காரத்தனம் பளபளத்தாலோ, உடம்பெல்லாம் சாம்பலைப் பூசிக்கொண்டாலோ, தனக்கும் அடுத்தவர்க்கு கண்ணீர் வரும்படி பாடினாலோ, குரைக்கும் தெருநாய்களைத் தன்னுடைய பிரசன்னத்தினால் அமைதிப்படுத்தினாலோ, வலுக்கட்டாயமாக ஒரு குடும்பப் பெண்ணைத் தன்னோடு கவர்ந்திழுத்து வந்தாலோ, ஓரடி நீளமான சடா முடியில் வஜ்ரத்தை (உபாயம் அல்லது அசையாத்தன்மையின் குறியீடு) குத்தியிருந்தாலோ, பறவைகளுடன் பேசினாலோ, தொழுநோயாளிகளுடன் தூங்கினாலோ, தார்மீக விரக்தியுடன் வாய்வீச்சாளர்களை ஏசினாலோ, உறுதியான எண்ணத்தோடு மரபுக்கு மாறான ஒரு காரியத்தைச் செய்யும் அதே வேளை தன்னுடைய “உயரிய யதார்த்த நிலையை” நிரூபித்த வண்ணம் இருப்பவன் நிச்சயம் சித்தனே. தோற்றத்தினால் ஈர்க்கப்படும் சாதாரண மக்கள் சித்தனின் அசாதாரண நோக்கத்தை – மஹாமுத்ரா (வஜ்ரயான பௌத்தக் கலைச்சொல்) – அறியாமல்

இருப்பார்கள். மேலும், சித்தன் என்பவன் அடையாளமற்ற விவசாயியாக இருக்கலாம்; அலுவலகத்தில் பணி புரிபவராக இருக்கலாம்; அரசனாக இருக்கலாம்; பிக்குவாக இருக்கலாம்; வேலைக்காரனாக இருக்கலாம்; நாடோடியாக இருக்கலாம் என்பதையெல்லாமும் அவர்களால் அறிய முடியாது.

சாதாரண மந்திர சக்திகளை அஷ்டமா சித்திகள் என்கிறார்கள்; ஆனால் வஜ்ரயானத்தின் இலக்கு மஹாமுத்ர சித்தி. மஹாமுத்ர சித்தி பெற்றவர்களுக்கு மந்திர சித்தியும் தன்னிச்சை யின்றி கிட்டும்; ஆனால் மந்திர சித்தி கிட்டியவர்களுக்கெல்லாம் மஹாமுத்ர சித்தி கிடைக்கும் என்று நிச்சயம் கிடையாது.

நிர்வாணத்தின் போது புத்தர் அடைந்த நிலை. பூரண ஒருமை; சுயத்தின் அழிப்பு; ஞான விழிப்புணர்வு; சம்ஸ்கிருதத்தில் இது பௌத்த கலைச்சொல் தததா (thatata) என்று குறிக்கப்படுகிறது. ஆங்கிலத்தில் that-ness அல்லது such-ness என்று பொருள். இதுவே பௌத்தர்களின் இலக்கு.

ஸ்ராவகர்கள் (புத்தரின் குரல் வழி தம்மத்தைக் கேட்டவர்கள்) அருகராகி இறந்த காலக் கருமங்களைத் தொலைத்துவிட்டாலும் புதிதாகக் கருமங்கள் ஏதும் சேராமல் வாழ்ந்து பின்னர் நிர்வாணத்தை அடைதல் ஆதி பௌத்தத்தின் வழிமுறை; பல ஜென்மங்களாகப் போதிசத்துவ வாழ்க்கை வாழ்ந்து புத்த நிலையை அடைதல் மகாயானத்தின் வழிமுறை; வாழ்நாளிலேயே வஜ்ரத்தினால் குறுக்காக வெட்டுவது போன்று கர்மயதார்த்தங்களை அரிந்து கருத்தியல்களைத் துறந்து மஹாமுத்ர சித்தியை அடைதல் வஜ்ரயானத்தின் வழிமுறை.

புத்தரும் நாத்திகமும்

நாத்திகம் என்பது கடவுள் அல்லது கடவுளர் மீது நம்பிக்கை வைக்காமல் இருப்பது தான் என்றால் நிச்சயம் பெரும்பான்மையான பௌத்தர்கள் நாத்திகர்களே. ஆனால் பௌத்தம் என்பது கடவுள் மீது நம்பிக்கை வைப்பதை அல்லது வைக்காமல் இருப்பதைப் பற்றியதல்ல. கடவுளரை நம்புதல் என்பது நிர்வாண நிலையை அடைய விரும்புவோருக்குப் பயன் தரும் விஷயமன்று என பௌத்தம் போதிக்கிறது. வேறு மாதிரி சொல்லுவதாக இருந்தால், பௌத்தத்தில் கடவுள் என்பவர் தேவையற்றவர், ஏனெனில் பௌத்தம் ஒரு நடைமுறைத் தத்துவம்; தெய்வ நம்பிக்கையை, ஐதீகங்களை விட, நடைமுறை விளைவுகளையே அதிகம் வலியுறுத்தும் சமயம். இக்காரணத்தால், பௌத்தத்தைத் துல்லியமாக வர்ணிப்பதென்றால் *non-theistic* என்றுதான் சொல்ல வேண்டும். *Atheistic* என்றல்ல.

புத்தரே தாம் கடவுளல்ல என்றும் முக்தி நிலையை எட்டியவர் மட்டுமே என்றும் சொல்லியிருக்கிறார். எனினும் ஆசியாவெங்கும் புத்தரையோ பல்வேறு பௌத்த தொன்மக் கடவுளரையோ வழிபடுதல் பரவலாகக் காணப்படுகிறது. புத்தரின் ரெலிக்குகள் உள்ளதாகக் கருதப்படும் ஸ்தூபங்களை யாத்திரீகர்கள் மொய்க்கிறார்கள். பௌத்தத்தின் சில உட்பிரிவுகள் ஆழமான பக்தியை வலியுறுத்துபவை.

பக்தியை வலியுறுத்தாத தேரவாதத்திலும் ஜென்னிலுமே கூட நமஸ்கரித்தலையும், பூ, பழம், ஊதுபத்தி போன்றவற்றை புத்தர் திருவுருவத்திற்கு படைத்தலையும் உள்ளடக்கிய சடங்குகள் உண்டு.

நம்மால் கண்டுணர முடியாத யதார்த்தத்தில் விழித்தெழுதலை நோக்கிய பாதை பௌத்தம். பல்வேறு பௌத்தப் பிரிவுகளில், நிர்வாணம் அல்லது முக்தி எந்த கருத்தாக்கத்துக்கும் உட்படாதது; சொற்களால் விவரிக்க முடியாதது. அவற்றைப் புரிந்துகொள்ளும் ஒரே வழி அவ்வனுபவத்தைப் பெறுவது மட்டும்தான். வெறுமனே நிர்வாணத்தை முக்தி நிலையை நம்புதல் பயனற்றது.

பௌத்தத்தில் அனைத்து நெறிமுறைகளும் தற்காலிகப் பயனளிப்பவையென்றே கருதப்படுகின்றன. செயல்திறத்தின் அடிப்படையிலேயே அவை தீர்மானிக்கப்படுகின்றன. சமஸ்கிருதத்தில் இது “உபாயா” *(skilful means)* என்று அழைக்கப்படுகிறது. நிர்வாணத்துக்கு வழிவகுக்கும் எந்த நெறிமுறையும் வழிமுறையும் உபாயா என்று கொள்ளப்படும்,

கடவுளரில்லை, நம்பிக்கைகள் இல்லை, இருந்தாலும் பக்தி எப்படி பௌத்தத்தின் ‘உபாயமாகும்’?

முக்தியை அடைவதற்கு மிகப்பெருந்தடையாய் இருப்பது ‘நான்’ என்பது நிரந்தரமான, சுயேச்சையான வஸ்து என்று எண்ணுவது. சுயம் என்னும் மயக்கத்தை விட்டொழிக்கும்போது முக்தி நிலை துளிர் விடுகிறது. சுயச்சங்கிலியை உடைத்தெறிய பக்தி ஓர் உபாயம். இதன் காரணமாகவே பக்தி பூர்வ, மற்றும் மரியாதை பூர்வ மனப்பழக்கத்தை வளர்த்துக்கொள்ளுமாறு புத்தர் போதித்தார்.

அரகான் மகாமுனியும் பெரும்பான்மைவாத நோயும்

ஒரு விக்கிரகம். தொன்மத்தில் ஜனித்து வரலாற்றில் கலந்து இன்றளவும் பக்தர்களை ஈர்த்துக் கொண்டும் அது இருக்கும் நாட்டின் அரசியலில் இன்று வரை பாகமெடுத்துக் கொண்டுமிருக்கிறது. மகாமுனி பகோடா, மியான்மரின் மாண்டலே நகரின் தென்மேற்கில் இருக்கிறது. அதற்குள் இருக்கிறது அந்தத் தங்க விக்கிரகம். கௌதம புத்தர் வாழ்ந்த நாட்களில் அவர் உருவையொத்த ஐந்து சிலைகள் இருந்தன. அவற்றில் ஒன்று இந்தப் பகோடாவில் இருக்கிறது. இந்தத் தகவல் வரலாறா? அல்லது தொன்மமா? எதுவாக இருந்தாலும் – சிலையின் உதயமும் பின்நிகழ்ந்தவையும் சுவாரசிய மானவை.

தன்யவதி நகருக்கு புத்தர் ஒரு முறை விஜயம் செய்தார். அவருடன் அனந்தரும் பயணத்தில் சேர்ந்திருந்தார். ஸ்ராவஸ்தியிலிருந்து பத்மா நதிக்கரை வரை நீண்ட நடைப்பயணம். பிறகு சிறு படகில் ஏறி தன்யவதி ராச்சியத்துக்குக் கடற் பயணம். தன்யவதி நகருக்கு வெளியே சலகிரி மலைத்தொடரின் கீழ்க்குன்று ஒன்றின் மேல் அமர்ந்து தியானம் செய்துகொண்டிருந்தவரை யார் பார்த்தார்களோ தெரியவில்லை. கண் திறந்ததும்

அவர் முன்னர் ஜனக்கடல். அரச உடையில் ஒருவன் கூட்டத்துக்கு நடு நாயகமாய் முன்னால் நின்றிருந்தான். குன்றிலிருந்து இறங்கி வந்தார் புத்தர். வரவேற்பு மரியாதைகளை ஏற்றுக்கொண்டார். தன்யவதி ராச்சியத்தை ஆண்டு கொண்டிருந்த மன்னனின் பெயர் சந்த சூரியன். அவனின் விருந்தினராக புத்தர் சில காலம் தன்யவதியில் தங்கி தர்மத்தைப் போதித்தார். அவர் அங்கிருந்து தாயகம் கிளம்பும் வேளை வந்தது. தன்யவதி மக்களுக்கும் அரசனுக்கும் புத்தரை வழியனுப்ப மனமேயில்லை. மக்களின் உள்ளக்கிடக்கையைப் புரிந்துகொண்ட அரசன் ஒரு விண்ணப்பத்தை மக்கள் சார்பில் புத்தர் முன் வைத்தான். அவருடைய முக ஜாடையுடன் ஒத்துப்போகும் திருவுருவச் சிலையைப் பண்ண அனுமதி தருமாறு வேண்டினான். அதற்கு ஒத்துக்கொண்ட புத்தர் சிலை நிர்மாணிக்கும் பணி முடிவடையும் வரை தன்யவதியில் இருக்க முடிவு செய்தார். மழைக்கடவுள் சக்கரன் எனப்படும் இந்திரனின் சபையிலிருக்கும் விஸ்வகர்மா புத்தரின் சிலையைச் சமைக்கும் பணியை ஏற்றுக்கொண்டான். புத்தரின் சிலை தயாரானது. அதைக் கண்ணுற்ற புத்தர் தன் சுவாசத்தைச் சிலை மீது படும்படி விடவும் புத்தரிடம் இருந்த சக்திகள் அனைத்தையும் சிலை பெற்றது. புத்தர் உயிருடன் இருந்த நாட்களில அவர் திருவுருவையொத்து சமைக்கப்பட்ட சிலைகள் நான்கு. இரு சிலைகள் இந்தியாவிலும் மற்ற இரண்டு சிலைகள் தேவலோகத்திலும் இருந்தன. தன்யவதியில் இருந்த சிலை ஐந்தாவது.

தன்யவதி நகரம் புராதன அடையாளங்கள் ஏதுமில்லாமல் சில சிதிலங்களுடன் கலடன் ஆற்றுக்கும் லெ–ம்ரோ ஆற்றுக்கும் இடையில் அமைந்துள்ள மலைப்பாலத்தில் இருக்கிறது. ரோஹிங்ய இஸ்லாமியர்களும் அரகான் பௌத்தர்களும் வசிக்கும் இன்றைய அரகான் பிரதேசம்தான் அன்றைய தன்யவதி. தென்கிழக்காசியாவில் முதன்முதலாக பௌத்தத்தைத் தழுவியவர்கள் அரகான் மக்கள்தாம் என்று கருதப்படுகிறது. இஸ்லாமியர்கள் அரகானின் ஆதி குடிகள் இல்லை என்பதை நிறுவுவதற்காக இன்று அரகான் பௌத்தர்கள் தன்யவதிக்கு புத்தர் விஜயம் செய்த தொன்மத்தைத் தம்முடைய இனவாதத்துக்குப் பயன்படுத்திக் கொள்கிறார்கள். வடவிலங்கையில் சில புத்தர் சிலைகளைத் தோண்டியெடுத்துவிட்டு யாழ் குடாவை இந்துத் தமிழர்கள் சொந்தம் கொண்டாட முடியாது என்று இனவாதம் செய்த சிங்கள அரசியல் ஞாபகத்துக்கு வருகிறதல்லவா?

சிலையை நிறுவிவிட்டு புத்தர் பாரதம் திரும்பிய பிறகு ஒன்பது அற்புத நிகழ்வுகளைத் தன்யவதி மக்கள் கவனித்தனர்.

சிலையைக் குளிப்பாட்டப் பயன்படுத்தப்பட்ட புனித நீர் நிரப்பப்பட்ட கொள்கலத்திலிருந்து வழிவதேயில்லை. புத்தர் சிலையின் தலையில் விட்ட குளத்து நீர் வருடக்கணக்கிற்குக் கெட்டுப்போகாமல் இருந்தது. மாலை நேரத்தில் புத்தர் சிலையில் பட்டுத்தெறித்த ஆறு ஒளிக்கதிர்கள் பக்தர்கள் கண்களுக்குத் தெரிந்தன. நம்பிக்கையில்லாதவர்களின் கண்ணுக்கு அந்த ஒளிக்கதிர்கள் தெரியவில்லை. கோவில் தானாகவே விரிந்து எத்தனை பக்தர்கள் கூடினாலும் அவர்களுக்கு இடமளிக்கும். அக்கம்பக்கம் வளர்ந்திருந்த மரங்கள் எல்லாம் புத்தர் சிலையின் மீது விழும் படியாகவே தம் இலைகளை உதிர்த்தன. கோயில் இருந்த இடத்துக்கு மேலாகப் பறவைகள் பறக்கவில்லை. நுழைவு வாயிலில் இருந்த கல் துவார பாலகர்கள் தீயவர்களின் இருப்பை உணர்ந்து அவர்களைக் கோயிலில் நுழையவிடாமல் தடுப்பார்கள்.

தன்யவதி புத்தர் அரகான் மற்றும் பிரதான பர்மாவுக்கிடையில் நடைபெற்ற பல்வேறு யுத்தங்களுக்குக் காரணமாக இருந்திருக்கிறார். பல சமயத்தில் பகைவர்கள் தன்யவதி தங்கப் புத்தரை கொள்ளையடித்துச் சென்று விடுவார்களோ என்று அரகான் மக்கள் பலமுறை காட்டில் அல்லது மண்ணுக்கடியில் சிலையைப் புதைத்து வைத்திருக்கிறார்கள். பல நூற்றாண்டுகளாக பகான் நகரை மையமாகக்கொண்டு ஆண்ட பல பர்மிய அரசர்கள் மகாமுனி புத்தரை அபகரிக்க முயன்றார்கள். 1784வரை மகாமுனி புத்தர் சிலை அரகானிலேயே இருந்தது. கோன்பாயுங் வம்சத்தின் பட்டத்து இளவரசன் மின்சாவின் தலைமையில் வந்த படையொன்று அரகானைத் தாக்கியது. அரகானின் அப்போதைய தலைநகரம் Mrauk U-விலிருந்து மகாமுனி சிலையைக் கடத்திச் சென்றது. பிரம்மாண்டமான தங்கச்சிலையை எடுத்துச் செல்ல ஏதுவாய் ஆறு பகுதிகளாகச் சிலை பிரிக்கப்பட்டு எடுத்துச் செல்லப்பட்டன. அப்போதைய பர்மிய தலைநகரம் அமரபுரத்தில் (இப்போதைய நவீன மாண்டலேவுக்குத் தென்மேற்கே) மகாமுனி கோயிலில் குடி பெயர்ந்தார் தன்யவதி புத்தர். 1885இல் ஆங்கிலேயர்கள் வடக்கு பர்மாவைக் கைப்பற்றிய பிறகு முடியாட்சி முடிந்தது. ஆனால் மகாமுனி புத்தரின் வழிபாடு தொடர்ந்தது. அரகான், மோன் மற்றும் பர்மிய இனத்தாருக்கு மகாமுனி புத்தர் வழிபாடு மிகச் சிறப்பு.

பர்மிய பௌத்தத்தின் முக்கிய தலமாக இக்கோயில் கருதப்படுகிறது. விக்கிரகம் ஓர் அரியணையின் மேல் பூமி ஸ்பர்ச முத்திரையில் பிரதிஷ்டை செய்யப்பட்டிருக்கிறது. பூமி ஸ்பர்ச

முத்திரை ஒரு தெய்வீக முத்திரை; பகவான் புத்தர் மாரனை வெற்றி கொண்டதை இம்முத்திரை குறிக்கிறது. மகாமுனி சிலை இருத்தப்பட்டிருக்கும் பீடத்தின் உயரம் 1.8 மீட்டர்; விக்கிரகத்தின் உயரம் 3.8 மீட்டர்; எடை ஆறாயிரம் கிலோ. புத்தர் சிலைக்கு அரச உடை அணியவைக்கப்பட்டிருக்கிறது; அதன் மார்பில் பிராமணர்கள் அணியும் பூணுல் சித்தரிக்கப்பட்டிருக்கிறது. அணிகலன்கள், மாணிக்கங்கள், மற்றும் நீலக்கற்களால் அலங்கரிக்கப்பட்டிருக்கிறது. சிலைக்குக் கிரீடமும் அணிவிக்கப் பட்டிருக்கிறது. ஆண் பக்தர்கள் தம் மரியாதையைக் காண்பிப்பதற்குத் தங்க இலைத் தாள்களை மகாமுனி சிலையின் மேல் ஒட்டுகிறார்கள். இதன் காரணமாக அதன் வடிவம் சற்று சிதைந்து தெரிவதாகச் சொல்கிறார்கள். ஒட்டப்பட்டிருக்கும் தங்க இலைத் தாள்கள் கிட்டத்தட்ட பதினைந்து சென்டி மீட்டருக்கு தடித்த அடுக்கை ஏற்படுத்தியிருப்பதாகத் தெரிகிறது. *Mrauk U* -விலிருந்து மாண்டலேவுக்கு சிலை இழுத்து வரப்பட்ட கதை தொடர் காவியச்சித்திரங்களாகக் கோயிலின் உள் பிரகாரத்தில் உள்ள கேலரியில் காட்சிக்கு வைக்கப்பட்டிருக்கிறது.

இக்கோயிலில் இந்து சமயச் சின்னங்களைச் சித்தரிக்கும் ஐந்து புகழ்பெற்ற வெண்கலச் சிலைகள் உள்ளன. முதலில் இச்சிலைகள் கம்போடியாவின் புகழ்பெற்ற அங்கோர் வாட் கோயிலில் இருந்தவை. இச்சிலைகளை சயாம் (தாய்லாந்து) காரர்கள் கம்போடியாவின் மீது படையெடுத்தபோது அங்கோர் வாட்டிலிருந்து கொள்ளையடித்தனராம். *Mrauk U* விலிருந்து மகாமுனியை அபகரித்த கோன் பாயுங் வம்ச அரசன் சயாம் நாட்டைத் தாக்கி அறுபதுக்கும் மேற்பட்ட சிலைகளைக் கொள்ளையடித்து மாண்டலே எடுத்து வந்தானாம். 1885இல் ஆங்கிலேயர் தாக்கியபோது அப்போதைய மன்னன் இப்போதிருக்கும் ஐந்து சிலைகளை மட்டும் விட்டுவிட்டுப் பிறவற்றை உருக்கி பீரங்கிகள் செய்யப் பயன்படுத்திக் கொண்டானாம். கோயிலில் இருக்கும் ஐந்து அங்கோர் வாட் சிலைகளின் உடற்பாகத்தை உரசினால் எந்த பாகத்தை உரசுகிறோமோ அந்த பாகம் சம்பந்தப்பட்ட உபாதைகள் நீங்கும் என்பது நம்பிக்கை.

1879இலும் 1884இலும் நிகழ்ந்த பெரும் தீவிபத்தில் கோயில் சேதமடைந்தது. நல்ல வேளையாக மகாமுனி சிலை தப்பியது. விபத்தில் உருகாமல் எஞ்சிய தங்கத்திலிருந்து செய்த நூல் ஒன்று விக்கிரகத்தை அலங்கரிக்கிறது. 1887இல் ஆங்கிலேயரால் நியமிக்கப்பட்ட அமைச்சர் கோயிலை புனரமைத்தார்.

1996இல் பர்மிய இராணுவ ஆட்சியாளர்கள் கோயிலைச் சீரமைக்கும் பணியைத் தொடங்கியபோது ஒரு திருட்டு முயற்சி நடந்தது. புனிதமான புத்தர் சிலையின் வயிற்றில் யாரோ 'ட்ரில்' செய்தது மாதிரி ஓர் ஓட்டை விழுந்தது. பல தலைமுறைகளாகவே சிலையின் தொப்புள் இருக்கும் இடத்தில் ஒரு பெரிய இரத்தினக்கல் இருக்கிறதென்றும் அது யார் கையில் இருக்கிறதோ அவர்களுக்கு அதிசயங்கள் நிகழ்த்தும் சக்திகள் கிடைக்குமென்றும் நம்பப்பட்டது. சிலையின் உட்பாகத்தில் நகைகளும் அணிகளும் சுரப்பதாக வதந்தி இருந்தது. சில திருடர்கள் சீரமைக்கும் பணியை ஒரு சாக்காக வைத்துச் சிலையின் வயிற்றை 'ட்ரில்' செய்ய முயன்றிருக்கிறார்கள். இதில் சில ராணுவ வீரர்களும் உடந்தை என்று பேசப்பட்டது. இச்செய்தியைப் பொதுமக்களிடம் பரவாமல் செய்ய அனைத்து முயற்சிகளையும் மேற்கொண்டது ராணுவ அரசாங்கம். மூத்த சாதுக்களின் வருடாந்திர பரிசோதனையைத் தள்ளிப்போடப் பல பிரயத்தனங்கள் மேற்கொள்ளப்பட்டன. பிரகாரத்தின் சாவியை வைத்திருந்த இரண்டு சாதுக்கள் மூத்த சாதுக்களிடம் சாவியைத் தரக்கூடாது என ராணுவ அரசாங்கம் மிரட்டியது. சிலையில் விழுந்த ஓட்டை பற்றிப் புலன்விசாரணை செய்ய பிரகாரத்தில் ராணுவ வீரர்களை விடுவதா வேண்டாமா என்று மூத்த சாதுக்கள் வாதிக்கத் தொடங்கினர். சாதுக்களின் கூட்டம் நடந்துகொண்டிருக்கும் வேளையில் ஒரு பர்மியப் பெண்ணை ஒரு முஸ்லீம் வாலிபன் வன்புணர்வு செய்தான் என்று ஒரு வதந்தி பரப்பப்பட்டு மாண்டலே நகரில் ஒரு கலவரம் மூண்டது. பல நாட்கள் நடந்த இக்கலவரத்தில் புத்த பிட்சுக்களே கையில் தடியுடனும் கற்களுடனும் முஸ்லிம்களைத் தாக்கினர். இரண்டு மசூதிகள் தீக்கிரையாக்கப்பட்டன. இக்கலவரத்தால் புத்தர் சிலையில் ஏற்படுத்தப்பட்ட ஓட்டை பற்றிய செய்தி அமிழ்ந்து போனது. பொது மக்களின் கவனம் திசை திருப்பிவிடப்பட்டது. கலவரம் முடிந்து சாதாரண நிலை திரும்புவதற்குள் சிலையின் ஓட்டை சரி செய்யப்பட்டுவிட்டது. இறுதியில் பர்மியப்பெண்ணை முஸ்லீம் இளைஞன் வன்புணர்ந்த செய்தி உண்மையல்ல என்று தெரியவந்தது. சிலைக்குள் இரத்தினமோ நகைகளோ இருந்தனவா, உண்மையிலேயே நகைகள் சிலையிலிருந்து அகற்றப்பட்டனவா என்பது இன்று வரை புதிராகவே உள்ளது.

இப்போதைய அரகானில் சிறுபான்மை இஸ்லாமியர்களுக்கு உரிய இடமும் உரிமைகளும் அரகான் பௌத்தர்களாலும் தேசிய இனவாத ராணுவத்தாலும் மறுக்கப்படுகின்றன. வீடு,

வாசலை இழந்து வங்க தேசத்திலும் பிற தென்மேற்காசிய நாடுகளிலும் அகதிகளாகத் தஞ்சம் புகும் சூழ்நிலைக்குத் தள்ளப்பட்டுள்ளனர். பர்மாவின் தேசிய மக்கள்தொகைக் கணக்கெடுப்பின்படி பர்மாவில் 125 சிறுபான்மை இனத்தவரும் குழுக்களும் வசிக்கின்றன. இந்த 125இல் ரோஹிங்க்ய முஸ்லீம்கள் இல்லை. ஏனெனில் பர்மியர்களாக ரோஹிங்யர்கள் அங்கீகரிக்கப்படவில்லை. அதனால் தேசிய மக்கள் தொகைக் கணக்கெடுப்பில் ரோஹிங்யர்களின் எண்ணிக்கை கணக்கெடுக்கப்படவில்லை. முதன்முதல் தென்மேற்காசியாவில் பௌத்தத்தைத் தழுவிய இனத்திலிருந்து வந்த அரகான் முஸ்லீம்கள் நாடில்லாமல் வீடிலாமல் பாரம்பரியத் தாயகத்தில் இருந்து விரட்டி விடப்படும் தற்போதைய காலகட்டத்தை நோக்கும்போது சக மனிதக் கருணை இல்லாத ஓர் உள்ளீடற்ற சமயமாக பௌத்தம் பர்மாவில் அடையாளமிழந்து நிற்கிறதோ என்ற சந்தேகம் தோன்றுகிறது. பெரும்பான்மைவாத நோய் தீர மகாமுனி கோயிலிலுள்ள அங்கோர்வாட் சிலைகளின் எந்தப் பாகத்தை உரச வேண்டும்?

மூன்றாம் பேரவை
ஆதி பௌத்தத்தின் பிளவுச் சிந்தனைப் போக்குகள்

கி.மு. 327 முதல் 247 வரை வாழ்ந்த மொகாலிபுத்த திஸ்ஸர் தான் அசோக சக்கரவர்த்தியின் பௌத்த ஆச்சார்யர். பௌத்த சங்கத்தில் குழப்பங்கள் மிகுத்துவிட்டதாக எண்ணிய அசோகர் மொகாலி புத்தரின் தலைமையில் மூன்றாம் பௌத்தப் பேரவையைக் கூட்டுகிறார்.

இருநூறுக்கும் மேற்பட்ட விநய விதிமுறைகளில் தோன்றியிருந்த கேள்விகளை விவாதித்த மூன்றாம் பேரவை அப்போதைய *informal* பிரிவுகளுக்கு ஒப்புதல் அளிக்கவில்லை. அசோகர் தூணில் இன்றளவும் காணப்படக்கூடிய சங்கத்தில் பிரிவை ஏற்படுத்த நினைப்போரின் மீதான கடுமையான அரச எச்சரிக்கை திறந்த முறையில் சங்கத்தில் தோன்றியிருந்த தத்துவச் சிக்கல்களைப் பேசி முடிவுகளை எட்டும் சாத்தியத்தைத் தடுத்திருக்கலாம். பௌத்தத்துக்கு அசோகர் வாயிலாகக் கிடைத்திருந்த அரசியல் ஆதரவு எதிர்பாராத பலத்தை நல்கியிருந்தபடியால் வடஇந்தியா மட்டுமல்லாது பிற பிரதேசங்களிலும் பௌத்தத்தைக் கொண்டு செல்லும் முயற்சியில் தத்துவ ரீதியான உட்பிரிவுகள்

சிரமத்தை உண்டு பண்ணக்கூடும் என்று பௌத்தத்தின் மூத்தோர் எண்ணியிருக்கலாம்.

மூன்றாம் பேரவையின் போது பௌத்த சங்கம் பிளவுறத்தக்க சிந்தனைப் போக்குகள் சங்கத்தில் முதற்கண் எங்ஙனம் தோன்றின ?

புத்தருடைய சிந்தனையின் மையப் புள்ளி அனைத்தும் பாய்வு (*flux*) நிலையில் உள்ளன; இருப்பது எதுவும் மாறாமல் இருப்பதில்லை. அவருடைய போதனைகளும் மாற்றத்துக்கும் அழிவுக்கும் உள்ளாகக்கூடும் என்பதற்கான முன்னறிவிப்பு பௌத்த பாலி ஆகமத்தில் பல இடங்களில் வருகின்றது. சிலர் புத்த தர்மம் 500 ஆண்டுகளுக்குப் பிறகே தூய்மையாகும் என்று ஆரூடம் கூறினர். வேறு சிலர் புத்த தர்மம் ஆயிரம் ஆண்டுகளே நிலைக்கும் எனவும் இந்தத் தூய புரிதல் நிறைந்த காலத்துக்குப் பிறகு ஆன்ம சாதனை வெறும் பாண்டித்தியத்தால் இட்டு நிரப்பப்படும் என்றும் வருவதுரைத்தனர். புத்தரின் வாழ்க்கை மிகவும் தூரமாகிப்போன நினைவாக ஆகிப்போனது பகுதிகாரணம் மட்டுமே. புத்த சங்கத்தைத் தழுவுவோரின் எண்ணிக்கை குறைந்தது. புனிதர்களின் காலம் முடிந்துவிட்டது என்று சங்கத்தார் உறுதியாக நம்பும் வரை.

புத்த தர்மம் மாற்றத்துக்கும் மறுவிளக்கத்துக்கும் உள்ளானதற்கு மூன்று காரணங்கள். ஒன்று, புவியியல். வட இந்தியாவில் பிறந்து கிழக்கிலும் மேற்கிலும் அதிவேகமாகப் பரவியது புத்த தர்மம். நிறுவனரின் மறைவுக்குப் பிறகு அவருடைய செய்தியின் பரவலாக்கமும் அதனுடன் ஒத்திசைந்த விளக்கங்களின் வேறுபாடுகளும் தவிர்க்க முடியாதவை. இரண்டாவது, தினசரி வாழ்க்கையில் தர்மத்தைப் பயன்டுத்துதல் குறித்தான பிரச்னைகள். புத்தரின் போதனைகள் எத்தனை முழுமையானவையாய் இருந்தாலும் தவிர்க்க முடியாதபடி புத்தர் விடையளிக்காத வினாக்களும் எழலாம். பொதுவாக, புத்தர் குறிப்பிடாத வினய வழிமுறைகளைப் பற்றிய வினாக்களாக இருந்தன. உதாரணத்திற்கு, ஒரு சாது எப்போது உணவு கொள்ள வேண்டும் அல்லது ஒரு சாது பணத்தை அன்பளிப்பாக ஏற்கலாமா என்பன போன்ற கேள்விகள்.

மூன்றாவது, சொல்லப்போனால் கருத்து மற்றும் மாற்றத்தின் முக்கியத் தோற்றுவாய் புத்த தர்மத்தின் *agnostic* நிலைப்பாடு. ஒற்றை மூலத் தலைமையென்று எதையும் குறிப்பிடாமல் ஒவ்வொரு சாதுவும் தாமாகவே புத்த தர்மத்தைப் பின்பற்ற வேண்டுமென்ற அறிவுரையை மட்டுமே சொல்லிவிட்டு பரிநிர்வாணம் எய்தினார் புத்தர். இது சாதுக்களுக்குத் தர்மத்தைத்

தம்மிஷ்டப்படி மறுவிளக்கம் செய்துகொள்ளும் சுதந்திரத்தைப் பெற்றதாக உணர வைத்திருக்கலாம். அம்பு பட்டு துடித்துக் கொண்டிருக்கும் மான் பற்றிய குட்டிக் கதையை எடுத்துக் கூறிப் பலமுறை பல சீடர்கள் கேட்ட மீப்பொருண்மையியல் வினாக்களுக்கு விடையளித்து வந்தார். எனினும், தொட்டறிய முடியா விஷயங்களைப் பற்றி அறிய விரும்பும் விழைவை மனித இயல்பினால் தவிர்க்க முடியாது என்பதை அறிந்திராதவராக அவர் இருந்திருக்க மாட்டார். அவர் ஊகச் சிந்தனையை ஒதுக்க வேண்டுமென்று வலியுறுத்திச் சொன்ன விஷயங்களிலும் தத்துவம் பேசுவதை மக்கள் வழக்கமாகக் கொண்டிருந்தார்கள். இது யதார்த்தத்தின் இயல்பு பற்றிய வேறுபட்ட கருத்துக்களுக்கு வித்திட்டது. சில நவீன காலத்து அறிஞர்கள் கூட புத்தரின் வெளிப்படையான *agnosticism*–தைப் பிழையாகத் "தெளிவின்மை" என்று வர்ணிக்கிறார்கள்; இந்தத் 'தெளிவின்மை' 'பல வேறுபட்ட கருத்துக்கள்' எழ வழி வகுத்திருக்கிறது.

புத்தர் மறைந்து இரண்டு நூற்றாண்டுகள் சங்கத்தில் அதிக பேதங்கள் தோன்றவில்லை. தர்மத்தின் சில அம்சங்களைப் பற்றிய சிறு கருத்து பேதங்கள் தோன்றி மறையும். அதோடு சரி. அசோகர் ஆட்சிக் காலத்தின்போது (கி.மு 272–236) ஒரு பெருங்கருத்து வேற்றுமை எழுந்தது. புத்தரின் இயல்பு பற்றிய கருத்து பற்றி. சங்கத்தின் ஒற்றுமை குலைந்து விடுமளவு இந்தக் கருத்து வேற்றுமை விசுவரூபமெடுத்தது. அசோகர் சங்கத்தில் அமைதியை நிலை நாட்ட விரும்பினார். இந்தப் பிரச்னை பற்றிய வரலாற்றைத் துல்லியமாக அறிய முடியாவிடினும் நடந்த வாதத்தின் சில கூறுகள் நம்பகமானவை என்று பரவலாக ஏற்கப்படுகிறது.

மொகாலிபுத்த திஸ்ஸர் தலைமையேற்று நடத்திய பௌத்தப் பேரவையில் 218 பிரத்யேகமான வினய வழிமுறைகள் பற்றியும் தத்துவங்கள் பற்றி முடிவுகள் எட்டப்பட்டு இந்த விவாதங்களைத் தொகுத்தார் திஸ்ஸர். புத்தர் மறைந்து 250 வருடங்களுக்குப் பிறகு தொகுக்கப்பட்ட திஸ்ஸரின் அபிதர்மத்துக்குப் புனித நூல் அந்தஸ்து கொடுக்கப்பட்டு பாலிநெறிமுறையின் அங்கமாக இன்றும் இருக்கிறது.

திஸ்ஸர் 218 க்கும் மேற்பட்ட வினய மற்றும் தத்துவ விஷயங்களைப் பேசி முடிவையெட்டி பாலிநெறிமுறையின் அபிதர்மத்தில் சேர்த்துவிட்டாலும் முக்கியமான தத்துவச் சிக்கல் தீர்வு காண முடியாமலேயே இருந்து முந்நூறு வருடங்களுக்குப் பிறகு சிக்கல் மேலும் வலுப்பட்டு பௌத்த உட்பிரிவுகளில் சென்று முடிந்தது.

அந்த முக்கியமான தத்துவச் சிக்கல் யாது?

பரிநிர்வாணம் அடைந்த புத்தர் யார்? *Realist view* உள்ளவனுக்கு பரிநிர்வாணமடையும் வரை புத்தர் இருந்தார். அதற்குப் பின் அவர் இல்லை. அவருடைய ஸ்கந்த அணுக்கள் பிரிந்துவிட்டன. *Personalist View* உள்ளவனுக்கு புத்தரின் ஸ்கந்தங்கள் கலைந்துவிட்டன. ஆனால் அவர் வாழ்ந்த நாட்களில் ஸ்கந்தங்கள் எவ்வளவு யதார்த்தமோ, அதை விட என்று இல்லாவிடினும், அதே அளவுக்கு புத்தரின் நபர்த்தன்மை உண்மையானது. *Transcendantalist View* உள்ளவனுக்கு புத்தர் இன்று இல்லை. ஆனால் அவரின் கொள்கைகளும் சிந்தனைகளும் தர்மக் காயமாக பொருண்மையைக் கடந்து இன்னும் இருக்கிறது.

ஆழமாகச் சிந்தித்தால் அனாத்ம வாதத்தின் அடிப்படையில் ஆய்ந்தால் மூன்று நிலைப்பாடுகளுமே புத்தரின் மூலக் கருத்துக்கு ஏதாவது ஒரு விதத்தில் மாறாக இருக்கிறது. எப்பமென்று சிந்திப்பதற்கு முன்னால் ஆத்மன் கோட்பாட்டுக்கும் அனாத்மன் கோட்பாட்டுக்கும் இடையிலான வித்தியாசத்தை அறிவது முக்கியம்.

கிட்டத்தட்ட அனைத்து இந்து சமயப்பிரிவுகளும் உள்ளார்ந்த, மேம்பட்ட ஆத்மன் என்னும் ஆன்மா கருத்தியலை ஏற்கின்றன. இந்த ஆன்மா தனி மனிதனுக்கும் உலகளாவிய கடவுளுக்கும் பொது. இறுதி இருப்பின் அடிப்படை. அது அழிவிலாதது. என்றும் இருப்பது.

பௌத்தம் நிரந்தர ஆன்மாவை மறுக்கிறது. அனாத்மன் என்ற கோட்பாட்டை விவரிக்கிறது. நிரந்தர சுயம் என்ற கருதுகோளை மறுத்த புத்தர் ஐந்து ஸ்கந்தங்களின் குவியலாக மனிதரை நோக்குகிறார். ஐந்து ஸ்கந்தங்கள் மாறிக்கொண்டிருப்பவை. நாமரூபம், வேதனை (*Sensation*), குறிப்பு (*perception*), பாவனை (*mental formations*), விஞ்ஞானம் (*consciousness*) – இவ்வைந்தும் கந்தங்கள் எனப்படுகின்றன. ஒரு தனி மனிதன் என்பவன் இந்த ஐந்தின் குவியல். ஒவ்வொரு கந்தமும் தர்மங்களின், தாதுக்களின் குவியல். உதாரணத்திற்கு, நாமரூபம் நால்வகை தாதுக்களின் குவியல் (பூமி, நீர், தீ மற்றும் வாயு), பிற மனோ கந்தங்களும் கூட பழக்கங்கள், விருப்பங்கள், வெறுப்புகள், பேராசை போன்றவற்றின் குவியல். 'நபர்' என்று குறிப்பிடுவது ஐந்து வகைக் குவியலை குறிப்பதற்கே. அவனுக்குப் பின்னால் ஒரு நிரந்தர, அடிப்படையான, மாறாத சுயம் இருக்கிறது என்று நம்புவது அறிவீனம். மனிதன் எனப்படுபவன் மாறும் தனிமங்களின் இயங்கியல் தொகை.

ஆயினும், சிறுபான்மையினரான பௌத்த சாதுக்கள் தனி நபர் என்பவரின் சுயம் ஏதாவதொரு விதத்தில் நிஜம் என்று நம்பினார்கள். அதாவது ஸ்கந்தங்கள் நிஜம் எனில் அவற்றின் ஒருங்கிணைப்பான நபர் என்னும் அடையாளமும் அதனளவில் நிஜம் என்றார்கள். நுண்ணிய சுயம் என்ற ஒன்று இருப்பதாகவும் அது கந்தங்களை ஒத்ததுமன்று; வேறுபட்டதுமன்று என்பது அவர்கள் வாதம். இதைப் புட்கலவாதம் என்ற கலைச்சொல்லால் பௌத்த நூல்கள் விவரிக்கின்றன.

மூன்றாம் பேரவையில் *personalism* எனப்படும் புட்கலவாதம் பிற குழுக்களால் நிராகரிக்கப்பட்டன என்றாலும் புட்கலவாதத்தை நம்பிய வத்சிபுத்ரியா எனும் பெயரால் சுட்டப்பட்ட பௌத்த உட்பிரிவைச் சேர்ந்த சாதுக்கள் கணிசமான எண்ணிக்கையில் ஏழாம் நூற்றாண்டு வரை இயங்கி வந்தனர். நாகார்ஜுனர் முதலான பல பௌத்தச் சான்றோர்கள் புட்கலவாதம் தவறான கருத்தென்று வாதாடினர்.

கந்தக் கொள்கையிலிருந்து எழுந்தது *realism* எனும் சர்ச்சை. ஆன்மா என்ற ஒன்று கந்தங்களுக்குப் பின் இல்லையெனில் கந்தங்கள் நிஜம். ஆத்மா இறுதி இருப்பின் அடிப்படை இல்லை யெனில், இவ்வுலகம் எதனால் பண்ணப்பட்டிருக்கிறதோ அந்தத் தனிப்பட்ட அணுவியல் தர்மங்கள் *(Atomistic Elements)* நிஜம் என்றே ஆகிறது. ரியலிஸ்டுகள் தனிப்பட்ட அணுக்களுக்குச் சுய–இயல்பு (ஸ்வபாவம்) இருக்கிறது என்றனர். பண்டங்களுக்கு நிரந்தர, தொடர்ச்சியான அடையாளங்கள் இருக்கின்றன என்று ஒத்துக்கொண்டால்தான் கந்தங்கள் அனைத்தும் நிரந்தர பாய்வுத் தன்மையில் இருக்கின்றனவென்ற புத்தரின் அடிப்படை போதனை நிரூபணமாகும் என்பது ரியலிஸ்டுகளின் வாதம். எந்த விதச் சுயத்தையும் ஏற்க முடியாதென புட்கலவாதிகளிடம் கடுமையாக வாதாடிய சர்வாஸ்திவாதிகள் என்றழைக்கப்பட்ட ரியலிஸ்டுகளின் முரண்பாடு அவர்களின் வாதத்திலேயே இருக்கிறது. பிரபஞ்சத்தின் அடிப்படை அணுவியல் தர்மங்களுக்கு சுவபாவம் இருக்கிறதென்பது முரண்பாடின்றி வேறென்ன?

மொகாலிபுத்த திஸ்ஸர் *Transcendentalism*-ம் பேரவையில் விவாதிக்கப்பட்டதாகக் குறிப்பிடுகிறார். மகாசங்கிகர்கள் என்றழைக்கப்பட்ட இவர்கள் புத்தர் பூமியில் இல்லாமல் மட்டும் போகவில்லை என்றும் அவர் இந்த லோகத்தைக் கடந்து சென்று விட்டதாக நம்பினர். அவருடைய நாமரூபம் அழிந்துவிட்டாலும் அவரது ஞானமும் போதனையும் தர்ம காயம் என்னும் வடிவில் இருப்பதாகச் சொன்னார்கள். தர்ம காயத்தை புத்த இயல்பு

என்றும் குறித்தனர். மொகாலிபுத்தர் இந்த நம்பிக்கையை நிராகரித்தார். தர்மகாய புத்தர் எனும் கருத்தியல் புத்தரின் வரலாற்றுத்தன்மைக்குச் சற்றும் இணக்கமுள்ளதாயில்லை என்பது மொகாலிபுத்தரின் வாதம். மூன்றாம் பேரவையில் மற்ற குழுக்களால் நிராகரிக்கப்பட்ட மகாசங்கிகர்களே முந்நூறு வருடங்களுக்குப் பின்னர் மகாயான பௌத்தப் பிரிவை உருவாக்கினார்கள்.

(டொரோண்டோ பல்கலைக்கழகப் பேராசிரியர் Jonah Winters அவர்களின் Thinking in Buddhism: Nagarjuna's Middle Way என்ற புத்தகத்தின் பல தகவல்களை இக்கட்டுரையில் உபயோகித்திருக்கிறேன்)

தம்மபதமும் நதிநீர்ப் பங்கீட்டுத் தகராறும்

பௌத்த வாசிப்பு அதிகம் இல்லாதவர்கள் கூட தம்மபதத்தை நிச்சயம் வாசித்திருப்பார்கள். மிகப் பிரபலமான சமய நூல்களின் வரிசையில் முதன்மை இடத்தில் இருக்கக்கூடிய நூல். சுத்த நிபாதத்தின் உட்பிரிவான குத்தக நிகாயத்தின் அங்கம் தம்மபதம். தம்மபதத்தின் பிரபலத்தன்மையை விளக்க வேண்டுமென்றால் பௌத்தமல்லாத பிற சமயத்தாரும் தம்மபதத்தின் கருத்துக்களுடன் ஒத்துப்போவதைக் குறிப்பிட்டாக வேண்டும்.

ஒருமுறை ஓர் அயல்நாட்டுப் பயணத்தின் போது பஹாய் சமயத்தைப் பின்பற்றும் ஒருவரைச் சந்திக்கும் வாய்ப்பு அமைந்தது. எளிதில் நட்பு கொள்ளும் இயல்பினராய் நேசத்துடன் பேசினார் அவர். என் பௌத்த ஆர்வத்தைப் பற்றி அவர் அறிந்த போது அவர் கேட்ட முதல் வினா நான் தம்மபதம் வாசித்திருக்கிறேனா என்பதுதான். பஹாய் சமயமும் பௌத்தமும் சொல்லும் விஷயம் ஒன்றுதானென்று தம்மபதத்தின் வாசிப்பின் அடிப்படையில் அடித்துச் சொன்னார் அவர். எல்லாச் சமயங்களும் சொல்லும் விஷயம் ஒன்று என்ற அடிப்படையில் நண்பர் சொன்னது உண்மையாக இருக்கலாம். ஆனால் உலகில் தோன்றிய அனைத்து மெய்ஞ்ஞானிகளும் கடவுளின் தூதர்கள் என்ற பஹாய் சமயத்தின்

அடிப்படைக் கருத்தை பௌத்தம் ஏற்கவில்லை. அவதாரங்கள் குறித்து புத்தர் சொன்னவற்றின் அடிப்படை புரிதல் இல்லாமல் விஷ்ணுவின் அவதாரம் தான் புத்தரென்று இந்துக்கள் சொல்வது மாதிரிதான் இது.

தம்மபதத்தின் அடிகள் ஏமாறக்கூடிய வகையில் எளிமை யானவை போல் ஒலிக்கும்; ஆனால் அதன் ஒவ்வோர் அடியில் புதைந்திருக்கும் ஆழ்ந்த அர்த்தபூர்வ பௌத்த நீதியை யோசிக்குங்கால் தியான மனநிலைக்குள் நம்மை புகுத்திவிடும் ஆற்றல் படைத்தவை. தம்மபதத்தின் படிமங்களும் மிக அபாரமானவை.

நன்கு வேயப்பட்ட கூரையைக் கொண்ட
குடிசைக்குள்
மழை நீர் கசியாமல் இருப்பது போல
நன்கு முதிர்ந்த மனதினுள்
காமம் நுழைவதில்லை – தம்மபதம் 14

உறங்கிக்கொண்டிருக்கும் கிராமத்தைத்
தள்ளிக்கொண்டு போகும் பெருவெள்ளம் போலப்
பற்றுள்ள மனம் உடையவனை
மரணம் பிடித்துத் தள்ளிக்கொண்டு போகும் – தம்மபதம் 287

மலரின் இதழ், மணம், நிறம் எதையும் சேதப்படுத்தாமல்
தேனை மட்டும் நுகரும் தேனீ போல
ஒரு பிக்கு தன் கிராமத்தில் வசிக்க வேண்டும் – தம்மபதம் 49

அதன் நீர் வீட்டிலிருந்து அகற்றப்பட்டு
காய்ந்த நிலத்தில் வீசி எறியப்பட்ட மீன் போல
மாரனின் சாம்ராஜ்யத்திலிருந்து தப்பிக்க
புலன் உலகிலிருந்து விலகும்போது மனம் நடுங்குகிறது –
தம்மபதம் 34

புத்தர் சொன்ன நீதிமொழிகளின் தொகுதியாகப் பாலி ஆகமத்தில் சேர்க்கப்பட்டுள்ள தம்மபதத்தில் 423 செய்யுள்கள் 26 அதிகாரங்களாகப் பகுக்கப்பட்டிருக்கின்றன. தேரவாத பௌத்த பாலி நெறிமுறையின் தம்மபதம்தான் பரவலாகப் பிரபலமானது. எனினும் பிற உட்பிரிவுகளின் (தற்காலத்தில் இல்லாதுபோன பிரிவுகள்) ஆகமங்களிலும் தம்மபதம் இணைக்கப்பட்டுள்ளது. ஆனால், அவைகள் பாலியில் இயற்றப்பட்டவையல்ல.

காந்தாரி தர்மபதா – தர்மகுப்தக அல்லது காஸ்யப்ரிய பௌத்தம் – காந்தாரி மொழியின் கரோஸ்தி வடிவத்தில் எழுதப்பட்டது.

பாட்னா தர்மபதா – கலப்பு சமஸ்கிருதத்தில் எழுதப்பட்டது.

உதானவர்கா – மூலசர்வாஸ்திவாத பிரிவின் ஆகமம் – மூன்று வெவ்வேறு சமஸ்க்ருத பதிப்பிலும் திபெத்திய மொழிபெயர்ப்பிலும் இந்நூல் உள்ளது.

மஹாவஸ்து – லோகோத்தரவாதா பௌத்தத்தின் பாலி மொழி தம்மபதம்.

மேலே சொன்னவையன்றி தம்மபதத்துக்கு நான்கு பழைய சீன மொழிபெயர்ப்புகள் உள்ளன. பாலி தம்மபதத்தின் விரிவான மொழிபெயர்ப்புகள் என்று இவற்றைச் சொல்லிவிடலாம். ஆனால் மரபு ரீதியாகச் சீன பௌத்தத்தில் தம்மபதம் பிரபலமான ஆகமம் இல்லை.

நான்காம் / ஐந்தாம் நூற்றாண்டு வாக்கில் இலங்கையின் புத்தகோஸர் ("புத்தரின் குரல்" என்று பொருள்படும் இப்பெயர் ஒரு புனை பெயராக இருக்கக்கூடுமா?) என்னும் புத்தபிக்கு பாலி திரிபீடக தொகுதிகளுக்கு விளக்கவுரை எழுதினார். திரிபீடகத்துக்கு புத்தகோஸர்* அளித்த மறு விளக்கங்கள் 12ஆம் நூற்றாணடுக்குப் பிறகு தேரவாத பௌத்தர்களின் ஆச்சாரமான புரிதலுக்கு வழிகாட்டிகளாக கருதப்படுகின்றன.

தம்மபதத்துக்கு உரை எழுதிய புத்தகோஸர் புத்தரின் ஒவ்வொரு நீதிமொழிக்குப் பின்னே ஒரு குட்டிக் கதையொன்றைச் சொல்கிறார். புத்தகோசர் மறுவிளக்கம் செய்த தம்மபதம் "அத்தவக்க" என்ற பெயரால் வழங்கப்படுகிறது.

காவிரி நதிநீர்ப் பங்கீடு குறித்து இரு மாநிலங்களுக்கிடையே கருத்து பேதம். தத்தமக்கு நீரில் அதிகப் பங்கு வேண்டும் என்று இரு மாநிலங்களும் நீதிமன்றத்தில் மோதுகின்றன. கர்நாடகத்தில், தமிழ்நாட்டில் இருந்து வரும் பேருந்துகள் எரிக்கப்படுகின்றன. தமிழ்நாட்டில் கிரிக்கெட் போட்டி ரத்து செய்யப்படுகிறது. தினமும் செய்தித்தாள்களில் வாசிக்கிறோம். மத்திய அரசு வெறுமனே இந்த பிரச்னையில் இடையீடு செய்யாமல் வெறும் அரசியல் ஆதாயம் – நட்டம் பொறுத்து காய் நகர்த்திக்கொண்டிருப்பதை அன்றாடம் பார்க்கிறோம். தம்மபதத்தின் 197 முதல் 199 வரையிலான செய்யுட்களுக்கு புத்தகோசர் "அத்தவக்க"வில் சொல்லும் குட்டிக்கதையில் இரு

* புத்தகோஸர் இந்தியாவிலிருந்து இலங்கைக்குச் சென்றவர். மகாவம்சத்தில் வரும் தொன்மத்தகவல்களில் புத்தகோஸர் போத்கயாவிலிருந்து வந்தவர் என்று குறிப்பிடப்படுகிறது. புத்தகோஸரின் முக்கியமான நூலான "விசுத்திமக்கா"வின் பின்னுரைகளில் அவர் காஞ்சியிலிருந்து வந்தவர் எனக் குறிப்பிடப்படுகிறது. எனவே, புத்தகோஸர் தென்னிந்தியர் எனக் கருத்தப்பட முடியும்.

நாடுகளுக்கிடையிலான நதி நீர்ப்பங்கீடு குறித்த பூசலை புத்தர் தீர்த்து வைக்கிறார்.*

இந்தக் கதையில் இரு நாடுகளுக்கிடையே ஒரு நதி ஓடுகிறது. புத்தர் பிறந்த சாக்கிய நாடும் கோலியர்களின் நாடுமே அவை. கோலிய மற்றும் சாக்கிய நாட்டு ராஜ குடும்பங்களிடையே திருமண வினை வாயிலான நெருங்கிய சொந்தம். புத்தரின் தந்தையார் சுத்தோதனர் மணந்த அரசிகள் – மாயா மற்றும் கோதமி இருவரும் கோலிய நாட்டு அரச குடும்பத்தைச் சேர்ந்தவர்கள். புத்தர் சித்தார்த்தராக இருந்தபோது மணந்த யசோதரையும் கோலிய நாட்டவர்தாம். இப்படி நெருங்கிய உறவுடன் இருந்த ராச்சியங்களுக்கு நடுவே அவ்வப்போது பூசல் வெடித்துவிடும். இரு நாடுகளுக்கிடையே ஓடிய ரோகிணி ஆறு ஒருமுறை பூசலுக்குக் காரணமானது. நாடுகளின் எல்லையாக விளங்கிய ரோகிணிக்கு நடுவே ஒரு பெரும் அணையைக் கட்டி இரு புறங்களிலும் இருந்த தத்தம் வயல்களுக்கு நீரைப் பாய்ச்சி இரு நாட்டவரும் விவசாயம் செய்து வந்தனர். ஒருமுறை பஞ்சம் ஏற்பட்டது. பயிர்கள் இரு நாடுகளிலும் வாடத் தொடங்கின.

முதலில் பிரச்னையை ஏற்படுத்தியவர்கள் கோலியர்கள். எல்லைக்கு அப்புறம் வேலை செய்துகொண்டிருந்த சாக்கிய நாட்டு விவசாய வேலைக்காரர்களை அணுகி "ஆற்றில் நீர் குறைந்து விட்டது; எங்கள் பயிர்களெல்லாம் பட்டுவிடும் போலிருக்கின்றன; இந்த நதி எங்களுடையது; எங்களுக்கே தண்ணீரில்லை; நதி நீரை எங்கள் பக்கம் திருப்பிவிட்டுக்கொள்கிறோம்" என்று வம்பு பண்ணினார்கள். சாக்கியர்கள் சும்மா இருப்பார்களா? "எங்களை இளிச்சவாயர்கள் என்று நினைத்துக்கொண்டீர்களா? நீங்கள் தண்ணீரை எடுத்துக்கொண்டு பயிர்களை விளைவித்துக் கொள்வீர்கள். நாங்கள் கையிலிருக்கும் செல்வத்தையெல்லாம் உங்கள் காலில் வந்து கொட்ட வேண்டும்; அதற்கு நீங்கள் பெரிய மனசு பண்ணி அள்ளிவீசும் தானியங்களை நாங்கள் பொறுக்கிக்கொண்டு போகவேண்டும்; இதுதானே உமது எண்ணம்! நதியில் மிஞ்சியிருக்கும் நீரை எங்கள் பக்கத்துக்குத் திருப்பிவிட்டுக் கொள்கிறோம். என்ன செய்துவிடுவீர்கள் பார்க்கலாம்" இரு பக்கத்திலிருந்தும் காரசாரமான வாதங்கள். பேச்சு முற்றியது. இரு தேசத்துக் குடியானவர்களும் ஒருவரை

* நவயானா பௌத்தப்பாதையை வகுத்து லட்சக்கணக்கான ஒடுக்கப்பட்ட மக்களை பௌத்தத்துக்கு அழைத்து வந்த பாபாசாகேப் அம்பேத்கர் பாரம்பரியத் தொன்மமான – புத்தர் ஞானம் தேடுவதற்காகக் குடும்பத்தைவிட்டு வெளியேறினார் என்பதை ஏற்கவில்லை. இந்தக் குறிப்பில் கூறப்படும் தண்ணீர் சண்டையினால் எழ இருந்த போரைத் தடுத்து நிறுத்துவதன் பொருட்டே சாக்கிய நாட்டைத் துறந்தாரென்பது அண்ணல் அம்பேத்கர் சொல்வது.

யொருவர் தாக்கிக்கொள்ளத் தொடங்கினர். இரண்டு நாட்டு மன்னர்களுக்கும் செய்தியெட்டியது. இரு நாட்டு மன்னர்களும் தம் தளபதிகளை அழைத்துப் பேசி ஆற்றின் தத்தம் கரைகளில் தம் படைகளை நிறுத்தினர்.

கோலியர்களின் தளபதி மறுகரையை நோக்கி அறைகூவினான். "கபிலவாஸ்துவில் வசிப்போர்களே உங்கள் குழந்தைகளை அழைத்துக்கொண்டு இங்கிருந்து சென்றுவிடுங்கள். நாய்களைப் போல் நரிகளைப் போல் சொந்த தமக்கையரைப் புணர்பவர்களின் யானைகளாலும், குதிரைகளாலும், கேடயங்களாலுமா நாங்கள் காயமுறுவோம் என்று நினைக்கிறீர்கள்?" சாக்கிய தளபதியின் எதிர்வினை – "தொழு நோயாளிகளே உங்கள் குழந்தைகளை அள்ளிக்கொண்டு உங்களுக்குத் தகுதியான இடத்துக்குச் செல்லுங்கள். இலந்தை மரக்கிளைகளில் தொற்றிக்கொண்டு வாழும் தீண்டத்தகாதோரே, நாங்கள் மட்டும் என்ன உங்களின் யானைகளாலும், குதிரைகளாலும், கேடயங்களாலும் காயமுறுவோமா என்ன!"

சாக்கியப்படைகள் ஒன்று சேர்ந்து ஆயுதங்களைத் தூக்கிக் கத்தின – "தமக்கையரைப் புணர்ந்தவர்களின் சக்தியையும் ஆற்றலையும் இன்று காட்டுவோம்" கோலியர்களும் கத்தினார்கள் – "இலந்தை மரங்களில் வசிப்பவர்களின் சக்தியையும் ஆற்றலையும் இன்று காட்டுவோம்" என்றார்கள்.

விடியலில் கண் விழித்தார் ததாகதர். என்ன நடக்கிறது என்பதைத் தன் திருஷ்டியினால் உணர்ந்தார். "நான் இப்போது அங்கு செல்லாவிட்டால் இரு நகரத்தாரும் ஒருவரையொருவர் கொன்று மடிவர். இப்போது நான் அங்கு செல்வது என் கடமையாகும்" அவர் அவ்வாறு எண்ணிய மறு கணமே காற்றில் பறக்கலானார். ரோகினி நதி படுகையின் இரு கரையின் நடுவில் சற்று உயரத்தில் காற்றில் மிதந்தபடி உட்கார்ந்தார். அவர் அங்கு வந்ததும் உடன் இரு கரைகளில் ஆயுதமேந்தியிருந்த வீரர்களும் ஆயுதங்களை அப்படியே போட்டுக்கொண்டு புத்தருக்கு வந்தனம் செலுத்தினர். "ஏனிங்கு சண்டை" என்ற புத்தரின் கேள்விக்கு வெட்கம் காரணமாக ஒருவரும் பதில் தரவில்லை. "ஒன்றும் நடக்கவில்லை" என்று சப்பைக்கட்டு கட்டினார்கள். ஓரத்தில் ஒதுங்கி நின்றிருந்த அடிமை உழைப்பாளிகளை அவர் கேட்டதும் "இந்தச் சண்டை ஆற்றுத் தண்ணீருக்காக" என்று சொல்கிறார்கள்.

இரண்டு நாட்டுத் தளபதிகளையும் அழைத்துப் பேசுகிறார் புத்தர்.

"இந்த ஆற்று நீர் அவ்வளவு மதிப்பு வாய்ந்ததா?"

"இல்லை ஐயா, நிச்சயமாக இல்லை"

"அப்படியானால், இந்த க்ஷத்திரிய வீரர்கள்? அவர்களும் மதிப்பில்லாதவர்களா?"

"அவர்கள் மிக்க மதிப்பு வாய்ந்தவர்கள்"

"சிறு தண்ணீருக்காக வீரர்களின் உயிரை விலையாகக் கொடுப்பீர்களா?... நானிங்கு வந்திராவிட்டால் இந்நேரம் ரத்த ஆறு அல்லவா இந்தப் படுகையில் ஓடியிருக்கும்?"

தளபதிகளும் இன்ன பிற உயர் அதிகாரிகளும் அமைதியாக நின்றிருந்தார்கள்.

"எது செய்யக்கூடாதோ அதை செய்தவாறிருக்கிறீர்கள். சச்சரவு மிக்க வாழ்க்கையை வாழ்கிறீர்கள். சச்சரவில்லா வாழ்க்கையை நான் வாழ்கிறேன். தீயவுணர்வுகள் எனும் நோய் பீடித்த வாழ்க்கையை நீங்கள் வாழ்கிறீர்கள். நான் நோயற்ற வாழ்வை வாழ்கிறேன். ஐந்து விதப் புலனின்பங்களை நோக்கி ஆர்வத்துடன் பின் செல்கிறீர்கள். ஆர்வப் பின்தொடர்ச்சியில்லா வாழ்க்கை என்னுடையது."

தொடர்ந்து பேசிய புத்தர் கீழ்க்கண்ட அடிகளைச் சொன்னார்:

ஆ! பகைக்கிறவர்களிடம் அன்பு செலுத்தி
உவகையோடு வாழ்கிறோம்
பகைக்கிறவர் இடையே
பகையற்று வாழ்கிறோம்

ஆ! ஆதுரத்தோடு வாழ்கிற மக்களுடன்
ஆதுரமில்லாமல் உவகையோடு வாழ்கிறோம்
வருத்தம் உறுகிறவர் இடையிலே
வருத்தம் இல்லாமல் வாழ்கிறோம்

ஆ! ஆசை உடையவர்களொடு
ஆசையில்லாமல் உவகையொடு வாழ்கிறோம்
ஆசை உடையவர்களிடையிலே
ஆசையற்று இன்பமாக வாழ்கிறோம்
தம்மபதம் 197–199 (15ம் அதிகாரம்)*

○

சுய உதவி இலக்கிய வகைமைக்குத் துணை போகிற வகையில் புத்தரின் கருத்துக்கள் வசீகரமான வார்த்தைகளின் உதவியோடு திரித்து இணைய வெளியில் உலவ விடப்படுகின்றன. சமூக ஊடகங்களில் இத்தகைய திரிக்கப்பட்ட மேற்கோள்கள்

---

* இந்த மூன்று செய்யுட்களின் மொழிபெயர்ப்பு – நில்வக்கே சோமானந்த தேரா

பல நம்மால் காணக்கூடியதாய் இருக்கின்றன. பௌத்த வாசிப்பு இல்லாத பலர் இத்தகைய பொய் மேற்கோள்களை உண்மையென்று நம்பி பௌத்தம் பற்றிய பிழையான புரிதலை அடைகின்றனர். இணைய மேற்கோள் பரப்பாளர்களுக்கு எளிதில் துணைக்கு வருவது எளிமையான கருத்துகளைக் கொண்டுள்ள தம்மபதம்தான்.

"We are what we think ; with our thoughts we make the world" - ரோமானிய சக்கரவர்த்தி மார்க்கஸ் அரேலியஸ் முதல் புத்தர் வரை பலர் சொன்னதாக இந்த மேற்கோள் பகிரப்படுகிறது. அதிகமும் புத்தரே இந்த வரியின் ஆசிரியராகக் குறிப்பிடப்படுகிறார். இது தம்மபதத்தின் முதல் செய்யுளில் இருந்து திரிக்கப்பட்டது.

"எண்ணங்கள் (தர்மங்கள்) மனதிலிருந்து உண்டாகின்றன. அவைகளுக்கு மனதே முதன்மையானது. எண்ணங்கள் மனதினாலே உண்டாக்கப்படுகின்றன. ஆகையினால் ஒருவன் தீய எண்ணங்களோடு பேசினாலும் சரி, தீய செய்கைகளைச் செய்தாலும் சரி, அவற்றினால் உண்டாகும் துக்கங்கள், இழுத்துச் செல்லும் எருதுகளைப் பின் தொடர்ந்து போகும் வண்டிபோல, அவனுடைய அடிச் சுவடுகளைப் பின்பற்றித் தொடர்கின்றன." – தம்மபதம் 1 & 2

தம்மபதத்தின் முதல் இரண்டு செய்யுள்கள் துக்கம் எப்படித் தூய்மையற்ற மனதிலிருந்து எழுகிறதென்பது பற்றியும் சுகம் எப்படி தூய மனதிலிருந்து எழுகிறதென்பது பற்றியும் விளக்குகிறது. தம்மா என்று இங்கு குறிப்பிடப்படும் சொல் அந்த மனநிலைகளைக் குறிக்கிறதென்று கருதலாம். முதல் செய்யுளின் அடிப்படைக் கருத்து நம் மனதின் குணங்கள் நாம் துக்கமடைகிறோமா இல்லையா என்று தீர்மானிக்கின்றன என்பதே. பாலி மூலத்தில் "எண்ணங்கள்" அல்லது "உலகம்" என்ற சொற்கள் வருவதேயில்லை. எனினும் என்ன? சுய உதவி மேற்கோள் தயாரிப்பாளர்கள் நம் எண்ணங்களே நாம் என்றும் நம் எண்ணங்கள் வாயிலாக இவ்வுலகத்தை நாம் சிருஷ்டிக்கிறோம் என்றும் முடிவுசெய்து அந்த வாக்கியத்தை புத்தரின் வாயில் போட்டுவிட்டார்கள்.

சுதனன் - வசுமித்ர சந்திப்பு

கிழக்காசிய பௌத்தப் பிரிவுகளுக்கும் பிற பௌத்தப் பிரதேசங்களின் பௌத்தப் பிரிவுகளுக்கும் இடையேயான அணுகுமுறையில் ஓர் அடிப்படை வித்தியாசம் உண்டு. பிற நாடுகளைப் பொறுத்த வரை தேரவாதம், வஜ்ரயானம் என்பன போன்ற தத்துவ கருத்து வேற்றுமைகளை ஒட்டியே பௌத்தப் பிரிவுகள் தோன்றின. சீன, கொரிய மற்றும் ஜப்பானிய நாடுகளின் பௌத்தப் பிரிவுகளோ மகாயானத்தின் வெவ்வேறு சூத்திர நூலை அடிப்படையாகக் கொண்டு ஏற்பட்ட பிரிவுகள். தாம் ஏற்றுக்கொண்ட சூத்திர நூலே பௌத்தத்தின் இறுதி என்பது போன்ற நிலைப்பாடுகள் கிழக்காசிய பௌத்தச் சமயங்களில் உண்டு. உதாரணமாக, டியென்டாய் என்னும் பௌத்தப் பிரிவு லோட்டஸ் சூத்ராவைப் புனித நூலாகக் கட்டமைத்தது. லோட்டஸ் சூத்ராவில் புத்தர் சொன்னதாகச் சித்தரிக்கப்படும் கருத்துகளே இறுதி உண்மை என்று சொன்னது டியென்டாய் பௌத்தம். இது போலவே, ப்யூர் லேண்ட் பௌத்தத்துக்கு சுகாவதிவ்யூஹ சூத்திரம்; Huayan என்ற சீன பௌத்தப் பிரிவுக்கு அவதாம்ஸகச் சூத்திரம்.

Huayan எனும் சீன பௌத்தப் பிரிவு பின்னர் கொரியாவிற்கும் ஜப்பானுக்கும் கூட ஏற்றுமதி செய்யப்பட்டது. ஜப்பானில் கேகோன் பௌத்தம் என்று இந்தப் பிரிவு அழைக்கப்படுகிறது. Huayan-ம் சரி, கேகோனும் சரி – இரண்டுமே மறைபொருள் ஞான வழிமுறைகளை வலியுறுத்தும் பிரிவுகளாயிருந்தன.

மலர் மாலை சூத்திரம் எனும் பொருள் கொண்ட அவதாம்சக சூத்திரத்தை ஊடுருவும் யதார்த்தங்களின் விவரிப்பாகவோ அல்லது புத்தர்களின் போதிசத்துவர்களின் பார்வையில் விரியும் யதார்த்தங்களின் விவரிப்பாகவோதான் வாசிக்க முடியும். சிக்கலான வாசிக்கக் கடினமான இந்தச் சூத்திரம் முப்பத்தியொன்பது பாகங்களைக் கொண்டது. நினைத்தற்கரிய விடுதலைக்கான சூத்திரமென்று இது குறிக்கப்படு கிறது. அனைத்துப் பிற பௌத்த ஆகமங்களைவிட மிகப் பெரிதும் செறிவானதுமான ஆகமம் இது என்று பௌத்த வல்லுநர்களால் சுட்டப்படுகிறது. எப்போது, யாரால் இந்தச் சூத்திரம் இயற்றப்பட்டது எனத் தெரியவில்லை. கி.மு முதலாம், இரண்டாம் நூற்றாண்டுகளில் இந்தியக் கலாச்சார வெளியில் பல்வேறு ஆசிரியர்களால் இயற்றப்பட்ட சூத்திரமாக இருக்கலாம். பரந்த அளவிலான பௌத்த கருத்துக்களைத் தொகுத்து எந்த பௌத்த அமைப்புகளிலும் திடமாக வகைப்படுத்த முடியாத இலக்கியமாக அவதாம்சக சூத்திரம் திகழ்கிறது. வரலாற்றுத் தன்மைக்கும் மகாயான நூல்களுக்கும் தொடர்பு இருந்ததில்லை. மகாயானத்தின் துவக்க கால நூலாகக் கருதப்படும் அவதாம்சகமும் இதற்கு விதிவிலக்கில்லை. புத்தர் ஒரு தனிப்பட்ட மனிதர் என்ற நிலையிலிருந்து விடுவிக்கப்பட்டு பிரபஞ்சக் கொள்கை அறிமுகபடுத்தப்படுகிறது. பிரபஞ்சக் கொள்கையின் வெளிப்பாடாகப் பிரபஞ்ச புத்தர் இந்நூலில் மகா வைரோசனராகத் தோன்றுகிறார். ஒரு வரியில் ஒற்றைப் புத்தர் அடுத்த வரியில் புத்தர்களாகப் பல்கிப் பெருகுவார்.

அவதாம்ஸக சூத்திரத்தில் வருபவர் சாக்கிய முனி கிடையாது. வரலாற்றுப் புத்தராகக் குறிக்கப்படுபவராக நிச்சயம் இல்லை அவர். யதார்த்தத்தில் புத்தர் ஒரு பரிமாற்றம், மந்திர இடையீடு. அவதாம்ஸக சூத்திரத்தில் வருபவர் உண்மையான புத்தர் – மஹாவைரோசனர். அவர் இந்தச் சூத்திரத்தில் எதையும் போதிக்கவில்லை. பல போதிசத்துவர்கள் சொல்லும் கருத்துகளை ஆமோதிக்க மட்டுமே செய்கிறார். வார்த்தை களில் விவரிக்க முடியாதபடி வைரோசனர் ஓர் அற்புதம்.

புத்தர்களின் லோகம் நினைத்தற்கரியது
ஜீவர்களால் ஆழ அளவிடமுடியாதது

பெரும் ஒளிக்கதிர்களை வெளிப்படுத்தியவாரிருக்கிறார் புத்தர்
ஒவ்வொரு கதிரிலும் எண்ணற்ற புத்தர்கள்

புத்தகாயம் தூய்மையானது: எப்போதும் சாந்தமிக்கது
இதன் ஒளிப்பிரகாசம் உலகெங்கும் பரவுவது

புத்தரின் சுதந்திரம் அளவிட முடியாதது –
அது இந்தப் பிரபஞ்சத்தையும் அனைத்து வெளிகளையும்
நிரப்புவது
புத்தகாயம் அனைவர்க்கும் பதிலளிக்கிறது –
யாரும் அதைப் புரிந்து கொள்வதில்லை என்றாலும்.
பல்வேறு நுட்பங்களை இது உயிர்களுக்குக் கற்பிக்கிறது
இடியென முழங்கி உண்மையின் மழையைப் பொழிகிறது
உலகின் எல்லா சீலமிகு நடத்தைகளும்
புத்தரின் ஒளியிலிருந்து வருவன

(அவதாம்ஸக சூத்திரம் – தாமஸ் க்ளியரி–யின் ஆங்கில மொழிபெயர்ப்பிலிருந்து தமிழ்ப்படுத்தியது)

அவதாம்ஸக சூத்திரத்தின் சீன மொழிபெயர்ப்புப் பணி இரண்டாம் நூற்றாண்டில் தொடங்கப்பட்டுவிட்டது. கிட்டத்தட்ட ஆயிரம் ஆண்டுகளுக்குத் தொடர்ந்தது. இந்தக் காலகட்டத்தில் முப்பது மொழிபெயர்ப்புகள் – மறு மொழிபெயர்ப்புகள், தொகுப்புகள் என நூல்கள் வெளிவந்து கொண்டேயிருந்தன. இன்று வாசிப்பில் இருக்கும் சூத்திர நூல்களின் மொழிபெயர்ப்புகள் ஐந்தாம் நூற்றாண்டின் துவக்கத்திலும் ஏழாம் நூற்றாண்டின் இறுதியிலும் நடந்தன. இந்தப் பிரம்மாண்ட மொழிபெயர்ப்புகளுக்காக மூல நூல் மத்திய ஆசியாவிலிருந்த கோடான் நகரிலிருந்து எடுத்துவரப்பட்டது. கோடான் பட்டுப்பாதை (silk route)க்கு அருகில் இருந்த நகரம். அந்தக் காலத்தில் கோடானில் ஓர் இந்தோ – இரானிய வகை மொழி புழக்கத்தில் இருந்தது. பத்தாம் நூற்றாண்டு வரை தனிப்பட்ட நாடாக இருந்த கோடான் ஒரு பாலைவனச்சோலை முடியரசு. உலகில் முதலாக பௌத்தத்தைத் தழுவிய நாடுகளில் ஒன்று. 9/10 நூற்றாண்டு வாக்கில் இஸ்லாமியர்கள் வசம் கோடான் வந்தபோது அங்கு நானூறுக்கு மேற்பட்ட பௌத்தக் கோயில்கள் இருந்தனவாம். இந்தியாவுக்கும் சீனாவுக்கும் இடையே பௌத்தத்தின் பரவலுக்கும் கல்விக்கும் கலாச்சாரப் பாலமாகச் செயல்பட்ட இந்த ஊர் இப்போது சீனாவின் மேற்கோர மாநிலம் ஷீஞ்சாங்கில் உள்ளது. இப்போது அதன் பெயர் ஹோடன். அவதாம்ஸகத்துக்கு முதல் விரிவான மொழிபெயர்ப்பைச் செய்தவர் புத்தபத்ரர் எனும் ஓர் இந்தியச் சாது (359–429); இரண்டாம் மொழிபெயர்ப்பு கோடானைச் சேர்ந்த சாது சிக்ஷானந்தா (652–710) என்பவரின் வழிகாட்டலில் நடந்தது. சிக்ஷானந்தாவின் பதிப்பின் அடிப்படையிலான Thomas Cleary-யின் ஆங்கில மொழிபெயர்ப்பிலிருந்தே இக்கட்டுரையின் அவதாம்சக சூத்திர மேற்கோள்கள் தமிழ்ப்படுத்தப்பட்டுள்ளன.

இதன் கடைசி பாகம் ஒரு தனிப்பட்ட சூத்திரம். இதனை கந்தவியுக சூத்திரம் என்பார்கள். கந்தவியுக சூத்திரம்

காவியத்தன்மை கொண்டது. கிட்டத்தட்ட ஒரு புராண வகைமை நூல். சுதனன் என்னும் இளைஞன் புத்தியின் பௌத்தக் கடவுள் மஞ்சு ஸ்ரீ–யினால் தூண்டப்பட்டு ஒரு நீண்ட யாத்திரையை மேற்கொள்கிறான். பல்வேறு பட்ட மனிதர்களைச் சந்திக்கிறான். அவன் சந்திப்பவர்களின் எண்ணிக்கை ஐம்பத்து இரண்டு. இறுதியில் மகாவைரோசனரைத் தரிசிக்கிறான். இறுதி யதார்த்தத்தின் தரிசனத்தை அடைகிறான்.

சுதனன் சந்திக்கும் ஆன்மீக நண்பர்கள் (சூத்திரம் சொல்லும் அழகான சமஸ்கிருத சொல் – கல்யாண மித்திரர்கள்) சமூகத்தின் பல்வேறு மட்டத்தில் வாழ்பவர்கள். அவர்கள் இளைஞர்கள், முதியோர், பெண்கள், ஆண்கள், பௌத்தர்கள், பௌத்தரல்லாதவர்கள், துறவிகள், சம்சாரிகள், கலை, அறிவியல் சார்ந்த தொழில்களின் வல்லுநர்கள். சமூகத்தில் உள்ள பலரும் இவர்களின் ஆன்மீகச் சாதனையின் முன்னேற்றத்தைப் பற்றி அறிந்தார்களில்லை. ஒரு சின்ன குறுகிய வட்டத்தில் உள்ளோர் மட்டுமே இந்தக் கல்யாண மித்திரர்களின் ஆன்மீக முன்னேற்றத்தைப் பற்றி அறிந்தவர்கள். சுதனன் சந்திக்கும் ஒவ்வொருவரும் அவனை அடுத்து அவன் சந்திக்க வேண்டியவரிடம் அனுப்புவார்கள்.

ஒரு முறை அவன் வசுமித்ர என்னும் நங்கையைச் சந்திக்குமாறு அறிவுறுத்தப்படுகிறான். அந்தப் பெண் தங்கியிருக்கும் இடத்தைப் பற்றி அவன் யாரிடம் விசாரித்தாலும் அவர்கள் அவனை வம்புப் பார்வை பார்த்தார்கள். ஒரு சிலர் அவனிடம் வெளிப்படையாகவே பேசுகிறார்கள். “உன் போன்ற சாந்தமான மனநிலைகொண்ட சீலன் வசுமித்ரவிடம் ஏன் செல்ல வேண்டும்? உன் நேர் கொண்ட பார்வைப் புலன்களை வென்றவனாகக் காட்டுகிறது. ஆசைகள் இல்லாத மனத்தினனாய்த் தோன்றும் நீ வசுமித்ர–வை மோகித்தல் கூடாது. அவளிடமிருந்து தூரச் சென்று விடு.” அவன் வழிகேட்ட ஒருவன் மட்டும் வேறு மாதிரி சொல்கிறான். “நன்று. வசுமித்ரவைத் தேடிச் செல்கிறாய். அவள் தொடுதலில் நீ அடையப்போகும் ஆன்மீக முன்னேற்றம் அளப்பரியதாகும். நகரத்தின் மூலச்சதுக்கத்தின் வடக்கே இருக்கிறது அவளின் மாளிகை” என்கிறான்.

வசுமித்ரவின் இல்லம் சுவர்க்க மாளிகை போல் ஜொலிக்கிறது. மாளிகை முன்னிருக்கும் நீச்சல் குளத்தின் மேல் மட்டத்தில் தங்கத் தாமரைகள் மிதந்தன. குளத்தின் அடிமட்டத்தில் கொட்டப்பட்டிருக்கும் தங்க மணல் காணக் கூடியதாய் இருந்தது. வாசலில் வசுமித்ர நின்றிருந்தாள். பொன் நிற மேனி. கருங்கூந்தல். அவயவங்கள் சரியான அளவினதாய் இருந்தன. காம லோகத்திலிருக்கும் தேவ கன்னியர் அனைவரையும் விடக்

கவர்ச்சியானவளாய் இருந்தாள் வசுமித்ர. உலகின் அனைத்து மொழிகளையும் அவள் அறிந்திருந்தாள். அவள் குரல் மதுரமாய் ஒலித்தது. அவள் அறியாத கலையோ அறிவியலோ இல்லை. தம்மைத் தேடி வந்தோருக்கு உண்மையான நிர்வாணத்தை அறியத்தரும் வித்தையில் அவள் வித்தகி. நிர்வாணத்தை நோக்கி வழிநடத்தும் உயிர்கள் அறிந்த அனைத்து உபாயங்களிலும் தேர்ந்தவள். அவள் தன் உடலை அழகான அணிகலன்களால் அலங்கரித்திருந்தாள். மின்னும் கற்கள் பதித்த வலை போன்ற மேலாடையைப் பூண்டிருந்தாள். ஆசைகளை நிறைவேற்றும் ரத்தினக் கற்கள் பதித்த சிறு கிரீடத்தை அணிந்திருந்தாள். அவள் இடையை வைர மேகலையும் கழுத்தை நீலக்கல் மாலையும் அலங்கரித்தன.

வசுமித்ர சுதனனிடம் பேசத் தொடங்கினாள்: "காமம் நிறைந்த மனத்தினர் என்னிடம் வரும்போது அவர்களின் காமம் மடிந்து போகும்படியான வழிமுறையைப் பயில்விக்கிறேன்"

"சிலர் என்னை அணைப்பதன் வாயிலாகத் தன் காமத்துக்கு விடை கொடுப்பதோடு 'ஒருவரையும் தவிர்க்காமல் அனைத்து உயிர்களையும் பெறும் கர்ப்பப்பை' என்றழைக்கப்படும் மெய்ஞானம் பிறப்பிக்கும் மனக்குவிப்பை அடைகிறார்கள். சிலர் என்னை முத்தமிடுவதன் வாயிலாகக் காமத்துக்கு விடை கொடுத்து 'எல்லா உயிர்களின் சீலங்களின் புதையலுடன் தொடர்பு' என்றழைக்கப்படும் மெய்ஞானம் பிறப்பிக்கும் மனக்குவிப்பை அடைகிறார்கள்"

சுதனன்– வசுமித்ர சந்திப்பைப் பற்றி எட்டாம் நூற்றாண்டில் எழுதப்பட்ட ஒரு சீன மொழி உரையில் நமக்குப் பின் வருவது அறியக் கிடைக்கிறது:

"இந்தப் பெண் மாசு படிந்த, பயம் மிகுந்த லோகத்தில் தங்க முடிவு செய்துவிட்ட படியால் இந்த லோகத்து மக்களால் அவளை நம்புவது கடினமான விஷயமாய்ப் போய்விட்டது. தியானத்தின் மூலம் அவள் கறை படிந்த லோகங்களுக்குள் புகுந்து அவற்றையெல்லாம் தன் ஞான வெளியாக்கிக் கொண்டாள். பெருங்கருணை எனும் சீலத்தினால் சாதாரண உலகத்திலேயே தங்கினாள். மெய்ஞானத்தின் வாயிலாகப் பாதிக்கப்படாமல் இருந்தாள்."

அவளின் கருணை, சாதாரண உலகத்தில் தங்கியிருந்து பிறரை மோட்சமடைய உதவுதல் – இவ்விரண்டுமே மகாயானம் குறிப்பிடும் போதிசத்துவருக்கான இலக்கணம். வசுமித்ர எப்படி வழிகாட்டினாள்?

"அவளின் கையைப் பிடித்துக்கொள்வது பற்றியும், அவளுடைய படுக்கையில் உட்கார்ந்துகொள்வது பற்றியும், பார்வையால் பேசுவது பற்றியும், அணைப்பது பற்றியும் முத்தமிடுவது பற்றியும் வசுமித்ர பேசலானாள். கையை பிடித்துக் கொள்வதெனில் மோட்சத்தை நாடுவது. அவளின் படுக்கையில் ஏறிக்கொள்வது எனில் உருவமிலா ஞானத்தில் தலைப்படுதல். அவளை உற்று நோக்குதல் எனில் உண்மையைத் தேடுதல். அணைத்துக் கொள்ளுதல் எனில் ஞானப்பாதையிலிருந்து நீங்காமல் இருத்தல். முத்தமிடுதல் எனில் போதனைகளைப் பெறுதல்."

"பக்கத்தில் வருபவர்கள் முழு ஞானத்தின் வாசலுள் நுழைவதை இது விளக்குகிறது. பற்றுத்தன்மையிலிருந்து விலக வேண்டுமென்று எண்ணுபவர்கள் இறுதி வரை ஞானத்தை எட்டாதவர்களாக இருக்கிறார்கள். நிஜப் பிரபஞ்சத்தின் உச்ச ஞானம் மாசுபட்ட இவ்வுலகில் இருந்துகொண்டே மாசுபடாமல், வாழும் உயிர்கட்கு உதவிக்கொண்டு பிணைக்கப்படாமலும் விடுதலையாகாமலும் இருப்பது"

கடைசி வரை சுதனன் வசுமித்ரவுடன் கூடினானா என்ற செய்தி – சூத்திரத்திலும் சரி உரையிலும் சரி – தெளிவுபடுத்தப்பட வில்லை.

கந்தவியூகச் சூத்திரம் மகாயானச் சூத்திரம் என்றாலும் இந்திய பௌத்தத்தினுள் தாந்த்ரீகத்தின் தொடக்கத்தை அது சூசகமாக அறிவிக்கிறதென்று ஆய்வாளர் டக்ளஸ் ஒஸ்டோ ஒரு கட்டுரையில் குறிப்பிடுகிறார். இதன் சான்றாக, கந்தவியூகச் சூத்திரத்தில் காணப்படும் நான்கு அம்சங்களைச் சொல்லலாம் என்கிறார். மண்டலங்கள் என்று அர்த்தம் கொள்ளத்தக்க விரிவான காட்சி வர்ணனைகள், ஆன்மீக வழிகாட்டிகள் மேலான அசைக்க முடியா பக்தியை வலியுறுத்தும் முக்தியியல், அமைப்பியல் ரீதியான மறைபொருள் ஞானத்தேடுதலை விமர்சித்தல் மற்றும் (சுதனன்–வசுமித்ர கதையில் வரும்) பாலியல் யோகம் பற்றிய குறிப்பு. *Huayan* மற்றும் கேகோன் பிரிவுகள் மறைபொருள் ஞான வழிமுறைகளை பின்பற்றின என்று ஏற்கனவே மேலே குறிப்பிட்டிருந்தோம். இந்தப் போக்கின் சாத்தியக்கூறுக்கான காரணங்களை டக்ளஸ்–ஸின் கட்டுரை இந்த நான்கு அம்சங்களின் பின்னணியில் விளக்குகிறது. இந்திய பௌத்த இலக்கியத்தின் காலக்கிரம வரிசைப்பட்டியலை உருவாக்குதலில் உள்ள சிரமங்களை டக்ளஸின் கட்டுரையில் வருவது மாதிரியான கூர்மையான வாசிப்புகள் சரி செய்யக்கூடும்.

மிலரேபா

மிலரேபா ஒரு யோகி – கவிஞர். இந்தத் திபெத்திய யோகியின் புகழ் பௌத்தம் நிலவும் அனைத்துப் பிரதேசங்களிலும் பரவியிருக்கிறது. அதன் முக்கியக் காரணங்கள் இரண்டு. ஒன்று வரலாறும் தொன்மமும் மந்திரமும் கலந்த அவர் வாழ்க்கைக் கதை. இன்னொன்று திபெத்திய மரபில் இன்று வரை பிரபலமாயிருக்கும் அவரின் பாடல்-கவிதைகள். வஜ்ரயானத்தின் உட்பிரிவுகளில் ஒன்றான காக்யூ (Kagyu) பள்ளியின் நிறுவனராகக் கருதப்படும் மிலரேபா சமாதியின் பரவச நிலையில் உரைத்ததாகக் கூறப்படும் கவிதைகளினுள் உறைந்திருக்கும் கருத்தெளிமையும் உவமையழகும் பௌத்த தரிசனமும் மொழிபெயர்ப்புகளிலும் தெளிவாக உணரப்படக் கூடியதாய் இருக்கிறது.

மிலரேபா வாழ்ந்தது 1052 முதல் 1135 வரையிலான காலகட்டத்தில். எது வரலாறு எது தொன்மம் என்று பிரித்தெடுக்க முடியாத வகையில் அவர் வாழ்க்கை ஒரு மாய யதார்த்த நாவல் போல நமக்கு வாசிக்கக் கிடைக்கிறது. நேபாள எல்லைக்கருகில் உள்ள மேற்கு திபெத் பிராந்தியத்தில் வசதியான குடும்பத்தில் பிறந்தார் மிலரேபா. ஏழு வயதிலேயே தன் தந்தையை இழக்கிறார். அது வரை நல்லவராக இருந்த சித்தப்பா தந்தையின் மரணத்துக்குப் பிறகு செல்வத்தையெல்லாம் தன்னுடையதாக ஆக்கிக்கொண்டு மிலரேபாவையும் அவருடைய அன்னையையும் வறுமையில் தள்ளிவிடுகிறார்.

சித்தப்பாவைப் பழி வாங்கும் ஆசை சிறுவன் மிலரேபாவினுள் கொழுந்துவிட்டு எரிகிறது. இதில் எண்ணெய் ஊற்றுகிறார் அன்னை. பையனை மாந்திரீகம் கற்று வருமாறு தூண்டுகிறார். மாந்திரீக வித்தைகளைக் கற்றுத் தான் பிறந்த கிராமத்துக்குத் திரும்புகிறான். அவன் திரும்பும் வேளையில் சித்தப்பா குடும்பத்தில் திருமணம். சிறுவன் மிலரேபா வைத்த சூனியத்தில் சித்தப்பா குடும்பத்தின் முப்பத்தி ஐந்து அங்கத்தினர்கள் திருமண தினத்தன்று ரத்தம் கக்கி இறந்து விடுகின்றனர். இது கிராமத்தினரிடையே மிலரேபா மீது பெரும் வெறுப்பைத் தோற்றுவிக்கிறது. இதைக் கேள்விப்பட்ட அன்னை மறைவாக ஒளிந்திருக்கும் மகனிடம் இதைப் பற்றித் தெரிவிக்கிறாள். மிலரேபா இன்னொரு பிரயோகம் செய்ததும் கிராமத்தில் பெருஞ்சுழற் காற்று வீசத் தொடங்குகிறது. ஒருவர் மிச்சமில்லாமல் கிராமத்தார் அனைவரும் சுழற்காற்றின் பேரழிவில் சிக்கி மடிகின்றனர். கிராமத்தில் என்ன நடந்தது என்பதைக் காண வரும் சிறுவன் மிலரேபாவின் மனதுள் கிராமத்தின் அழிவும், சிதறிக் கிடந்த பிணங்களும் தாள முடியாத குற்றவுணர்வை ஏற்படுத்திவிடுகின்றன. தாம் செய்துவிட்ட பாவத்திற்குப் பரிகாரம் தேட வேண்டுமென்ற எண்ணத்தில் குருநாதரைத் தேடத் தொடங்கினான். நாலந்தா சென்று சமீபத்தில் திரும்பி வந்திருந்த மார்பா (1012–1097) என்னும் மொழிபெயர்ப்பாளரிடம் அனுப்பப்படுகிறான். நரோபா (இறப்பு: 1040) என்னும் பௌத்த மகா சித்தரிடம் சிஷ்யராய் இருந்தவர் மார்பா. சிறுவன் மிலரேபா சுமக்கும் கர்மக் கணக்கு பற்றி மார்பா உணர்கிறார். அதைக் கரைக்காமல் அவனால் ஞானப்பாதையில் நுழைய முடியாது என்று உணரும் மார்பா எளிதில் அவனைத் தன் சீடனாக்கிக் கொள்ளவில்லை. அவனுக்குப் பல்வேறு சோதனைகள் தருகிறார். தன்னந்தனியனாக அவனைக் கோபுரம் தாங்கிய பௌத்த கோயிலொன்றைக் கட்டப்பணிக்கிறார். அவன் கட்டி முடித்ததும் அவன் கையாலேயே அதை இடிக்கச் செய்துவிடுகிறார். மூன்று முறை இவ்வாறு நடக்கிறது. மூன்றாவதாகக் கட்டப்பட்ட கோயிலை அவர் இடிக்கவில்லை. (இந்தக் கோயில் இன்னும் லோட்ராக் என்னும் ஊரில் மேற்கு திபெத்தில் இருக்கிறது) இதற்கு நடுவில் மார்பாவின் மனைவிக்கு மிலரேபா மீது கருணை பிறக்கிறது. தன் கணவன் எழுதிக்கொடுத்தது மாதிரி ஒரு கடிதம் எழுதி மிலரேபாவிடம் கொடுத்து வேறொரு குருவிடம் அனுப்பி வைக்கிறார். கடிதத்தை உண்மையென நம்பி அந்த குரு அவனை ஏற்றுக்கொண்டு விடுகிறார். ஆனால் அந்த குருவின் கீழ் ஆன்மீகப் பயிற்சிகளில் மிலரேபாவால் முன்னேற்றம் காண முடியவில்லை. கொடுத்த கடிதம் உண்மையானதில்லை

என்றும் அதை எழுதியது மார்பா இல்லையென்றும் அவன் சொல்லுகிறபோது "மார்பாவின் அனுமதியின்றி என்னிடம் நீ வந்தது தவறு" என்று சொல்கிறார் அந்த குரு. திரும்பி வந்த மிலரேபாவை மாணவனாக ஏற்கும் சமயம் கனிந்துவிட்டது என்று உணர்ந்த மார்பா அவனுக்கு பௌத்த தர்மத்தையும் தாந்த்ரீக வழி முறைகளையும், தியான வழி வகைகளையும் போதிக்க ஆரம்பிக்கிறார். பனிரெண்டு வருடம் மார்பாவிடம் பௌத்தம் பயின்று பிறகு நேபாள எல்லைக்கருகே இருந்த (இன்று மிலரேபா குகை என்றழைக்கப்படுகிற) குகைக்கு வந்து தனியாகப் பயிற்சி செய்து பௌத்த ஞானியாகிறார் மிலரேபா.

பின்னாளில் தன் வாழ்க்கை பற்றி தன் சீடன் ஒருவனுக்குச் சொல்லும் மிலரேபா இவ்வாறு சொல்கிறார்: "என் இளம் வயதில் சூனியம் வைத்துக் கழித்தேன். வயதான பிறகோ குழந்தைமையை பயிற்சிச் செய்தேன். இப்போது நல்லது, தீயது இரண்டிலிருந்தும் விடுபட்டுவிட்டேன். கர்மத்தின் வேரினை அழித்துவிட்டேன். எதிர்காலத்தில் செய்கைகள் புரிவதற்கு ஒரு காரணமும் என்னிடம் இருக்காது. இதைவிட அதிகம் சொல்லுதல் அழுகைக்கோ சிரிப்புக்கோ மட்டுமே காரணமாகும். அதைப் பற்றி நான் பேசுதல் உனக்கு என்ன தந்துவிடக்கூடும்? நான் வயதான கிழவன். என்னை அமைதியாய் இருக்கவிடுங்கள்."

வண்ணமிகு ஆன்மீக அனுபவங்களுடன் மந்திர நிகழ்வுகள் நிறைந்த வாழ்க்கையை வாழ்ந்து தியானத்தின் உச்சியில் சீடர்கள் புடை சூழ மிலரேபா காலமானார்.

மிலரேபாவின் வாழ்க்கை நமக்குச் சொல்லும் தகவல் என்ன? ஒருவனின் வாழ்க்கை எத்தனை மோசமானதாகிவிட்டாலும் எத்தனை தவறான திருப்பங்களை ஒருவன் எடுத்திருந்தாலும், ஒருவனின் வாழ்க்கையை மாற்றியமைத்துக்கொள்ளும் சாத்தியம் அவனிடம் இருக்கிறது. அதே சமயத்தில் ஆன்மீகப் பாதையில் பயணிக்கும் ஒருவனுக்கு எல்லையற்ற பொறுமை இன்றியமையாதது. தகுதியான குருவின் கீழான பயிற்சியும் ஆன்மீக முன்னேற்றத்துக்கு அவசியமானது. தன்னுடைய விரக்தியை ஓர் ஆன்மீகப் பயிற்சியாக மாற்றிக்கொள்ள மிலரேபா கற்றுக்கொண்டதுதான் அவரைத் திபெத்தின் மிகப் புகழ்பெற்ற யோகியாக்கியது. ஒற்றை வாழ்க்கைக் காலத்திலேயே ஆன்ம விடுதலை பெற்றது மட்டுமில்லாமல், ஒரு போதிசத்துவராகவும் ஆனதுதான் அவரின் சாதனை.

பாடுதல் அவருடைய விருப்பமான பழக்கமாக இருந்தது. தன்னிச்சையாகத் தமக்குள் உதித்த மெட்டுகளோடு அவர் பாடல்களைப் பாடினார். பல பாடல்களில் புத்த நிலைக்கான

பாதையை அவர் விவரிக்கிறார்; பல கருத்துகளைத் தெரிவிக்கிறார். சில பாடல்களில் மென்மையான மத்திய பாதையை வலியுறுத்துதலுக்கு மாறாகக் கடுமையான தவ வழிமுறைகளைச் சிறப்பாகக் கூறுகிறார். எனினும், அவர் சந்தித்த தேவையற்ற கொடுமையான சம்பவங்களின் அடிப்படையில் சில பாடல்களில் மென்மையான மத்திய பாதையைச் சிலாகிக்கிறார். உடலைச் சரியாகப் பராமரிப்பதன் வாயிலாக மெய்ஞானம் அடைதல் சாத்தியம் என்றும் அதற்காகச் சத்தான உணவையும் வசதியான உடையையும் தவிர்த்தல் அவசியமில்லை என்றும் கூறுகிறார்.

தர்மம் தேவை

உயரிய மனிதர்க்குத் தர்மம் தேவை
அதுவன்றி அவர்கள் கழுகுகளைப் போல
மிக உயரப் பறந்தாலும்
சிறு அர்த்தமும் கொண்டிராதவை அவை

சராசரி மனிதர்க்கு தர்மம் தேவை
அதுவன்றி அவர்கள் புலிகளைப் போல
பெரும் பலம் வாய்ந்தவையாய் இருந்தாலும்
சிறு மதிப்பும் இல்லாதவை அவை

சின்ன மனிதர்க்கு தர்மம் தேவை
அதுவன்றி அவர்கள் சலவைக்காரனின் கழுதைகள் போல
பெரும் சுமையை ஏற்றிச் சென்றாலும்
சிறு நன்மையும் பயக்காதவை அவை

உயரிய பெண்களுக்குத் தர்மம் தேவை
அதுவன்றி அவர்கள் சுவரில் தொங்கும் சித்திரங்கள் போல
அழகாகக் காட்சியளித்தாலும்
சிறு பயனோ பொருளோ இல்லாதவை அவை

சராசரி பெண்களுக்குத் தர்மம் தேவை
அதுவன்றி அவர்கள் சுண்டெலிகள் போல
உணவு சேகரிக்கும் சாமர்த்தியம் கொண்டவையானாலும்
சிறு அர்த்தமும் இல்லாதவை அவற்றின் வாழ்க்கை

தாழ்ந்த பெண்களுக்கு தர்மம் தேவை
அதுவன்றி அவர்கள் பெண் நரிகள் போல
திறனும் தந்திரமும் நிரம்பியவையானாலும்
சிறு மதிப்பும் இல்லாதவை அவைகளின் செய்கைகள்

வயதான ஆண்களுக்குத் தர்மம் தேவை
அதுவன்றி அவர்கள் பட்டுப்போகும் மரங்கள்
வளரும் இளைஞர்க்குத் தர்மம் தேவை
அதுவன்றி அவர்கள் நுகத்தடி பூட்டிய காளைகள்
இளம் கன்னியர்க்குத் தர்மம் தேவை
அதுவன்றி அவர்கள் அலங்கரிக்கப்பட்ட பசுக்கள்

எல்லா இளைஞர்க்கும் தர்மம் தேவை
அதுவன்றி அவர்கள் மூடிய அரும்புகள்
அனைத்துக் குழந்தைகட்கும் தர்மம் தேவை
அதுவன்றி அவர்கள் பேய் பிடித்த கொள்ளைக்காரர்கள்
தர்மமின்றி செய்யப்படுபவை அனைத்தும்
அர்த்தமும் குறிக்கோளுமற்றவை
அர்த்தத்துடன் வாழ நினைப்போர்
புத்த தர்மத்தைப் பின்பற்ற வேண்டும்

தேவர்களுக்குச் சொன்னது

ஓ தேவரீர்
தருமப் பயிற்சியில் ஈடுபட விழைவீர்களாயின்
உள் நோக்கிய மனக்குவிப்பிலும் தியானத்திலும் ஈடுபடுங்கள்
புற விஷயங்களின் துறப்பு
உங்களின் அலங்காரம்
புற ஈடுபாடுகளைச் சரி செய்யும்
இந்த சிகிச்சை முறையை
எப்போதும் மனதில் கொள்ளுங்கள்!
மனச்சமநிலையுடனும்
விழிப்பு நிலையுடனும்
சாந்தமாய் இருத்தல் வேண்டும்
உமது மனதின், பேச்சின்
சமநிலையே சிறப்பு!
பல்வேறு செய்கைகளின்
துறப்பே சிறப்பு!

ஒவ்வாத சூழல்களைச் சந்திக்கையில்
உங்கள் மனம் அதிர்வுறும் போது
தமக்குள் நோக்கிக்கொண்டு
கவனமாய் இருங்கள்!
அடிக்கடி உங்களை நீங்களே எச்சரித்துக் கொள்ளுங்கள்:
“கோபம் எனும் ஆபத்து வந்து கொண்டிருக்கிறது”

மயக்கும் செல்வ வளத்தை
நீங்கள் சந்திக்கும்போது
தமக்குள் நோக்கிக்கொண்டு
கவனமாய் இருங்கள்
அடிக்கடி உங்களை நீங்களே
பரிசோதனை செய்துகொள்ளுங்கள்:
“வேட்கை எனும் அபாயம் நெருங்கிக்கொண்டிருக்கிறது”

புண்படுத்தும், அவமதிக்கும் சொற்கள் உங்கள் காதுக்குள் விழுமென்றால்
தமக்குள் நோக்கிக்கொண்டு
கவனமாய் இருங்கள்
அடிக்கடி ஞாபகப்படுத்திக்கொள்ளுங்கள்:
“புண்படுத்தும் சொற்கள் காதுகளின் மயக்கமன்றி வேறில்லை”

உங்கள் நண்பர்களுடன் தொடர்புறுகையில்
கவனத்துடன் எச்சரிக்கையாயிருங்கள் :
"என்னிதயத்துள் பொறாமை எழாதிருக்கட்டும்"

உங்கள்முன் பரிசுகளும் பாராட்டுக்களும்
வந்து குவியும்போது
கவனத்துடன் எச்சரிக்கையாயிருங்கள்:
"கர்வம் என்னிதயத்துள் தோன்றாதவாறு ஜாக்கிரதையாய்
இருப்பேனாக!"

எல்லாச் சமயங்களிலும்
அனைத்து வழிகளிலும்
உங்களின் மீதான
கவனத்தைத் தொடர்ந்தவாறிருங்கள்
எல்லாச் சமயங்களிலும்
உங்களுள்ளிலான
தீய எண்ணங்களை
முறியடிக்க முயலுங்கள்
உங்கள் தினசரிச் செய்கைகளில்
எதைச் சந்தித்தாலும்
அதன் வெற்று தோற்றத் தன்மையைத் தியானித்தவாறிருங்கள்

மேலும் நூற்றுக்கணக்கில்
ஞானியரும் அறிஞர்களும் இங்கு குழுமினாலும்
அவர்கள் சொல்வது
இவற்றைத் தவிர வேறெதுவாகவும் இருக்க முடியாது.
நீங்கள் அனைவரும் மகிழ்ச்சியுடன் இருப்பீராக
ஆனந்த மிகு இதயத்துடன் புத்த தர்மப் பயிற்சியில் உங்களை
நீங்கள் ஈடுபடுத்திக் கொள்வீராக!

நம் மகளைக் காதலிக்கப்போகும் கணவர் இவரல்ல

சாகலிகா தெளிவாக இருந்திருக்கிறாள். கடமை உணர்வால் தெளிவை இழந்திருக்கிற கணவர் மாகண்டிகர் ஒரு தவறான முடிவை எடுத்திருக்கிறார் என்பது சாகலிகாவுக்கு ஆரம்பத்தி லேயே தெரிந்துவிட்டது. கணவரிடம் சொல்லவும் செய்தாள். அவர் காதில் போட்டுக் கொள்ளவில்லை.

மாகண்டிகர் கடும் ஒழுக்கசீலர். அவருடைய மகள் அனுபமா பருவத்துக்கு வந்துவிட்டாள். அவள் அழகு வேறு யாருடனும் ஒப்பிட முடியாதது என்பதாலேயே மகளுக்கு அனுபமா (ஒப்பிட முடியாதவள்) என்னும் பெயரை அளித்திருக்கிறார். அவளின் தேகம் சரியான அளவினதாய், ஒவ்வோர் அங்கமும் அளப்பரிய அழகுடைத்தாய் அவளுடைய மேனியின் மென்மை உவமைகளுக்கு அடங்காததாய் அவளைக் கண்ட மாத்திரத்திலேயே மயங்கிவிடக் கூடிய எண்ணற்ற வாலிபர் இருந்தாலும் அவர்களுக் கெல்லாம் தன் மகளைத் தாரை வார்த்துக் கொடுக்க மனமில்லை மாகண்டிகருக்கு. தன்னை விடத் தபசும் ஆன்ம விடுதலையும் பெற்ற ஒரு பெருந்தவசீலருக்கே தன் மகளைத் திருமணம் செய்து வைப்பதாய் விரதம் பூண்டிருந்தார். குரு தேசத்துக்கு வந்திருந்த புத்த பகவனைக் காணும் சந்தர்ப்பம் அமைந்தது மாகண்டிகருக்கு. அவ்வளவுதான் அப்போதே முடிவு செய்துவிட்டார். புத்தர்தான் தம் மாப்பிள்ளை. உடன் இதைப்பற்றித் தன் பத்தினிக்குத் தெரிவிக்க வேண்டுமென்று ஓட்டமும் நடையுமாக அவர்கள் தற்காலிகமாகத் தங்கியிருந்த மரத்தடிக்கு வந்தார்.

சாகலிகாவுக்கும் உவகை. கணவர் பார்த்திருக்கும் மாப்பிள்ளையை உடனே பார்த்துவிட வேண்டும் என்று பரபரப்பு. அனுபமாவையும் அழைத்துக்கொண்டு தம்பதியர் இருவரும் புத்தரைக் காணப் புறப்பட்டனர். ஏற்கனவே தங்கியிருந்த புதரை விட்டுவிட்டு புத்தர் நகர்ந்திருந்தார். அவரைச் சற்று தேட வேண்டியதாகிவிட்டது. சற்று தூரத்தில் புத்தரின் ஸ்தூலம் அவர்கள் கண்ணுக்குப்பட்டது. சாகலிகா உடன் அடையாளம் கண்டு கொண்டுவிட்டாள். இந்தத் துறவியை அவள் ஏற்கனவே ஒருமுறை பாரத்திருக்கிறாள். அவளுக்குப் புரிந்துவிட்டது. கணவரின் ஆசை பூர்த்தியாகப் போவதில்லை.

"ஓ பிராமணரே, இப்பூமியின் இரத்தினமான இவர் கல்மஷ – தம்ய நகரில் பிச்சை எடுத்துக்கொண்டிருந்தபோது ஒரு முறை பார்த்திருக்கிறேன். இவர் நடக்கிற பாதையெங்கும் தன் ஒளிர்வை பரப்பியபடி நடந்து செல்பவர். இரு புறத்திலும் சரிசமமான ஒளியை நல்கும் பிரகாசமுடையவர். நம் மகளைக் காதலிக்கப்போகும் கணவர் இவரல்ல. வாருங்கள் திரும்பிச் செல்வோம்" என்கிறாள் சாகலிகா. உற்சாக மிகுதியில் இருந்த மாகண்டிகருக்குக் கோபம் வருகிறது. அமங்கலமாய்ப் பேசாதிருக்குமாறு மனைவிக்குச் சொல்கிறார். "அவரின் உறுதியைச் சற்றுக் கலைத்துவிட்டால் போதும், அவர் மனதில் மீண்டும் ஆசை மலரும்" என்கிறார் மாகண்டிகர். வீடு திரும்பி அனுபமாவை ஆடை அலங்காரங்களால் மேலும் அழகுபடுத்தி அவளை அழைத்துக்கொண்டு புத்தர் இருந்த திசை நோக்கி மீண்டும் நடந்தனர் தம்பதியர். பகவன் இன்னும் சற்று தூரம் சென்றிருந்தார். புற்களை எடுத்து ஒரு படுக்கையை பின்னிக் கொண்டிருந்தார். மாகண்டிகர் இதைப் பார்த்துவிட்டுத் தம் மகளுக்காகத்தான் புத்தர் இந்தப் படுக்கையைப் பின்னுகிறார் என்று மனைவிக்குச் சொன்னார். புத்தர் புற்களினால் பின்னிய படுக்கையைச் சாகலிகா உன்னிப்பாகக் கவனித்துவிட்டுப் பிறகு சொல்கிறாள்: "காமம் நிறைந்தவனது படுக்கை கலைந்து கிடக்கும்; வெறுப்புமிக்கவனின் படுக்கை மூர்க்கத்தனமான இறுக்கங்களோடு காணப்படும். மதிமயக்கமுற்றவனின் படுக்கை தலைகீழாக விரிக்கப்பட்டிருக்கும். இதுவோ காமமற்றவனின் படுக்கை. வேண்டாம் விட்டுவிடுவோம்! நம் மகளைக் காதலிக்கப்போகும் கணவர் இவரல்ல; வாருங்கள் திரும்பிச் செல்வோம்" மாகண்டிகர் நகர்வதாக இல்லை. புத்தரின் காலடிச்சுவடுகள், குரல், பார்வை, நடக்கும் விதம் என ஒவ்வொன்றையும் நோக்கி "உன் வருங்கால மாப்பிள்ளையின் ஜாடை" என்று சுட்டினார்; "காமமற்றவனின் ஜாடைகள் அவை" என்று சாகலிகை ஒவ்வொரு முறையும் குறிப்பிட்டு "நம் மகளைக் காதலிக்கப்போகும் கணவர் இவரல்ல"

என்று அழுத்தமாகச் சொன்னாள். மாகண்டிகர் மனைவி சொன்னதைக் கேளாமல் புத்தரை அணுகினார்.

“வடிவான அழகான அலங்காரமணிந்த இந்தப் பெண் என் மகள்; காதற்சித்தமிக்க இந்த நங்கையை உங்களுக்குக் காணிக்கையாக்குகிறேன். சந்திரன் தன் துணை ரோகிணியுடன் வானிலிருந்து சுடரொளி வீசுவது போலச் சீலமிக்க மனிதராக இந்த நங்கையுடன் நீங்கள் சேர்ந்து வாழ்வீராக”

மாகண்டிகர் சொல்வதைக் கேட்ட பகவான் சற்று யோசிக்கிறார். “ம் . . . இந்தப் பெண் அனுபமாவைப் பற்றி அன்பான வார்த்தைகளால் நான் பேசினால் காமத்தில் வியர்த்து விறுவிறுத்து இவள் இறந்துவிடக் கூடும். இவளைப் பற்றிப் கடுமையான வார்த்தைகளில் பேசிவிடுகிறேன்” பிறகு மாகண்டிகரை நோக்கித் ததாகதர் பேசத் தொடங்கினார்.

“பிராமணரே, மாரனின் புதல்விகளைச் சந்திக்கும் போதே நான் வேட்கை கொள்ளவில்லை. காமுறவில்லை. புலனின்பங் களில் சற்றும் விருப்பமில்லாதவன் நான். எனவே இந்தப் பெண்ணைக் கையால் தொடுவதை விடுங்கள், சிறுநீரும் மலமும் நிரம்பிய இவளின் உடலை என் பாதத்தால் கூடத் தொட முடியாது”

மாகண்டிகர் அதிர்ந்து போனார். எனினும் சமநிலையை வரவழைத்துக் கொண்டு “என் மகளை அழகற்றவள் என்றோ சீலமற்றவள் என்றோ பார்க்கிறீர்கள் போலிருக்கிறது. அதனால் தானோ என்னமோ புலனின்பக்காரனுக்கு ஒவ்வாத தனிமை போல இந்தப் பெண் மேல் உங்களுக்கு ஆசையில்லை” என்று சொன்னார்.

“புலனின்பம் விழையும் மயக்கம் பீடித்த மனிதன் மட்டுமே உன் மகளுக்கு ஏங்குவான். காமக் குணத்திலிருந்து விடுதலை பெறாத இத்தகைய மனிதன் எந்த அழகான பெண்ணுக்கும் ஏங்குவான். அவனைப் போலவே அவன் இச்சையுறும் பெண்ணும் புலன்களின் கட்டுப்பாட்டிலேயே இருப்பாள்.

நானோ புத்தன். முனிவர்களனைவரிலும் சிறந்தவன். விழிப்புற்றவன். புனிதன். நீர்த்துளிகளால் கறை படாத தாமரை மலர் போலச் சற்றும் கறை படாமல் நான் இந்த உலகில் வாழ்கிறேன்.

சேற்றில் முளைத்த நீலாம்பல் மலர் எப்படிச் சேற்றினால் அழுக்குப்படாது மலர்கிறதோ, அது போலவே புலனின்பங்களி லிருந்து பிரிந்து இவ்வுலகில் வாழ்கிறேன்.”

தந்தையின் பின்னின்று புத்தர் சொல்லுவதைக் கேட்ட அனுபமாவுக்கு சுய–வெறுப்பு தோன்றியது. ததாகதர் அவளைச் சிறுநீர்–மலம் போன்ற சொற்கள் கொண்டு வர்ணித்தது அவளின் ஆனந்தவுணர்வை இழக்கச் செய்தது. அவளை வசப்படுத்தியிருந்த காமவுணர்வு தற்காலிகமாக அவளிடமிருந்து விடைபெற்றது. அவள் எலும்புகள் அவளுக்குக் கனத்தன. அவள் விழிகளில் கண்ணீர்த்திரை.

புத்தருக்குச் சில தப்படிகள் பின்னால் நின்று இந்தப் பரிமாற்றங்களைக் கேட்டுக்கொண்டு நின்றிருந்தார் ஒரு கிழ பிக்கு. புத்தரின் அருகே வந்து “அனைத்தும் அறிந்தவரே! இந்த நங்கையை ஏற்றுக்கொண்டு என்னிடம் கொடுத்துவிடுங்கள். அவள் என் கட்டுப்பாட்டில் இருக்கட்டும். நான் சிற்றின்ப இச்சை மிகுந்தவன். ஞானியே! அலங்காரம் செய்விக்கப்பட்ட இந்த அழகை நான் அனுபவித்துக் கொள்கிறேன்” கிழவனின் பிதற்றலைக் கேட்ட பகவான் “முட்டாளே இங்கிருந்து சென்று விடு. என் முன் நிற்காதே” என்கிறார்.

கிழவன் கட்டுப்பாட்டையெல்லாம் இழந்து சினத்துடன் பின் வரும் வார்த்தைகளை புத்தர் முன் கக்குகிறான்.

“உன் பிச்சைப்பாத்திரம், உடை, கைத்தடி மற்றும் தண்ணீர்ப்பானை – இவையனைத்தும் உன்னை விட்டு நீங்குமாக! மருத்துவத் தாதியின் மடியில் கிடந்து அழும் குழந்தையைப் போல உன்னுடைய ஒழுக்கக் கட்டுப்பாட்டை நீரே வைத்துக்கொண்டு அழும்”

புத்த தர்மத்தை இவ்வாறு ஒதுக்கி வைத்த கிழவன் மாகண்டிகருக்கு அண்மையில் வந்து “அனுபமாவை எனக்குக் கொடு” என்றான்.

மாகண்டிகர் கோபத்துடன் கிழவனைப் பார்த்துக் கத்தினார். “ஏய் கிழவனே, அவளை உன் கண்ணால் பார்க்கக் கூடத் தர மாட்டேன். அவளைத் தொடுவது பற்றி மறந்து போ”

மாகண்டிகர் இவ்வாறு சொன்னதும் கிழவனின் கோபம் மடை தாண்டியது. அவனின் கண்கள் சிவந்தன. சூடான ரத்தத்தை வாந்தியெடுத்தான். அங்கேயே அவன் செத்து மடிந்து கீழ் லோகத்தில் மறு பிறப்பெடுத்தான்.

சாதுக்களுக்கு ஒரு சந்தேகம். சந்தேகத்தைப் போக்கும் புத்தரிடமே அதைக் கேட்டனர். “திருமண உறவில் பிணைத்துக் கொள்வதற்காகவே அனுபமா உங்களுக்கு வழங்கப்பட்டாள்; இருந்தாலும் ததாகதர் அவளை என் ஏற்கவில்லை?”

"பிக்குக்களே! இப்போது மட்டுமல்ல ; இறந்த காலத்திலும் திருமண உறவில் இணைவதற்காக அவள் எனக்குத் தரப்பட்ட போதும் அவளை நான் ஏற்கவில்லை"

○

திவ்யாவதானம் சமஸ்கிருத பௌத்தத்தின் ஒரு தொன்மத் தொகுப்பு. பாலி நெறிமுறையிலும் அபதானம் என்ற தலைப்பில் கிட்டத்தட்ட இதே கதைகள் தொகுக்கப்பட்டுள்ளன. இன்று மூல மொழியில் இல்லாமல் சீன – திபெத்திய மொழிபெயர்ப்புகள் வாயிலாக நாமறியும் மூல – சர்வாஸ்திவாதம் என்னும் ஒரு மறைந்து போன பௌத்த உட்பிரிவின் வினய நூலின் அங்கமாகவும் திவ்யாவதானத்தின் சில கதைகள் இடம்பெற்றுள்ளன. சமஸ்கிருத திவ்யாவதானம் இந்தியத் துணைக்கண்ட வரலாற்றில் முதன்முதலில் எழுத்து வடிவைப் பெற்ற நூலாக இருக்கலாமென வல்லுநர்கள் கருதுகிறார்கள். இந்நூல் எழுதப்பட்ட காலம் பொது யுகத்தின் இரண்டாம் நூற்றாண்டு என்று கருதப்படுகிறது. திவ்யாவதானத்தில் மொத்தம் முப்பத்தியெட்டு நெடுங்கதைகள் உள்ளன. புத்தர் தன் சீடர் குழுவிற்குச் சொல்லும் கதைகளாக அவதானக் கதைகள் புனையப்பட்டுள்ளன. ஒரு குறிப்பிட்ட பாத்திரத்தின் முன்பிறவிச் செய்கைகள் எப்படி நிகழ்காலத்தில் ஒரு குறிப்பிட்ட கரும விளைவை ஏற்படுத்துகின்றன என்பதை திவ்யாவதானக் கதைகள் விவரிக்கின்றன. ஞான நிலையடைந்த புத்தர்களுக்கும் ஞானிகளுக்கும் புத்தர் சம்பந்தப்பட்ட புனிதத்தலங்களில் இருக்கும் ஸ்தூபங்களுக்கும் இடப்படும் காணிக்கைகள் வாயிலாக ஈட்டப்படும் மிகப் பெரிய புண்ணியங்கள் இக்கதைகளின் பிரதானக் கருப்பொருள்.

○

மேலே சொன்ன மாகண்டியரின் நிகழ் காலக் கதையைத் தொடர்ந்து சாதுக்கள் எழுப்பிய சந்தேகத்தை விளக்கும் பொருட்டு முன்பிறவிக்கதைகளை புத்தர் கூறுவார். முன்பிறவியில் ஒரு பொற்கொல்லராக இருந்த மாகண்டியர் நிகழ் பிறவியைப் போன்றே தான் செய்யும் பொன் நகைகள் செய்யும் தொழிலில் அதிமேதாவியான ஒருவனே தன் மகளுக்குக் கணவன் ஆகவேண்டும் என்ற பிடிவாதம் பிடித்து அலைந்தார். இதைப் பற்றிக் கேள்விப் படும் ஓர் இளைஞன் பொற்கொல்லனின் அகந்தையைக் குறைக்க வேண்டுமென்பதற்காகத் தன்னை ஒரு பொற்கொல்லன் என்று காட்டிக்கொண்டு பொற்கொல்லன் விதிக்கும் சோதனைகளில் எல்லாம் வெற்றி பெறுகிறான். எனினும் பொற்கொல்லனின் மகளைத் தன் மனைவியாக ஏற்க மறுக்கிறான். பொற்கொல்லனின்

மகள் நிகழ் பிறவியில் அனுபமா. இளைஞன் நிகழ் பிறவியில் புத்தர். சாதுக்களின் சந்தேகம் மேலும் தொடர்கிறது. நிகழ்காலக் கதையில் ரத்தம் கக்கி இறந்து போன காமக்கிழவனுக்கு இத்தகைய மரணம் ஏன் விளைந்தது? நிகழ் பிறவியைப் போலவே முற்பிறவியிலும் அந்தக் கிழவன் அனுபமாவை காமவுணர்வுடன் அணுகினான் என்றும் அதன் காரணத்தாலேயே அவன் மட்டுமில்லாமல் அவன் மனைவியரும் இறக்க நேரிட்டது என்ற பீடிகையோடு சிம்ஹளன் பற்றியும் அவனைச் சுற்றி வந்த பெண் பூதம் பற்றிய முன்பிறவிக் கதையையும் புத்தர் சொல்கிறார். சிம்ஹளன் நிகழ் பிறவியில் புத்தர். பெண் பூதம் அனுபமா. சிம்ஹளனின் மனைவி என்று சொல்லிக் கொண்டு அவனைத் தான் வசிக்கும் தாமிரத்தீவு என்றழைக்கப்பட்ட தீவுக்கு அழைத்துச் செல்ல வந்த பெண் பூதம் ஓர் அழகான இளம் பெண்ணாக வருகிறது. அவளைத் திரும்பத்திரும்ப நிராகரிக்கும் சிம்ஹளனை தன்னோடு திரும்பி வர உதவுமாறு நாட்டின் மன்னன் சிம்மகேசரியிடம் முறையிடுகிறாள். அவளின் ஒப்பிலா அழகில் மயங்கிப் போகிறான் சிம்மகேசரி. பூத மங்கையை ஏற்க மறுக்கும் சிம்ஹளனிடம் அவளைத் தனக்குத் தந்துவிடுமாறு கேட்கிறான். கதையில் பின்னர் அரசனும் அவன் மனைவியரும் பெண் பூதத்தின் நட்பு பூதங்களால் கொல்லப்பட்டுவிடுகின்றனர். சிம்ஹளன் பிறகு ஒரு படை திரட்டி தாமிரத்தீவுக்குச் சென்று பூதங்களையெல்லாம் அழித்துவிடுகிறான். பூதங்கள் எல்லாம் அழிக்கப்பட்ட பிறகு தாமிரத்தீவுக்கு சிம்ஹளனின் தீவு என்று பொருள்படும் சிம்ஹளத்தீவு என்று பெயரிடப்படுகிறது. (இங்கு ஒன்றைக் கவனிக்க வேண்டும். இராமாயணம் போலவே இந்தத் திவ்யாவதானக் கதையிலும் மனிதர்கள் வருமுன் இலங்கையை அரக்கர்கள் ஆண்டனர் என்பதாகச் சித்தரிக்கப்படுகிறது. இதில் கவனிக்கத்தக்க இன்னொன்று. பெண் பூதத்தின் பாத்திரப் படைப்பு இராமயணத்தின் சூர்ப்பனகை போலவே இருப்பது) இந்த முன்பிறவிக் கதையில் சிம்ஹளன் நிகழ் பிறவியின் புத்தர்; சிம்மகேசரி நிகழ் பிறவியில் இறந்து போன கிழவன்; பெண் பூதம் இந்தப் பிறவியில் அனுபமா.

புத்தர் ஏற்றுக்கொள்ள மறுத்த பிறகு அனுபமாவுக்கு என்ன ஆகிறது என்பதை விளக்கும் வகையில் நிகழ் பிறவி மேலும் தொடர்கிறது. மாகண்டிகர் அனுபமாவை வத்ச நாட்டு அரசன் உதயணனுக்குத் திருமணம் செய்து வைக்கிறார். அரசனுக்கு ஏற்கனவே பல மனைவியர் இருந்தனர். அவர்களுள் முக்கியமானவள் சியாமவதி என்னும் அரசி. சியாமவதி மேல் அனுபமாவுக்குத் தோன்றும் பொறாமை; அதனால் அவள் சியாமவதிக்குச் செய்யும் தீங்குகள்; இறுதியில் தன் தந்தையும் தற்போது வத்ச ராச்சியத்தின் முதலமைச்சருமாயும் இருக்கிற

மாகண்டிகரை வைத்து அரசி சியாமவதியையும் அவளுடைய பணிப்பெண்களையும் தீக்கிரையாக்குகிறாள். ஒரு போருக்காக எல்லைக்குச் சென்றிருந்த உதயணன் நடந்ததைத் கேள்விப்பட்டுத் தலைநகர் திரும்புகிறான். அனுபமா பாதாளச் சிறைக்கு அடைக்கப்படுகிறாள். உண்மையில் சியாமவதியும் அவளின் பணிப்பெண்களும் இறக்கவில்லை. அவர்களின் மாளிகையில் தீ வைக்கப்பட்டதும் அதன் ஜுவாலைகளினூடே எழுந்து வானில் பறந்து சென்றுவிடுகின்றனர். புத்தர் இந்த நிகழ் பிறவிக்கதையைச் சொல்லி முடித்ததும் வழக்கம் போலவே சாதுக்களுக்குச் சந்தேகம் எழுகிறது. அதைத் தீர்க்கும் பொருட்டு மேலும் இரண்டு முன்பிறவிக் கதைகளைச் சொல்கிறார் புத்தர்.

❍

கருமச் சங்கிலியின் பிணைப்பு பிறவிகளுக்கெல்லாம் அப்பாற் பட்டது; காலம், இடம் என்னும் எல்லைகளுக்குட்படாமல் அதன் இயக்கம் தொடர்ந்தவாறிருக்கிறது. 38 நெடுங்கதைகளிலும் திவ்யாவதானம் இதை நிகழ்த்திக்காட்டுகிறது. கிட்டத்தட்ட ஜாதகக் கதைகளின் வடிவத்தில் இருப்பது போல அவதானக் கதைகள் தெரிந்தாலும் இரு வகைமைகளுக்கு இடையே அடிப்படை அணுகுமுறையில் வித்தியாசம் இருக்கிறது.

பத்தொன்பதாம் நூற்றாண்டின் பௌத்த அறிஞர் *JS Speyer* இந்த வித்தியாசத்தைக் குறிப்பிட்டுக் காட்டினார். புத்தர் எனும் சிறப்பான ஒரு நாயகரின் முற்பிறவிகளில் போதிசத்துவராக அவர் செய்த தியாகங்களின் கதைகளை ஜாதகக் கதைகள் பதிவு செய்கின்றன. பசித்த புலிக்கு தன்னுடலை உணவாகக் கொடுக்கிறார்; பிச்சையெடுக்கும் பிராமணருக்குத் தன் மனைவியையும் குழந்தைகளையும் கொடுத்துவிடுகிறார்; தன் இனக்குரங்குகளைக் காக்கத் தன் உயிரைவிடும் குரங்காகிறார். இது போல எத்தனையோ தியாகங்கள். இதை வாசித்த சாதாரண மக்களிடம் இத்தகைய தியாகச் செயல்கள் புத்தர் போன்ற ஆளுமைகளால் மட்டுமே சாத்தியம் என்பதான புரிதல் நிலவியிருக்கலாம். புத்தர் செய்த தியாகங்கள் சாதாரண மக்களாலும் செய்யப்படக்கூடும் என்பதான தெளிவை ஏற்படுத்தும் இலக்குடன் திவ்யாவதான இலக்கியம் படைக்கப்பட்டிருக்கலாம். அவதான இலக்கியத்தில் ஒரு போதிசத்துவர்தான் கதையின் நாயகனாக இருக்க வேண்டும் என்ற கட்டாயம் இல்லை. எந்தப் புனிதரும் அவதானக் கதையின் நாயகராயிருக்கலாம்.

❍

திவ்யாவதானத்தில் வரும் சர்துலகர்ன அவதானம் (சர்துலகர்னனின் கதை) ஓர் ஐரோப்பிய இசை மேதையை

உத்வேகப்படுத்தியிருக்கிறது. ஐரோப்பியத் தத்துவ மேதை நீட்ஷேவின் மனங்கவர்ந்த ஓபெரா இசையமைப்பாளர் ரிச்சர்டு வாக்னர் சர்துலகர்ன அவதானத்தைப் பிரெஞ்சு மொழியில் வாசித்திருக்கிறார். Eugène Burnouf என்பவர் 1844இல் மூல சமஸ்கிருதத்தில் இருந்து பிரெஞ்சில் மொழிபெயர்த்த திவ்யாவதானத்தை வாசித்திருந்த ரிச்சர்டு வாக்னர் சர்துலகர்ன அவதானக் கதையினால் தூண்டப்பட்டு அதன் நெறிமுறைக் கோட்பாட்டின் அடிப்படையில் 1856இல் Die Sieger (The Victors) என்ற ஜெர்மன் ஆர்கெஸ்ட்ரா இசையை கம்போஸ் செய்திருக்கிறார். தன் மனங்கவர்ந்த இசையமைப்பாளர் ரிச்சர்டு வாக்னர் என்று சர்வாதிகாரி ஹிட்லர் குறிப்பிட்டதால் பாவம் வாக்னருக்கு பின்னாளில் அபகீர்த்தி ஏற்பட்டது என்றாலும் ஐரோப்பிய செவ்வியல் இசையின் முக்கிய ஆளுமையாக வாக்னர் இன்றும் கொண்டாடப்படுகிறார். இதே சர்துலகர்ன அவதானத்தின் நாயகி பிராக்ரிதி என்னும் தாழ்த்தப்பட்ட குலத்தில் பிறந்தவளாக வரும் பாத்திரத்தின் அடிப்படையில் "சந்தலிகா" என்னும் இசை – நாடகத்தை எழுதி இயக்கியிருக்கிறார் வங்கக்கவி ரவீந்திரர்.

❍

முன் ஜென்மத்தில் ஆபுத்திரன் என்ற பெயரில் அவன் தாங்கிய உடலின் எலும்புகளை மணிபல்லவத் தீவின் கடற்கரையில் புண்ணியராசனுக்குக் காட்டுவாள் மணிமேகலை. மணிமேகலை தமிழ்க் காப்பியத்தில் வரும் வாசகரை உறையவைக்கும் இந்த கட்டம் இலக்கிய நயத்துடன் நிலையாமைத் தத்துவத்தை நிகழ்த்திக் காட்டுகிறது. திவ்யாவதானத்தின் தர்மருசி அவதானத்தில் கிட்டத்தட்ட இதே மாதிரியான சம்பவம் சித்தரிக்கப்படும். புத்தர் தர்மருசியை ஒரு கடற்கரைக்கு அழைத்துச் சென்றிருப்பார். அங்கு கிடக்கும் குச்சி போன்ற ஒன்றை எடுத்து அதை அடையாளம் காட்ட தர்மருசிக்குக் கொடுத்திருப்பார். குச்சி அல்லது பிரம்பு போன்று இருந்த அதைப் பார்த்து என்னவென்று அடையாளம் கண்டுபிடிக்க முடியாமல் விழிப்பான் தர்மருசி. கடைசியில் பகவானைக் கேட்பான் அது என்னவென்று. பகவான் சொல்லுவார்: "இதை நன்றாகப் பார்த்துக்கொள்; உன்னுடைய முன் ஜென்மத்தில் நீ திமிங்கிலமாக இருந்தபோது உன் உடலில் பொருந்தியிருந்த எலும்பின் சிறு பகுதி இது. இதை நன்றாகப் பார் இதன் மீது உன் தியானத்தைக் குவி"

பிரஜ்ன பாரமிதை

சில வருடங்களுக்கு முன் ஒரு சிறு வாதத்தில் பங்குகொண்டேன். வாதங்கள் எனக்குச் சுகமான விஷயமன்று. பொதுவாக வாதங்களிலிருந்து காத தூரம் தள்ளி நிற்பது என் வழக்கம். எனினும் ஒரு சாதாரண உரையாடல் சிறு வாக்குவாதத்திற்குள் கொண்டுவந்து நிறுத்திவிட்டது. பூஜைகள் செய்யும் விதம் அது சம்பந்தப்பட்ட பொருட்கள், பூஜையின் போது செய்யவேண்டிய சடங்குகளின் விசேஷங்கள் போன்றவற்றைப் பற்றி பேசிக்கொண்டிருந்தவரிடம் அவற்றின் சாராம்சம் என்னவென்று வினாவெழுப்பினேன். குரலை உயர்த்திப் பதில் சொன்ன அவர் குடும்ப வாழ்வில் இருக்கும் கிரகஸ்தன் செய்யவேண்டிய குறைந்தபட்ச ஆன்மீகக் கடமை இது என்றும் பகவத்துதியொன்றே புண்ணியக் கணக்கைக் கொஞ்சங்கொஞ்சமாகப் பெருக்கி மோட்சத்தை அளிக்கவல்லதுமானது என்றும் கூறினார். பூஜை புனஸ்காரங்களைக் குறுக்காக வெட்டி உண்மையை நேரடியாக உணர்ந்தறிதல் செயல்திறன் மிக்கதாக இருக்காதா என்ற என் கூற்றை அவர் ஏற்கவில்லை. குடும்ப வாழ்வில் இருப்போருக்கு ஏற்றதும் எளிமையானதுமான ஆன்மீகச் செயல்முறை வழிபாடு மட்டுமே என்று ஆணித்தனமாகச் சொன்னார்.

குடும்பச்சுமைகளைத் தணிக்கும் வடிகால் என்று வழிபாட்டு வழிமுறைகளைக் கொள்ளலாம் எனில் பாட்டு, நடனம் போன்றவைகளும் அதைத்தானே செய்கின்றன என்று என் வாதத்தை

முன் வைத்த போது உரையாடலை நிறுத்த வேண்டியதாயிற்று. அவருக்கு வேறொரு அலுவல் நிமித்தம் அங்கிருந்து செல்ல வேண்டியிருந்தது.

பிறகு ஒரு நாள் அஷ்ட சஹஸ்ரிக பிரஜ்ன பாரமித சூத்திர உரையை வாசித்துக் கொண்டிருந்தபோது மேற்சொன்ன உரையாடல் எனக்கு ஞாபகம் வந்தது.

சுபூதிக்கும் பகவானுக்கும் இடையில் நடக்கும் உரையாடலின் தொகுப்பு இந்த மகாயான நூல். இந்நூலின் சில பகுதிகளில் புத்தரின் சீடர் ஆனந்தரும் உரையாடலில் பங்கு கொள்கிறார். நூலின் முதல் அங்கத்தில் புத்தரை நோக்கி ஒரு கேள்வி எழுப்புகிறார்.

"தானம் முதலான ஆறு பாரமிதைகளில் பிரஜ்ன பாரமிதையை அதிகம் வலியுறுத்துகிறீர்கள். தானம், சீலம், பொறை, வீரியம் மற்றும் தியானம் என்னும் பிற பாரமிதைகளை நீங்கள் புகழ்வதுமில்லை தனியாகக் குறிப்பிடுவதுமில்லை"

அதற்கு பகவான் புத்தர் அளிக்கும் பதில்: "ஆம் ஆனந்தா. பிரஜ்னா என்னும் ஞானமே பிற பாரமிதைகளைக் கட்டுப்படுத்து கிறது. ஞானத்தில் நிலை பெறாத ஈகை முழுமை பெறுமா?"

ஆனந்தர் "நிச்சயம் முழுமை பெறாது" என்கிறார்.

"பிரஜ்னத்தில் அர்ப்பணிக்கப்படாத இந்த பாரமிதைகள் நினைத்தற்கரிய ஞானத்தை எய்விக்க இயலாது. பிரஜ்ன பாரமிதையே மற்ற ஐந்து பாரமிதைகளைக் கட்டுப்படுத்தி வழி நடத்துகிறது. பிரஜ்ன பாரமிதையே மற்ற பாரமிதைகளை உள்ளடக்கியிருக்கிறது. பிரஜ்ன பாரமிதை அனைத்து ஆறு பாரமிதைகளைக் குறிக்கும் இணைச்சொல்."

பிரஜ்னை (பிரக்ஞை) எனப்படுவது பிரபஞ்சத்தின் உண்மை இயல்பை உணர்வது; விஷயங்களை அவற்றின் உண்மைத் தன்மையில் காண்பது. பிரஜ்னையை எய்திவிட்டவன் எளிதாக மட்டுமில்லாமல் அவசியமாகவும் பிற பாரமிதைகளைப் பின்பற்றுவான்.

புத்தரை மறந்த இந்தியா – மிகப்பெரும் இந்திய ஏற்றுமதியின் வீணடிப்பு

உலகப்புகழ் பெற்ற வஜ்ரயான பௌத்த குருவும், எழுத்தாளரும், திரைப்பட இயக்குநருமான *Rinpoche Khyentse* அவர்கள் சில வருடத்திற்கு முன்னர் ஒரு கட்டுரையை எழுதினார். புத்தரையும் அவர் தந்த மரபுச்சொத்தையும் பேணாத தேசமென்று அந்தக் கட்டுரையில் இந்தியாவைக் கடுமையாக விமர்சித்திருந்தார். சமூக வலைதளங்களில் பரவலாகப் பகிரப்பட்ட அந்தக் கட்டுரையின் ஒரு பகுதி–மொழிபெயர்ப்பு

இந்தியாவும் நேபாளமும் தம்முடைய மதிப்புமிக்க வளங்களில் ஒன்றை உலகுக்கு நல்கின. புத்தர். இதைப் பற்றிப் பெருமிதம் கொள்வதை விடுங்கள், இரண்டு நாடுகளுமே இந்தத் தனிச்சிறப்பு மிக்க மரபை உண்மையிலேயே மதிக்கின்றனவா என்பதே சந்தேகமாக உள்ளது. புத்தரின் சொந்த பூமியில் அவருடைய போதனைகள் ஒதுக்கப்படுவதும், அவருடைய ஞானம் கொண்டாடப்படாமல் இருப்பதுவும், அவருடைய மரபு இந்தச் சமூகங்களில் தென்படாமல் இருப்பதும்தான் நிதர்சனம்.

பொக்கிஷமாகப் போற்றப்பட வேண்டிய மரபின் பரவலான புறக்கணிப்பு ஒரு மதிப்பிட முடியா இழப்பு. இந்தப் பிரதேசங்களிலிருந்து ஏற்றுமதியான வற்றில் பௌத்தம் போன்று உலகெங்கும் பரவலாக

வெற்றிகண்டு மதிக்கப்படுவதும், மரியாதை தரப்படுவதும் மிகக் குறைவானவையே. யோகா, கறி மசாலா, பாஸ்மதி அரிசி, பாலிவூட் திரைப்படங்கள் – சர்வதேசத் தாக்கத்தை ஏற்படுத்தியவை. ஆனால் பௌத்தமானது சீனா, வியட்நாம், தாய்லாந்து, பர்மா, ஜப்பான் முதலான நாடுகளின் சமூகங்களை முழுமையாய் மாற்றியமைத்தது; அதிவேகமாக மேலைநாட்டு மக்களின் சிந்தனைகளிலும் மாற்றத்தை ஏற்படுத்திக்கொண்டிருக்கிறது. கோடிக்கணக்கான இதயங்களையும் மனங்களையும் இன்னமும் தொட்டுக்கொண்டிருக்கிறது.

இருந்தும் பௌத்தத்தின் மீதான உலகளாவிய, தீவிரமான, வளரும் ஆர்வம் புத்தர் பிறந்த, ஞானமடைந்த, போதனை செய்த இடங்களில் மிக அரிதாகவே வெளிப்படையாகக் காணக் கிடைக்கிறது. இந்தியாவின் நேபாளத்தின் அரசாங்கங்களும் சரி அறுதிப் பெரும்பான்மையான மக்களும் சரி புத்தரை இன்று உண்மையிலேயே தங்களில் ஒருவராய் இதயத்திலும் மனதிலும் போற்றுவது என்பது எண்ணிப் பார்க்க முடியாததாய் இருக்கிறது.

பௌத்த மரபின் மீதான கரிசனமின்மை தலைமைத்துவத்தின் தோல்வி மட்டுமன்று; சமூகங்களின் ஊறிப் போன குருட்டு நோயுங்கூட. யாராவது ஒருவர் புத்தர் பிறந்தது இந்தியாவில் என்று சொல்லிவிட்டால் நேபாளத்தில் பௌத்தம் மீதான ஆர்வம் மிகும். உடன், புத்தர் பிறந்தது அவர்களின் நேபாள மண்ணில்தான் என்று உணர்ச்சிகரமாக வாதாடத் தொடங்கி விடுவார்கள். 2500 வருடங்களுக்கு முன்பு இந்தியா, நேபாளம் என்று நிலப்பகுப்புகள் ஏற்பட்டிருக்கவில்லை என்பதை அனுகூலமாக மறந்துவிடுவார்கள்.

இந்தக் குருட்டுத்தனம் புத்தர் போதனையை வாசிக்காத, ரசிக்காத, கொண்டாடாத, பௌத்த மரபைப் பாதுகாக்காத இந்தியாவின் படித்த உயர்தர மக்களிலிருந்து புத்தரின் படங்களை, தியான மாலைகளை பௌத்த யாத்திரிகர்களிடம் விற்றுப் பிழைக்கும் பாமரர்கள் வரை நீள்கிறது. பௌத்த யாத்திரிகர்களிடம் காசு பிடுங்கி ஜீவிக்கும் போலிச் சாதுக்களைப் பற்றி இங்கு பேசாதிருத்தல் நலம்.

பௌத்தத்தின் புறக்கணிப்பு இங்கு அனைத்து இடங்களிலும் வெளிப்படுகிறது – வாராணசி விமான நிலையத்தின் புத்தகக் கடை போன்ற இடங்களைச் சொல்லலாம் – எண்ணற்ற பௌத்த யாத்திரிகர்களின் வாசலாக இருப்பது வாராணசி விமான நிலையம் – இங்கிருக்கும் புத்தகக் கடையில் ஒரு பௌத்தப் புத்தகத்தையும் காண முடியாது. ஆனால் செறிவான இந்து

மற்றும் இந்தியக் கலாசார நூல்கள் வரிசை வரிசையாக அடுக்கப்பட்டிருக்கும்.

இவ்வளவு ஏன்? பௌத்தர்களின் மிக முக்கியமான தலமான – புத்தகயாவிலும் இந்தப் புறக்கணிப்பு வெளிப்படும். புத்தர் மெய்ஞானம் அடைந்த இடமான மகாபோதி கோயில் இந்துக்களால் நிர்வகிக்கப்படுகிறது. இது வாடிகனோ காபாவோ பெரும்பான்மை பௌத்தர்களால், அல்லது யூத வழிபாட்டுத்தலம் பெருவாரி பிராடஸ்டன்ட்களால் நிர்வகிக்கப்படுவதற்கு ஒப்பானது.

இன்னொரு உதாரணம். நாலந்தாவின் மறுமலர்ச்சி என்பதாகக் கூறப்படும் ஒரு முயற்சி. உலகத்தின் மிகப் பழம்பெருமைமிக்க நாலந்தா பல்கலைக்கழகம் ஆக்ஸ்போர்ட் பல்கலைக்கழகம் நிறுவப்படுவதற்கு 650 ஆண்டுகளுக்கு முன்பு துவங்கப் பெற்றது. நாலந்தா மறுமலர்ச்சித் திட்டத்தின் தலைவரும் நோபல் பரிசு பெற்ற அறிஞருமான அமார்த்தியா சென் சொல்வது வேடிக்கையாய் இருக்கிறது. சமயக் கல்விக்கும் சமயப் பயிற்சிக்குமான இடைவெளி என்ற உறுதியான கருத்தின் அடிப்படையில் பௌத்தக் கல்வியையும் சமயக் கல்வியையும் மட்டுப்படுத்தி சமயம் சாராத கல்வி பயில்விக்கப்படும் என்பது அவருடைய நிலைப்பாடு. நாலந்தாவின் சர்வ சமய, ஒருங்கிணைத்த வரலாற்றுப் பெருமை மிக்க அணுகுமுறையை உதறிவிட்டு நாலந்தாவின் மறுமலர்ச்சி எப்படிச் சாத்தியம் என்பது விளங்கவில்லை.

தன் மரபைப் பேணுவதாகச் சொல்லிக் கொள்ளும் இந்தியா செயல் ரீதியாக மேலை நாட்டு மதிப்பீடுகளின் வழி, உலகியல் சார்ந்த, ஆன்மீக மதிப்பீடுகளைக் கணக்கில் கொள்ளாத பாதையில் சென்றுகொண்டிருக்கிறது. அதன் ஆழமான ஞானச் சிந்தனை முறைகளெல்லாம் உலகத்திற்கு வழங்கப்பட்டுவிட்டன. உலகின் மிகப்பெரிய ஜனநாயகம் என்று பெருமைப்பட்டுக் கொள்ளும் இந்தியாவில், புத்தர் இந்தியர்களுக்கு அன்னியராக இருக்கிறார். இந்தியாவின் உயர்கல்வி கற்ற அறிவுஜீவிகளுக்கு மிகக் குறைவாகத்தான் புத்தர் பற்றியும் பௌத்தம் பற்றியும் தெரியும்.

இந்து மற்றும் முஸ்லீம்களின் பௌத்த அழிப்பைப் பொறுத்த வரை துரதிர்ஷ்ட வசமாக இந்தியா கோழைத்தனமான அரசியல் சரித்தன்மையைப் பேணுகிறது. வன்முறைக்கும் மிரட்டலுக்கும் பணிந்து போகும் செயல் முறையைப் பின்பற்றுகிறது. அஹிம்சைக்கு வெகுமதியாக அதைப் பாதுகாக்கும் செயல்முறைகளை அறவே

கருதுவதில்லை. தில்லி விமான நிலையத்தில் முஸ்லீம்கள் ஹஜ் பயணம் மேற்கொள்வதற்கு வசதி செய்யும் தனி டெர்மினல் உண்டு. ஆனால் இத்தகைய ஆதரவு இந்தியாவின் பௌத்தத் தலங்களுக்குச் செல்வோருக்குக் கிடைப்பதில்லை.

இந்திய அரசின் இந்த வெட்கங்கெட்ட புறக்கணிப்புக்கு அதன் சமயம் சாராத் தன்மையை மட்டும் ஒற்றைக் காரணியாகச் சொல்லிவிட முடியாது. ஹிந்து – முஸ்லீம்களுக்கிடையிலான முக்கியப் பிரச்னைகளில் அரசின் அணுகுமுறையைக் காணும்போது இன்னமும் சமயம் முக்கியமானது என்பதை ஒப்புக்கொள்வதைப் போல இருக்கும்.

இந்திய அரசாங்கத்துக்கு பௌத்தர்களின் முக்கியத் தலத்தின் கோயிலை பௌத்தர்களே நிர்வகித்துக்கொள்ளட்டும் என்று இந்து ட்ரஸ்டிகளை விலக்கத் தோன்றாது. முஸ்லீம்களுக்கு மெக்கா போல பௌத்தர்களுக்கு போத்கயா என்ற அடிப்படை உண்மை கூட முற்றிலும் துலக்கப்பட்டு புறக்கணித்தல் தொடர்ந்தவாறே இருக்கும்.

இந்தியாவில் பௌத்தத்தின் அழிவுக்கு நாட்டின் பிரதானச் சமயங்களாகிய இந்து, இஸ்லாம் இரண்டு மதங்களுமே காரணம். இந்து மதம் துவங்கியதை இஸ்லாம் முடித்து வைத்தது. ஐந்தாம் நூற்றாண்டுக்குப் பிறகு பார்ப்பனீயர்கள் கொடுத்த அழுத்தத்தில் பல்வேறு பௌத்தக் கோயில்களும் இந்துக் கோயில்களாக மாறின, பின், எஞ்சியிருந்தவற்றை முஸ்லிம் படையெடுப்பாளர்கள் அழித்தார்கள்.

பௌத்த முக்கியக் கோயில்களை இந்துக்களின் நிர்வாகத்தின் கீழ் வைக்கும் இந்த ஏகாதிபத்தியத்திற்கு இந்திய அரசியல் சட்டமே வழி வகுக்கிறது. ஆர்ட்டிகிள் 25 சொல்கிறது “இந்துக்கள் என்ற சுட்டுதல் சீக்கிய, ஜைன மற்றும் பௌத்த சமயங்களைச் சார்ந்தவர்களாய்ச் சொல்லிக்கொள்ளும் நபர்களையும் சுட்டுகிறது என்று கொள்ள வேண்டும், இந்து சமய நிறுவனங்கள் குறித்த சுட்டுதல்களும் அவ்வாறே பொருள் கொள்ளப்பட வேண்டும்”.

வரலாற்று முன்னுதாரணம் என்னவாக இருந்தாலும், பல்லாயிரக்கணக்கான பௌத்த சுற்றுலாப் பயணிகளுக்கு இன்றைய நேபாளிகளும் பீகாரிகளும் மோசமான விருந்தளிப் போராகவே உள்ளனர். வெகு தொலைவிலிருந்து புத்த பிரானின் வாழ்க்கையையும் போதனைகளையும் போற்றுவதற்கு சாரநாத்திற்கு, கயாவிற்கு, நாலந்தாவிற்கு வரும் பயணிகளுக்கு – மாநிலத் தலைமைத்துவத்தின் அதிகாரியாக இருந்தாலும் சரி,

பிச்சைக்காரர்களின் குழுக்களாக இருந்தாலும் சரி – உதவிகரமாக இருப்பதற்கான சமிக்ஞையை ஒருவரும் தருவதில்லை என்பது தான் கசப்பான உண்மை.

பௌத்தம் இந்தியாவில் புறக்கணிக்கப்படுதலின் இன்னொரு அங்கம் சாதி வேற்றுமைகளிலிருந்து எழுவது. நவீன இந்தியாவில் இத்தகைய வேற்றுமைகள் இன்னும் அழியாமல் ஆதிக்க சாதிகள் அரசியலில் கோலோச்சிக் கொண்டிருப்பது துரதிர்ஷ்டம். டாக்டர் பி.ஆர். அம்பேத்கர் அவர்களால் மஹாராஷ்டிர மாநிலத்தில் 1951இல் பௌத்தத்துக்கு மாறிய லட்சக்கணக்கானோர் பௌத்தத்தின் மீதான உறுதிப்பாட்டை விட ஒடுக்கப்பட்ட சமூகம் சாதிக்கட்டமைப்பில் இருந்து விடுதலை பெறுவதையே பெரிதாக எண்ணுகின்றனர். அந்த விழைவு முக்கியமானது, புரிந்துகொள்ளத் தக்கது.

மிகவும் படித்த எனது இந்திய நண்பர் ஒருவர் என்னுடன் போத்கயா கோயிலுக்கு வந்துகொண்டிருந்தார். என்னுடைய காலை தியானத்தில் அவரும் என்னுடன் சேர்ந்து வருவதை வாடிக்கையாகக் கொண்டிருந்தார். ஒரு நாள் கோயிலின் பாதுகாப்பு அதிகாரி என் நண்பனிடம் “நீ என்ன சுற்றுலா கைடா?” என்று கேட்டார். பௌத்தம் வெளிநாட்டவருக்கு அல்லது தாழ்த்தப்பட்டவராகக் கருதப்படும் இந்தியருக்கு என்பதான பொதுப் புரிதல்கொண்ட பாதுகாப்பு அதிகாரிக்குக் கல்வி கற்ற உயர் ஜாதி மனிதருக்கு பௌத்த கோயிலில் என்ன வேலை என்பது புரியவேயில்லை.

இந்தப் புதிர்த்தன்மை தலையாய பௌத்த கோயிலின் வாசலிலேயே இருக்கிறது என்னும்போது, இந்தியச் சமூகத்திலும் இந்திய தேசிய மனதிலும் பௌத்தத்தை நோக்கிய எண்ணத்தில் மாறுதல் வரும் என்ற விஷயத்தில் அதிகம் நம்பிக்கை ஏற்பட வில்லை.

மரங்கொத்தியும் சிங்கமும்*...

ஜெத்தாவனத்தில் ஒருமுறை தங்கியிருந்த போது தேவதத்தனைப்** பற்றிப் பேச்சு வந்தது. அவனுடைய நன்றி மறக்கும் குணத்தைப் பற்றி பலரும் பேசிக்கொண்டிருந்தனர். மற்றவர் பேசுவதையெல்லாம் சற்று நேரம் கேட்டுக் கொண்டிருந்த பகவான் "இந்த ஜென்மத்தில் என்றல்ல; முந்தைய ஜென்மத்திலும் தேவதத்தன் நன்றியுணர்வு இல்லாதவனாகவே இருந்தான்" என்று சொல்லிவிட்டு இறந்த கால நிகழ்வொன்றை விவரிக்கலானார்.

○

வெகு காலம் முன்பு பிரமதத்தன் வாராணசியை ஆண்ட போது போதிசத்துவர் ஒரு மரங்கொத்திப் பறவையாகப் பிறந்திருந்தார். இமயமலை

---

* பாலி மூலத்தில் – ஜவசகுன ஜாதகம்

** ஈசாப்புக் கதைகளில் இதே கதை வரும் – கொக்கும் ஓநாயும் – எனும் தலைப்பில். சிங்கத்திற்குப் பதிலாக ஓநாய்; மரங்கொத்திக்குப் பதிலாகக் கொக்கு. கொக்கு ஓநாயின் தொண்டைக்குள் இருக்கும் எலும்பை எடுக்க உதவி செய்கிறது. எலும்பு எடுக்கப்பட்டுவிட்டதும் "என் வாய்க்குள் உன் அலகைவிடச் சம்மதித்தேனே... அதுவே நான் உனக்குச் செய்த கைம்மாறு" என்று கொக்கிற்குக் கையை விரித்துவிட்டு ஓநாய் சென்றுவிடும்.

*** சித்தார்த்த கௌதமரின் மைத்துனன்; நெருங்கிய உறவினன்; சித்தார்த்தருடனேயே வளர்ந்தவன். சித்தார்த்தர் புத்தர் ஆன பின்பு தேவதத்தன் சங்கத்தில் சேர்ந்தாலும் புத்தரை அழிக்கத் திட்டமிட்டதாகவும், புத்தரைக் கொலை செய்ய பல முயற்சிகள் மேற்கொண்டதாகவும் தேரவாதப் பௌத்தத் தொன்மங்கள் தெரிவிக்கின்றன.

அடிவாரத்தின் ஒரு காட்டுக்குள் இருந்த மரக்கிளையில் வாழ்ந்தது அந்த மரங்கொத்தி. செம்பழுப்பு நிறத்தினதாய் இருந்தது. அதன் கொண்டை சிறியதாயிருந்தது. குறுகிய, வளைந்த அலகு. கருமையான கண்.

அந்தக் காட்டில் உலவி வந்த ஒரு சிங்கம் ஒரு நாள் தன் இரையைச் சுவைத்துத் தின்றுகொண்டிருந்தபோது இரையின் எலும்பு அதன் தொண்டைக்குள் சிக்கிக்கொண்டுவிட்டது. சிக்கிய எலும்பின் காரணமாகத் தொண்டை வீக்கம் கண்டுவிட உணவை அதனால் விழுங்க முடியவில்லை. வலி உயிர் போனது.

ஒரு மரத்தின் பெருங்கிளையிலிருந்து சிங்கம் படும் அவஸ்தையைப் பார்த்துக்கொண்டிருந்த மரங்கொத்தி கேட்டது: "நண்பனே என்னாயிற்று உனக்கு?"

அழுந்திய குரலில் தன் தொண்டைக்குள் எலும்பு சிக்கிக்கொண்டதைப் பற்றிச் சொன்னது சிங்கம். மரங்கொத்தி சொன்னது; "எளிதில் என்னால் உன் தொண்டைக்குள்ளிருந்து எலும்பை வெளியே எடுத்துவிட முடியும் ஆனால்..." வாக்கியத்தை முடிக்காமல் நிறுத்தியது மரங்கொத்தி. பிறகு சொன்னது; "உன் வாயினுள் என் தலையை நுழைக்கும் தைரியம் எனக்கில்லை"

"பயப்படாதே நண்பா. என்னுயிரைக் காப்பாற்று. உனக்குத் தீங்கிழைக்கமாட்டேன் என்று உறுதியளிக்கிறேன்"

"சரி" என்றது மரங்கொத்தி. சிங்கத்தைப் பக்கவாட்டில் படுத்துக்கொள்ளச் சொன்னது. மிருகத்தின் வாய்க்குள் தலையை நுழைப்பதற்கு முன்னர் "இந்தச் சிங்கம் என்ன செய்யுமென்று யார் கண்டது?" என்று சிந்தித்தவாறே தரையில் கிடந்த ஒரு மரக்கொம்பை எடுத்துச் சிங்கத்தின் மேல் தாடைக்கும் கீழ் தாடைக்கும் நடுவே நிற்க வைத்தது. கொம்பை அகட்டும் வரை சிங்கத்தால் வாயை மூடிக்கொள்ள முடியாது என்று உறுதி செய்துகொண்ட பின்னர் அதன் பெரிய தொண்டைக்குள் பிரவேசித்தது. தொண்டைக்குள் இருந்த எலும்பைக் கண்டுபிடித்துத் தன் வலுவான அலகால் அதைக் கவ்வி வெளியே எடுத்தது. ஓர் ஆபத்தில்லாமல் எலும்பைத் தரையில்போட்டது. சிங்கத்தின் வாயிலிருந்து வெளியே வந்தவுடன் தன் அலகால் தாடைகளுக்கு இடையே வைத்திருந்த மரக்குச்சியைப் பலமாகக் குத்திவிட்டு மின்னல் வேகத்தில் பறந்து சென்று மரக்கிளையில் வந்தமர்ந்தது.

சில நாட்களுக்குப் பிறகு தொண்டைப் புண்ணிலிருந்து பூரண குணம் பெற்றவுடன் ஒரு காட்டெருமையைக் கொன்று பசியாறிக் கொண்டிருந்தது சிங்கம். சற்றுத் தொலைவிலிருந்து

அதைப் பார்த்துக்கொண்டிருந்த மரங்கொத்தி "இதைச் சோதித்துப் பார்க்கும் சமயம் வந்துவிட்டது" என்று எண்ணியது. சிங்கம் இரையைத் தின்று கொண்டிருந்த மரத்தடியின் மேல் சிங்கத்தின் தலைக்கு நேர் மேலாக ஒரு கிளையில் உட்கார்ந்துகொண்டது.

"சிங்கமே, சில நாட்களுக்கு முன்னர் நானுனக்கு ஓர் அன்புதவி புரிந்தேன். என் போலப் பறவைகளால் செய்ய முடிந்த பேருதவி. உன்னிடம் ஒரு சிறு வரத்தைக் கேட்கட்டுமா?"

"என் பெருந்தாடையை நம்பி உன் உடம்பை வாய்க்குள் நுழைத்தாய்; நீ இன்னும் உயிரோடு இருக்கிறாய். உனக்கு நானளித்த அந்த வரம் போதும்"

சிங்கத்தின் உண்மையான குணத்தைப் புரிந்துகொண்ட மரங்கொத்தி அமைதியாய்ச் சிந்தித்தது. "இந்த நன்றி கெட்ட ஈன ஜென்மத்திடம் நான் நன்றியுணர்ச்சியை எதிர்பார்த்திருக்கக் கூடாது. இருந்தாலும் அதற்காகக் கசப்பான எண்ணங்களுக்கு இடம் கொடுத்தலோ கோபமான வார்த்தைகளால் ஏசுதலோ தேவையற்றவை. இந்த நன்றியில்லா ஜீவனுடன் சேர்ந்திருக்கும் கட்டாயம் எனக்கில்லை என்பதை நினைத்து நான் மகிழ்ச்சி அடைகிறேன்" வெறுப்பின்றி வருத்தமின்றி மரங்கொத்தி அங்கிருந்து பறந்து சென்றது.

○

கதையைச் சொல்லி முடித்த புத்தர் பிறப்பை அடையாளம் காட்டினார். "அந்தப் பிறப்பில் தேவதத்தன் சிங்கம். நான் மரங்கொத்தி"

பௌத்தர்களின் வன்முறை நம்மை ஏன் ஆச்சர்யப்படுத்துகிறது?

பேராசிரியர்கள் டேன் ஆர்னால்ட் மற்றும் அலிசியா டர்னர் எழுதி நியூயார்க் டைம்ஸின் தி ஸ்டோன் தத்துவ வரிசையில் வெளியான கட்டுரையின் பகுதி–மொழிபெயர்ப்பு.

பல்வேறு உலகச் சமயங்களின் ஆதரவாளர்களும் ஏகோபித்த குரலில் சொல்வது – தத்தம் மதங்கள் அன்பு, கருணை, மன்னித்தல் போன்ற நல்லொழுக்கங்கள் மீது உயரிய மதிப்பை வைப்பதாகவும் அவற்றின் குறிக்கோள் உலகளாவிய அமைதி என்பதாகவே இருக்கும். ஆனால் வரலாறு நமக்குக் காட்டுவது சமய மரபுகள் அனைத்துமே மனித விவகாரங்களே; அவற்றின் நோக்கங்கள் எத்தனை உயரியதாக இருந்தாலும், அடிப்படையில், மனித நல்லொழுக்கங்கள் மற்றும் மனிதத் தவறுகள் ஆகிய இரண்டின் முழு அளவையும் காட்டுவனவாக அவை இருக்கின்றன.

சமய ரீதியான வன்முறைகளால் மிகக் குறைந்த எண்ணிக்கையிலான நுட்பமான பார்வையாளர்கள் அதிர்ந்து போனாலும், இதற்குக் குறிப்பிடத்தக்க விதிவிலக்கு ஒன்றுண்டு; பௌத்தச் சமுதாயங்கள் அனைத்தும் உண்மையிலேயே அமைதிகரமானவை; இணக்கமானவை என்ற பரவலான, தொடர்ச்சியான நம்பிக்கை சர்வதேச அளவில் நிலவுகிறது.

மியான்மரில் நடப்பது போன்ற நிகழ்வுகளுக்குக் கிடைக்கும் வியப்புணர்வுடன் கூடிய எதிர்வினைகளைக் காணும்பொழுது இந்த ஊகம் தெளிவாகிறது. பலரின் ஆச்சரியம் என்னவெனில் – எப்படி ஒரு பௌத்த சமூகத்துக்கும், முக்கியமாக பௌத்த பிக்குகளுக்கும் மியான்மரில் ரோஹிங்ய முஸ்லீம்களுக்கு இழைக்கப்படுவது மாதிரியான கொடூரமான வன்மமிக்க இனவழிப்புச் செயல்களுடன் என்ன தொடர்பு இருக்க முடியும்? பௌத்தர்கள் எல்லாருமே கருணையுள்ளவர்களாகவும் அமைதி – விரும்பிகளாகவும் அல்லவா இருக்க வேண்டும்?

பிற சமயவாதிகளைப் போலவே பௌத்தர்களும் மனிதாபிமானமற்ற கொடுமைகளைச் செய்ய முடியுமென்ற அறிதலால் வியப்பெய்துதல் அப்பாவித்தனமான அணுகுமுறை; எனினும் இத்தகைய வியப்பு பரவலாக இருக்கிறது – இதற்கு நவீன பௌத்தத்தின் தனித்துவ வரலாற்றைத்தான் காரணமாகச் சொல்ல வேண்டும். 'நவீன பௌத்தம்' என்பது சமகால உலகத்தில் வளர்ந்திருக்கக் கூடிய சமயத்தை மட்டும் குறிக்கவில்லை; 19ஆம், 20ஆம் நூற்றாண்டுகளில் வெளிப்பட்ட தனித்துவத்துடனான புது வடிவ பௌத்தத்தைக் குறிக்கிறது. இந்தக் காலகட்டத்தில் ஆசியாவின் பௌத்த நாடுகளில் காலனீய ஆட்சியின் கீழ் வாழ்ந்து வந்த பௌத்த சமயத் தலைவர்கள், அவர்களின் போதனைகளை எழுச்சியுடன் அணுகிய மேலைநாட்டு ஆர்வலர்கள் – இரு சாராரும் கூட்டுச் சேர்ந்துகொண்டு உற்பத்தி செய்த, அனைத்துப் பிரிவுகளையும் ஒன்றிணைத்த புது வடிவ பௌத்தம் – சீனா, இலங்கை, திபெத், ஜப்பான் மற்றும் தாய்லாந்து முதலிய நாடுகளின் பல்வேறு பௌத்த மரபுகளிலிருந்து பெறப்பட்ட வேறுபாடுகளைக் களைந்த வடிவம்.

தியான வழிமுறைகளுக்கு அதிக முக்கியத்துவம் கொடுக்கப் பட்டு வரலாற்றின் பல பௌத்த மரபுகளை ஒட்டிய சடங்குகள், ரெலிக்குகள், மறுபிறப்பு போன்றவற்றை ஒதுக்கி வடிவமைக்கப் பட்டது பௌத்தத்தின் இந்த நவீன வடிவம். நவீன பௌத்தத்தின் பரவலான தழுவலை பௌத்தம் ஒரு சமயமன்று; "இது ஒரு வாழும் முறை" அல்லது "தத்துவம்" அல்லது "மனோ– விஞ்ஞானம்" என்பது போன்ற பழக்கப்பட்ட வாக்கியங்கள் பிரதிபலிக்கின்றன.

இத்தகைய பார்வையில், ஜப்பானிய இறுதி ஊர்வலச் சடங்குகள், தாய்லாந்து நாட்டவர்களின் தாயத்து வழிபாடு மற்றும் திபெத்தியர்களின் குறி சொல்லும் சடங்குகள் போன்ற எடுத்துக்காட்டுகளால் பௌத்தம் விளக்கப்படுவதில்லை. உப்புச்சப்பில்லாத, சமயக்கலப்பில்லாத mindfulness தியானம்

இப்போது யோகாவை விட அதிகமாக எல்லா இடத்திலும் காணப்படுகிறது. பௌத்த கருத்துகளின் வேர் பிடுங்கப்பட்ட வெளிப்பாடுகள் பௌத்தமாக வரையறுக்கப்பட்ட பிறகு, உலகில் பௌத்தர்கள், கடந்த காலங்களிலும் சரி நிகழ்காலத்திலும் சரி வன்முறையிலும் அழிவிலும் ஈடுபட்டிருக்கிறார்களென்று கேள்விப்படுவது ஆச்சரியமாகத்தான் இருக்கும்.

பௌத்த சமுதாயங்களினுடைய வன்முறைகளின் வரலாற்று உதாரணங்களுக்குக் குறைவில்லை. இலங்கையின் நீண்ட, துன்பகரமான உள்நாட்டுப் போர் (1983–2009), உதாரணமாக, பெருமளவில் சிங்கள பௌத்தர்களின் பௌத்த தேசியவாதத்தை உள்ளடக்கியதாக இருந்தது. 'தருமத்தின் தீவு' என்ற அடைமொழியுடன் பௌத்தத்தின் கடைசிக் கோட்டை என்ற கற்பனையில் தம் நாட்டுக்குள் சிறுபான்மை தமிழ் இந்துக்கள் இல்லாது போக வேண்டுமென்ற வெறுப்புடன் இன அழித்தொழிப்பில் ஈடுபட்டது பெரும்பான்மைச் சமூகம். நவீன தாய்லாந்திலும் சமீப காலங்களில் அரசியல் படுகொலைகளின் பின்புலமாக பௌத்தத்தின் ஈடுபாடு இருந்திருக்கிறது. இரண்டாம் உலகப்போரின் போது ஜப்பானிய தேசிய வாதத்துக்குப் பின்னணியில் பௌத்த நிறுவனங்களின் ராணுவத்துடனான கைகுலுக்கல் இருந்ததற்குப் பற்பல ஆதாரங்கள் கிடைத்துக் கொண்டிருக்கின்றன. இவ்வளவு ஏன் – தலாய் லாமாவின் சொந்த திபெத்திய பௌத்தப் பள்ளியின் வரலாற்றில் எதிரிப் பள்ளிகளின் மடாலயங்கள் இடித்து தரைமட்டமாக்கப்பட்ட சம்பவங்கள் நிறைந்திருக்கின்றன. கடந்த இரு பத்தாண்டுகளில் எதிரி பௌத்தப் பிரிவுகளின் போலி மடாதிபதிகள் அழிய "உக்கிரமான தெய்வம்" ஏவி விடப்பட்டுள்ளதான கதைகள் தலாய் லாமாவின் சக-மதத்தவர்கள் மத்தியில் உலவிய வண்ணம் இருக்கின்றன. பௌத்தச் சமூகங்களின் வரலாறுகள், பிற சமய வரலாறுகளைப் போன்றே, நன்மை தீமை விரவி நிரம்பியவையாய் உள்ளன.

ரோஹிங்யர்களுக்கெதிரான தற்போதைய வன்முறை ஒரு நேரடியான சமய விவகாரம் அல்ல என்பதை இங்கு வலியுறுத்துவது அவசியம். ரோஹிங்யர்களை விலக்குதலும் அவர்கள் மீதான வன்முறையுமான மியான்மரின் நீள வரலாறு சட்டபூர்வச் சிறுபான்மை இனமாக யார் கருதப்பட வேண்டும், அன்னிய நாட்டுக்காரர்களாக (இவ்வாறாகச் சட்ட விரோதமாகக் குடியேறியவர்) யார் கருதப்பட வேண்டுமென்ற பொதுக் கேள்வியாக எழுகிறது. இதில் கருதப்பட வேண்டிய இன்னொரு அம்சம் – சம கால மியான்மர் தேசம் முன்னாள் ராணுவ

சர்வாதிகாரத்தின், மக்களால் தேர்ந்தெடுக்கப்பட்ட ஆங் சான் சூ க்யி-யின் தலைமையிலான தேசிய ஜனநாயகக் கட்சியின் கூட்டுக் கலவையிலான அரசாங்கம். இந்தக் கலவையில் குடிமைச் சமூகத்தின், வெகுஜனக் கருத்தின் தாக்கமோ செயற்பாடுகளோ மிகவும் புதிய அம்சங்கள்.

இருப்பினும், சமீப வருடங்களில் ('உண்மை' பர்மிய அடையாளத்துக்கான குறியீடாகச் சிலரால் புரிந்துகொள்ளப்படும்) பௌத்த மரபுகளுக்குப் புத்துயிர் கொடுக்கும் முயற்சியில் நடத்தப்படும் பிரபலமான பிரச்சாரங்களுடன் ரோஹிங்யர்களுக்கு எதிரான வன்முறைக்கு நிச்சயம் தொடர்புண்டு. மேலும் இந்த வன்முறை இஸ்லாம் பிரதிநிதித்துவம் செய்வதாகக் குறிக்கப்படும் அச்சுறுத்தலிலிருந்து பௌத்த மரபு காக்கப்பட வேண்டுமென்பதற்காகவும் நிகழ்த்தப்படுகிறது. இந்தத் திட்டத்தின் பரிமாணங்களாக விளைந்தவை – மடாலயப் படிநிலை அரசியல், மறுமலர்ச்சிக் கல்வி பிரச்சாரங்கள், 'இனம் மற்றும் சமயப்' பாதுகாப்புக்கான சட்ட மசோதாக்கள், மற்றும் 2015 தேர்தலின் முடிவுகளில் தாக்கத்தை ஏற்படுத்துவதற்கான முயற்சிகள். ஒரு பரந்த இயக்கமாக விரிந்தாலும் வலுவான முஸ்லீம்களுக்கெதிரான சொல்லாடலால் வடிவமைக்கப்படுவதுடன் முஸ்லீம் வெறுப்பையே இந்த இயக்கம் எரிபொருளாக உபயோகிக்கிறது.

முஸ்லீம் எதிர்ப்புச் சொல்லாடல் பல்வேறு சமூக – அரசியல் காரணிகளால் இன்னும் அதிகரிக்கிறது. இந்தக் காரணிகள் வேறுபட்ட அரசியல்வாதிகளால் புதுக் கலவை குடியரசில் பலம் பெறுவதற்காகப் பயன்படுத்திக்கொள்ளப்படுகிறது. இந்தச் சொல்லாடலின் மையக்கருத்து – சமகால உலகத்தில் பௌத்தம் அழியும் அச்சுறுத்தலில் உள்ளது – இந்தக் கருத்து பர்மிய வரலாற்றில் பலமுறை பயன்படுத்தப்பட்டுள்ளது ஒரு பக்கம் இருக்கட்டும். பாலி மொழியில் எழுதப்பட்டுள்ள நூல்களிலும் இந்தக் கருத்து வலியுறுத்தப்படுகிறது. பர்மிய பௌத்தர்கள் பாலி நூல்களை ஆகம நூல்களாக வரித்துக்கொண்டவர்கள். பௌத்தத்தின் பல நூல்கள் (அனித்தியத் தத்துவத்தை மேற்கோள் காட்டியபடி) பௌத்தம் வீழுமென்ற கருத்தைச் சொல்லுகின்றன.

அழியப் போவதாகச் சொல்லப்படும் இந்த பௌத்தத்தைக் காத்து மறுமலர்ச்சியடையச் செய்யும் முயற்சிகள் பர்மிய பௌத்தத்தில் இரண்டு நூற்றாண்டுகளாகப் பல முன்னேற்றங்களை இயக்கியிருக்கின்றன. பௌத்தத் தலைவர் லேடி சயடாவின் காலனீய காலத்தின் போதான முயற்சி இத்தகைய ஒன்று. மடாலயவாசிகளல்லாத உபாசக-பொது மக்களுக்கு insight தியானப் பயிற்சிகளைப் பயில்விக்கும் பிரசாரத்தைத் துவக்கினார்

லேடி சயடா. அதற்கு முன்னர் மரபு ரீதியாக மடாலயவாசிகள் செய்யும் தியானம் மற்றும் பிற வழிமுறைகள் உபாசகர்களுக்குப் பயில்விக்கப்பட்டதில்லை. இந்தத் தியானப் பயிற்சி பின்னர் சர்வதேச உபாசகர்களுக்கும் பயில்விக்கப்பட்டு விபாஸ்ஸனா தியானப் பயிற்சி இன்று உலகம் முழுவதும் வழங்கப்படக் காரணமானது. நவீன பௌத்தத்தின் மீது மேலை நாட்டவர்களின் கவர்ச்சி இங்கிருந்து துவங்கியது.

முஸ்லீம் எதிர்ப்புச் சொல்லாடலின் பௌத்த ஆதரவாளர்கள் பௌத்தம் அமைதியை விரும்பும் சகிப்புத்தன்மை கொண்ட மதம் என்பதால் முஸ்லீம்களால் மியான்மருக்கு அச்சுறுத்தல் என்று அடிக்கடி சொல்கிறார்கள். ரோஹிங்யர்கள் சட்ட விரோதமாகக் குடியேறியவர்கள் என்றும் பிரத்யேகவாதத்தையும், மதம் மாற்றுதலை ஆதரிக்கிறவர்கள் என்றும் மதமாற்றம் வாயிலாகவும் திருமணங்கள் வாயிலாகவும் புவியியல் ரீதியாக பர்மாவைக் கைப்பற்ற நினைக்கிறார்கள் என்றும் பௌத்தர்கள் வாதாடுகிறார்கள்.

பிரிட்டிஷ் காலனியாக இருந்தபோது ஒவ்வொருவரும் ஒற்றைச் சமய அடையாளம் கொண்டவராக இருக்க நிர்ப்பந்திக்கப் பட்டார்கள். ஏனெனில், ஒவ்வொரு சமயத்துக்குமான சொந்தச் சட்டமும் மேலாண்மையையும் பிரித்து வைத்திருந்தது காலனீய அரசு. ஒப்பீட்டளவில் வேறுபடக் கூடிய மற்றும் நிலையான மத மரபுகள் ஒன்றிற்கு எதிராக ஒன்று என்ற அளவில் வரையறுக்கப் பட்டன. ஒவ்வொரு மதக்குழுவும் தம்முடைய விசுவாசிகளிடையே தனித்துவமான குணாதிசயங்களை உட்புகுத்துவதாக நினைத்தன. இந்தப் பகுப்பின்படி, பௌத்தர்கள் மேல் ஏற்றுவிக்கப்பட்ட குணாதிசயம் – அவர்கள் பொதுவாக அமைதி விரும்பிகள்; சகிப்புத்தன்மை மிக்கவர்கள் என்பது. மியான்மரின் பௌத்தர்கள் தனித்துவமாகச் சகிப்புத்தன்மை மிக்கவர்கள் என்ற கருத்து பின்னர் பர்மிய பௌத்தர்களை அவர்களுடன் சேர்ந்து வாழ்ந்துகொண்டிருந்த இந்திய இந்துக்களையும் முஸ்லீம்களையும் பிரிப்பதற்கு ஏதுவாக இருந்தது.

பௌத்தர்களை அவர்களின் சகிப்புத்தன்மைக்காகப் புகழ்ந்த காலனியச் சொல்லாடல் காலனிய பர்மாவில் வசித்த ஜாதி இந்துக்களையும் முஸ்லீம்களையும் அவர் தம் "மூடப்பழக்க வழக்கங்களை" விமர்சிக்க உதவியது. இந்தச் சொல்லாடல் பர்மிய தேசியவாதிகளால் இன்று கையில் எடுத்துக் கொள்ளப்பட்டு ரோஹிங்ய முஸ்லீம்களின் மீதான வன்முறையை நியாயப்படுத்து வதற்குப் பயன்படுகிறது.

பௌத்தர்களின் வன்முறைச் செயல்களுக்குப் பரந்த ஆச்சரியம் வெளிப்படுவதில் தத்துவரீதியான சிக்கலான முன்முடிவு ஒன்று உள்ளது. மக்கள் கொண்டிருக்கும் மத நம்பிக்கைக்கும் அவர்கள் குறிப்பிட்ட வழியில் நடப்பதற்கான சாத்தியத்துக்கும் நேரடி உறவு இருக்குமென்பதே அது.

கிட்டத்தட்ட அனைத்து பௌத்தர்களும் பிற சமயங்களின் உறுப்பினர்களும் அமைதி மற்றும் சகிப்புத்தன்மை என்னும் குணங்களில் நம்பிக்கை உள்ளவர்கள் என்றே வைத்துக் கொண்டாலும், அவர்கள் எல்லோரும் உண்மையாகவே அமைதி விரும்பிகளாகவும் சகிப்புத்தன்மையுடனும் இருப்பார்கள் என்று எதிர்பார்ப்பதற்கு ஒரு காரணமும் இருக்க முடியாது. இம்மானுவல் கான்ட் தெளிவாகப் புரிந்துகொண்டது மாதிரி, நமக்கு நாம் வெளிப்படையாக இருப்பதில்லை; நாம் செய்வதை நாம் ஏன் செய்கிறோம் என்பதை விரிவாக நம்மால் புரிந்து கொள்ளவே முடியாது. குறிப்பிட்ட காரணத்துக்காக நாம் ஒரு குறிப்பிட்ட செயலைச் செய்தோம் என்பதில் நம்மால் என்றுமே நிச்சயத்துடன் இருக்க முடியாது. என்றும் ஒளி புகாத மனோதத்துவ, நரம்பியல், அல்லது சமூக – பொருளாதாரக் காரணிகளின் கட்டுப்பாட்டில் இருக்கிறோம் என்பதையும் நம்மால் உணர முடியாது. ஆகையால், ஒரு சமூகத்தின் சகிப்புத்தன்மை, அமைதி மேலான பரவலான நம்பிக்கை அந்தச் சமூகத்தினுடைய மக்களின் செய்கைகளுக்கு வழிகாட்டும் என்ற அனுமானத்துக்கு நாம் வந்துவிட முடியாது.

எனவே, வரலாற்று நிகழ்வுகள் எல்லாம் மக்கள் கொண்டுள்ள சமய நம்பிக்கைகளின் அடிப்படையிலான கதையாடல்கள் என்பது பற்றி நாம் கவனமாயிருக்க வேண்டும். ஒருவர் மதிக்கத்தக்கவர் என்பதுவும் – அல்லது அவள் ஒரு காரியவாதி என்பதுவும் – அவரவர் கொண்டுள்ள நம்பிக்கையின் காரணமாக என்று சொல்லவே முடியாது. நன்னம்பிக்கை பரவலாக உள்ள சமூகங்களிலும் கூட மனிதத் தவறுகளை அதன் வரலாற்றில் நம்மால் எளிதில் அவதானிக்க முடியும். இந்த வகையில் பௌத்தச் சமூகங்கள், பிற சமூகங்களிடமிருந்து எந்த விதங்களிலும் மாறுபட்டவையல்ல.

சரித்திரத்தின் பெரிய பௌத்தத் தத்துவ ஆசிரியர்களே இதை ஒத்துக்கொள்வார்கள். ஒரு நம்பிக்கையை ஏற்பது வேறு (உதாரணத்திற்கு, அனைத்து உயிரினங்களின் மீதும் கருணைகொள்ள வேண்டும்); அந்த நம்பிக்கைக்கேற்றபடி வாழ்வது வேறு என்பதைப் பல பௌத்தச் சிந்தனையாளர்கள்

வலியுறுத்தியிருக்கிறார்கள். அனைத்து உயிர்களின் மீதான ஒருவனின் உறவைப் பொறுத்தவரை, கொண்ட நம்பிக்கையின்படி நம்மை மாற்றிக்கொள்ள வேண்டுமெனில், ஒருவன் அந்த நம்பிக்கையைக் காலந்தோறும் சிந்தனையில் பயிரிட வேண்டும் – பௌத்தப் பாதையின் துணை கொண்டு கடும் செயல் ஒழுக்கத்தோடு. இது மிகவும் அவசியம், ஏனென்றால், பௌத்தத் தத்துவஞானிகள் சொன்னபடி, நாம் அனைவரும் – பௌத்தர்களை யும் சேர்த்து – சுயத்தை மையப்படுத்தும் இருப்பு நிலைகளுக்கு மிகவும் ஆழமாகப் பழகிப்போய் இருக்கிறோம். அப்படி இல்லையென்றால், பௌத்தப் பயிற்சிகளுக்கு அவசியமில்லாமல் போயிருக்கும். ஆனால், எல்லா இடங்களிலும் (அந்த இடம் திபெத், ஜப்பான், மியான்மரே ஆனாலும்!) மக்கள் சுயத்தை மையமாகக் கொண்டவர்கள். இதை மாற்றக் கடுமையான உழைப்பு தேவைப்படுகிறது. பௌத்தர்கள் சொல்வது போல, நம் நம்பிக்கைகளைக் கலவரத்துக்குள்ளாக்கும் பழக்கத்துக்கு அடிமைப்பட்ட மனநிலைகளைக் கடப்பதற்கு எண்ணற்ற ஜன்மங்கள் தேவைப்படலாம்.

மேலும் சில துணுக்குகள்

துவங்குபவரின் மனம்

பேராசிரியர் டி டி சுஸுகி ஜென் பௌத்தத்தை அமெரிக்காவிற்கு அறிமுகப்படுத்தி வைத்தார். அடுத்து வந்த ஷுன்ரியு சுஸுகி முதல் ஜென் பௌத்த ஆலயத்தை அமெரிக்காவில் நிறுவினார். இரண்டு சுஸுகிகள் ஜென் பௌத்தத்தின் இன்றைய உலகளாவிய மறுமலர்ச்சிக்கு முக்கியக் காரணங்கள். ஷுன்ரியூ சுஸுகியின் *Zen Mind Beginner's Mind* ஒரு பெஸ்ட் செல்லர்.

புத்தகத்தின் ஆரம்பப் பத்தியை வாசிக்கும் போதே ஐம்பது வருடங்களாக பெஸ்ட் செல்லர் வரிசைகளில் இந்தப் புத்தகம் எப்படித் தொடர்ந்து இருந்து வருகிறதென்பது விளங்கிவிடுகிறது.

"ஜென் பயிற்சி மிகக் கடினமானது என்று மக்கள் எண்ணுகிறார்கள். இந்த விஷயத்தைப் பொறுத்தவரை ஜென் பயிற்சி கடினமானது என்பதில் ஒரு தவறான கருத்து இருக்கிறது. கால்களைக் குறுக்கிக்கொண்டு பத்மாசனத்தில் அமர வேண்டும் என்பதோ ஞானத்தை அடைய வேண்டுமென்பதோ அல்ல கடினமான அம்சங்கள். மனதைத் தூய நிலையில் வைத்திருப்பதும் அதே நிலையில் இருந்து கொண்டு ஜென் பயிற்சிகளில் ஈடுபடுவதும்தான் கடினமானது."

“எங்கள் ஜப்பானில் “ஷோஷின்” என்னும் சொல்லை உபயோகிப்பார்கள். இதன் அர்த்தம் “துவங்குபவனின் மனம்”. ஜென் பயிற்சியின் இலக்கு நம்முடைய “துவங்குபவனின் மனதை”த் தக்க வைத்துக்கொள்வதுதான். உதாரணமாக, பிரஜ்ன பாரமித சூத்திரத்தைப் பாராயணம் செய்கிறோம் என்று வைத்துக்கொள்வோம். ஒரு முறை அதை வாசித்து முடிக்கும்போது அது ஒரு நல்ல அனுபவமாக இருக்கும். இதற்குப் பிறகு சூத்திரத்தை, இரு முறை, மூன்று முறை அல்லது நான்கு முறை என்று பாராயணம் தொடரும்போது முதன் முறை நாம் வாசித்தபோது நமக்கிருந்த மன்ப்பான்மையை நாம் இழக்க நேரிடலாம். இது வேறு ஜென் பயிற்சிகளின் போதும் நடக்கலாம். பயிற்சி தொடங்கிய சற்று நேரத்துக்குத் துவங்குபவனின் மனதை நாம் தக்க வைக்கலாம். பயிற்சி இரண்டு, மூன்று, நான்கு என்று தொடரும்போது, சில தொடர்ச்சியற்ற முன்னேற்றங்களை அடைந்தாலும், ஆரம்ப மனதின் எல்லையற்ற அர்த்தத்தை நாம் இழக்கலாம்.”

“ஜென் பௌத்த மாணவர்களுக்கு இருமைகளில் லயிக்காமல் இருப்பது மிக இன்றியமையாததாகும். நம்முடைய “ஆரம்ப மனது” அனைத்தையும் தன்னகத்தே கொண்டுள்ளது. அது வளமானது. தன்னளவில் தன்னிறைவானது தன்னிறைவான மன நிலை என்றும் இழக்கப்படக் கூடாதது. மூடிய மனம் என்று இது அர்த்தமாகாது. நிஜத்தில் இது காலியான மனம். தயார் மனம். உங்கள் மனம் காலியான மனம் எனில் அது நிரம்பத் தயாராக இருக்கக் கூடிய மனம். திறந்த மனப்பாங்கோடு பிறவற்றை நோக்கத் தயாராக இருக்கக்கூடியது. ஆரம்ப மனதில் பல சாத்தியங்கள் இருக்கின்றன. வல்லுநரின் மனத்திற்கு மிகச் சில சாத்தியங்களே உள்ளன”

காலத்தின் மிகச் சிறிய அலகு

ஒன்றைச் சார்ந்து எழுவதே மற்றது. இந்தக் கணம் அல்லது இந்த நொடி எந்தத் தர்மங்களைச் சார்ந்து எழுந்தது. இதன் பதிலைச் சிந்திக்க எத்தனித்த பௌத்த ஆச்சாரியர்களின் கருத்துக்கள் நம்மை வியப்படைய வைக்கின்றன.

வடிவத்தின் மிகச் சிறு எல்லை சிறு துகள். காலத்தின் மிகச் சிறு எல்லை கணம். இந்தக் கணத்தை எப்படி அளவிடுவது? சூழல் கனிந்து வருகையில் தர்மத்தின் (*phenomenon*) பெறுகை எழும்; தர்மம் நகரும்போது ஒரு துகளிலிருந்து இன்னொரு துகளுக்கு நகர்வதற்கு எடுத்துக்கொள்ளும் கால அளவு ஒரு கணம். அபிதர்மிகா சொல்லுவது போல: ஓர் ஆரோக்கியமான

மனிதனின் ஒருமுறை விரல் சொடுக்கு அறுபத்தியைந்து கணங்கள் நீடிக்கும் – வசுபந்து

ஒரு துகள் சுழல எடுத்துக்கொள்ளும் நேரமே காலத்தின் மிகச்சிறிய தனித்த அலகு – வசுபந்து

காரணக்காரியங்களை ஒட்டி எழும் தர்மங்களின் ஒற்றைக் கணத்துள், உதாரணமாக ஒரு விரலைச் சொடுக்குவதற்கு ஆகும் நேரத்துள் எண்ணற்ற கணங்கள் எழுந்து ஓய்கின்றன. அந்தக் கணத்தின் கால அளவுக்குள் 368 கணங்கள் கடந்துசெல்வதாக ஸ்ராவகர்கள் சொல்கின்றனர் – தர்மமித்ரா

நாகார்ஜுனர் சூத்திராலங்காராவில் அவதாம்சகச் சூத்திரத்திலிருந்து கொடுக்கும் மேற்கோள்:

“கருடனை விட அதிக வேகத்தில் வலிமையான குதிரையால் இழுக்கப்படும் ஆயிரம் கம்பிகள் கொண்ட சக்கரத்தாலான இரும்பு ரதத்தில் அமர்ந்திருக்கும் மனிதன். ஒரு விஷப்பாம்பு அந்த ரதத்தை ஒரு முறை சுற்றி வர எடுத்துக்கொள்ளும் நேரத்தில், பிக்கு ஆனந்தர் பத்து தர்மங்களைப் பயில்வித்து அதன் பொருள் புரிந்துகொள்ளபட்டது. ஆனந்தர் ஒரு தர்மத்தைப் பயில்வித்த கணத்தில் ஷாரிபுத்தர் ஆயிரம் தர்மங்களைப் பயில்வித்து அவற்றின் பொருள் புரிந்துகொள்ளப்பட்டது. ஷாரிபுத்தர் ஒரு தர்மத்தைப் பயில்விக்க எடுத்துக்கொண்ட கணத்தில் மௌத்கல்யாயன பிக்கு எண்பதாயிரம் லோகங்களுக்கு விஜயம் புரிந்தார்.”

நாகார்ஜுனர் ஐன்ஸ்டைனின் முன் ஜென்மமோ? ஐன்ஸ்டைனின் சார்பியல் கோட்பாட்டை விவரிக்கும் பொருட்டு பயன்படுத்திய சிந்தனைப் பரிசோதனை போலவே மேலே சொன்ன கால அடுக்குகள் தொனிக்கின்றன அல்லவா?

நாகார்ஜுனர் மேலும் இந்தக் கணம் பற்றிச் சிந்திக்கிறார். ரத்தினாவளியில் சொல்கிறார்:

ஒரு கணத்துக்கு ஒரு முடிவு இருப்பது போல
அதற்கு ஒரு தொடக்கமும் இடையும் இருக்கும் என்று யோசி
ஆகையால், மூன்று கணங்களை அது அடக்கிக் கொண்டிருப்பதால்
இந்த உலகம் ஒரு கணம் கூட நீடிப்பதில்லை

எப்படிப் பிரிக்க முடியாத நுண்மைத் துகளை ஸ்தாபிக்க முடியாதோ அதே போலப் பகுதியற்ற கணத்தை உள்ளடக்கிய காலத்தை இறுதியான கால அலகாகப் பிரகடனம் செய்துவிட

முடியாது என்னும் கருத்தில் மாத்யமகர்களும்* சித்தமாத்ர சிந்தனையாளர்களும்** ஒத்துப் போகிறார்கள்.

விடுபட்ட இணைப்பு

இந்திய தத்துவ, சமய வரலாற்று ஆளுமைகளைப் பொறுத்த மட்டில் சப்தரிஷிகள், உபநிடதப் பாத்திரங்கள், குமாரில பட்டர், ஆதி சங்கரர், ஸ்ரீராமானுஜர் முதலானோரை, இந்துச் சமயத்துடன் அடையாளப்படுத்தப்படும் ஆசாரியர்களைப் போற்றுகிறோம்; கொண்டாடுகிறோம். இந்தத் தத்துவத் தொடர் சிந்தனையில் விடுபட்ட இணைப்பு ஒன்று இருக்கிறது. அந்த இணைப்பைக் கொண்டாடுவதெல்லாம் கூட முக்கியமில்லை. அந்த இணைப்பின் முக்கியப் பேராசார்யர்களைப் பற்றி அறியவாவது செய்கிறோமா? இந்த இணைப்பின் மூல நூல்கள் இப்பெருநிலத்தில் தான் எழுதப்பட்டன. இந்த ஆசார்யர்கள் பிறந்ததுவும் இங்குதான். வாழ்ந்ததும் இங்குதான். அவர்களெல்லாம் வடக்கத்தியர்கள் என்று நாம் சாக்குபோக்கு சொல்லிவிட முடியாது. இந்த ஆசார்யர்களின் வரிசையில் தெற்கில் பிறந்தவர்களும் இருக்கிறார்கள். இந்தப் பெரும் சிந்தனையாளர்கள் எழுதிய பல மூல நூல்கள் நம்மிடம் இல்லை. அவர்களின் பல நூல்களை நாம் இன்று திபெத்திய, சீன மொழிபெயர்ப்பு நூல்கள் வழியாகத்தான் அறிய முடிகிறது. நாகார்ஜுனர், அஸங்கர், வசுபந்து, திக்நாகர் மற்றும் தர்மகீர்த்தி – இந்தப் பெயர்கள் தாம் இன்று நம்முடைய பொது அறிவில் விடுபட்டிருப்பவை. இந்த ஆசிரியர்களின் சிந்தனைக் கோடு மங்கிப் போவதில் நம்முடைய தத்துவ மரபு முழுமை பெறாது. வணக்கத்துக்குரிய தலாய் லாமா இவர்களை *Nalanda Masters* என்றழைக்கிறார்.

போதிசேனர்

ஒரு தமிழ்த் திரைப்படம் செய்த கைங்கரியம். சமீப காலங் களில் போதி தருமர் காஞ்சியிலிருந்து சீனா சென்ற புத்தபிக்கு

---

* நாகார்ஜுனர் துவக்கிய சிந்தனைப் போக்கு மாத்யமகம். ஆரிய தேவர், சந்திரகீர்த்தி, சாந்தி தேவர் போன்ற நாலந்தா பௌத்த ஆசார்யர்கள் மாத்யமக சிந்தனையாளர்கள்.

** சித்த மாத்ரம் (மனம் மட்டும்) என்ற தத்துவ நிலைப்பாடு முதன்முதலில் லங்காவதாரச் சூத்ரம் என்னும் மகாயானச் சூத்ரத்தில் விவரிக்கப்பட்டது. தர்மங்கள் அனைத்தும் உற்பத்தியாகாதவை. அவை மனத்தின் தோற்றங்கள் என்பது சித்தம் மாத்ரம் பள்ளியின் தத்துவ நிலைப்பாடு. பிற்காலத்தில் வசுபந்து முதலான தத்துவ ஞானிகள் சித்த மாத்ரம் கோட்பாட்டை விரிவுபடுத்தினார்கள். யோகாசார பௌத்தம் என்றும் சித்த மாத்ரத்தைக் குறிப்பிடுவர். அஸாங்கர், திக்நாகர், தர்மகீர்த்தி முதலானோர் இந்த வரிசையில் வருவார்கள்.

என்று பலரும் அறிந்திருக்கிறார்கள். மதுரையிலிருந்து ஜப்பான் சென்ற ஒரு பிக்கு பற்றி அதிகம் அறிந்திருக்க மாட்டார்கள். எட்டாம் நூற்றாண்டில் ஜப்பானின் தலைநகராக இருந்தது நாரா என்னும் நகரம். ஒஸாகாவிலிருந்து கிழக்கில் இருக்கிறது நாரா. இங்கு எட்டாம் நூற்றாண்டில் கட்டப்பட்ட தொடாய்ஜி (*Todaiji*) கோயிலின் மூலவர் பிரம்மாண்டமான வைரோசன புத்தர். ஜப்பானிய மொழியில் டைபுட்ஸு என்று குறிப்பிடப்படும் பெரிய புத்தரின் கண்களுக்கு வர்ணமிடும் மரியாதையைப் பேரரசர் ஷோமு தென் இந்தியாவிலிருந்து வந்த பிக்ஷு போதிசேனருக்கு அளித்தார். டையான்ஜி கோயிலில் தங்கியிருந்து கேகான் பௌத்த மரபை நிறுவினார் போதிசேனர். சமஸ்கிருதம் பயில்வித்து வந்தார். தோமி மலைக்கு விஜயம் செய்த போதிசேனர் அம்மலை புத்தர் அடிக்கடி பேருரைகள் ஆற்றிய கழுகுக்குன்றம் (பிகாரில் ராஜ்கிரில் இருக்கிறது) போலவே இருப்பதால் அதனடிவாரத்தில் இருக்கும் தியான மண்டபத்திற்கு ர்யோஸென்ஜி என்று பெயர் வைக்குமாறு பேரரசரைக் கேட்டுக்கொண்டார். கழுகுக்குன்றத்தை ஜப்பானிய மொழியில் ர்யோஜுஸென் என்று குறிப்பிடுவார்கள் என்பதால் இந்த வேண்டுகோள். பேரரசர் அதை ஆமோதித்தார். ஜப்பானிய மரபில் போதி சேனர் பிராமண சாது எனும் பொருள்படும் “பரமாணோ ஸோஜோ” என்ற அடைமொழியாலும் வழங்கப்படுகிறார்.

அறிவுக்கொள்ளை

பொருட்களைக் கொள்ளையடிக்க வேற்று நாட்டைத் தாக்குவார்கள். ஒரு நாட்டில் வசிக்கும் சான்றோரைத் தன் நாட்டுக்குள் அழைத்து வர போர் நடந்தால்?

சீனாவின் மேற்கெல்லையில் இருக்கும் குச ராஜ்யத்தில் (இப்போது குக்க கௌண்டி என்றழைக்கப்படும் ஷின்ஜாங் பிராந்தியம்) வசித்து வந்தார் குமார ஜீவர். குச ராஜ்யத்தின் இளவரசி காஷ்மீர் பிராமணர் ஒருவரை மணந்துகொண்டார். இவர்களுக்குப் பிறந்தவர்தான் குமார ஜீவர். பௌத்த ஆகமங்கள், நால் வேதங்களில் வித்வத்து மற்றும் பன்மொழியறிவு பெற்றிருந்த குமார ஜீவரின் புகழ் கின் வம்ச அரசர்கள் சங்கானை ஆண்ட போது சீனாவெங்கும் பரவியது. குச ராஜ்யத்தைக் கைப்பற்றிக் குமார ஜீவரைச் சீனா அழைத்துவர கின் அரசன் தன் பிரதானத் தளபதியின் தலைமையில் ஒரு படையை அனுப்பி வைத்தான்.

மதுராவைத் தாண்டிய பிரதேசத்தைக் குசான பேரரசன் கனிஷ்கர் முற்றுகையிட்டபோது காவியக் கவிஞர் அசுவகோசர் (புத்தசரிதம், சுந்தரானந்தா போன்ற பௌத்தக்

காவியங்களை இயற்றியவர்) தம்மிடம் ஒப்படைக்கப்படுதல் எதிரிப்படை சரணடைவதற்கான நிபந்தனைகளில் ஒன்றாக விதிக்கப்பட்டதாகவும் கூறப்படுகிறது.

பழையன கழிதலும் புதியன புகுதலும்

பதினேழு வருடங்கள் இந்தியாவெங்கும் பிரயாணம் செய்து முந்நூறுக்கும் மேலான தேரவாத, மகாயானச் சூத்திர, சாத்திர நூல்கள், ஏழு பெரிய புத்தர் சிலைகள் மற்றும் நூற்றுக்கும் மேலான புத்த ரெலிக்குகளை எடுத்துக்கொண்டு தாயகம் திரும்பினார் யுவான் சுவாங். யுவான் சுவாங் இந்தியா செல்வதற்கு ஐநூறு ஆண்டுகளுக்கு முன்னிருந்தே இந்திய பௌத்த நூல்கள் சீனத்தில் மொழிபெயர்க்கப்படப்பட்டுக் கொண்டிருந்தன. குமார ஜீவர், போதிருசி, சிக்சானந்தர் முதலான மொழிபெயர்ப்பாளர்கள் பல்வேறுபட்ட பௌத்த நூல்களைச் சீன பௌத்தத்தில் கொண்டு வந்து சேர்த்திருந்தனர். யுவான் சுவாங் மொழிபெயர்க்கத் துவங்கிய பின் குமார ஜீவர் முதலானோரின் மொழியாக்கங்கள் “பழைய நூல்கள்” என அழைக்கப்படலாயின. பழைய நூல்கள் பூர்த்தி பெறாத படைப்புகள் என்றும் தெளிவற்ற மொழிபெயர்ப்புகள் என்றும் முற்றிலும் புறந்தள்ளப்பட வேண்டியவை என்றும் விமர்சித்தார் யுவான் சுவாங். அப்போதைய சீன ஜென் ஆசார்யர்களில் ஒருவரான பா சுங் (*Fa Chung*) யுவான் சுவாங்கின் விமர்சனத்தை அதிகப்பிரசங்கித்தனம் எனக் கருதினார். “பழைய நூல்களின் அடிப்படையிலேயே நீர் சாதுவாகவும் பின்னர் பிக்குவாகவும் துறவாடை அணிய வைக்கப்பட்டிருக்கிறீர்; இப்போது பழைய நூல்கள் உமக்கு ஏற்புடையவை அல்ல எனக் கருதினால் பழைய நூல்களின் அடிப்படையில் பெறப்பட்ட பிக்குவென்ற தகுதியைத் துறந்துவிட்டுப் புது நூல்களின் அடிப்படையில் பிக்குவாகும் முயற்சியில் ஈடுபடுங்கள்” என்று பா சுங் விமர்சித்தார். யுவான் சுவாங்கின் இந்தியப் பயணத்துக்குப் பிறகு மொழியாக்கம் செய்யப்பட்டவை “புது நூல்கள்” என்று சீனோலஜியில் வகைப்படுத்தப்படுகின்றன. எனினும், குமார ஜீவருடன் ஒப்பிடுகையில் யுவான் சுவாங்கின் மொழிபெயர்ப்புத் தரம் அவ்வளவு சிறப்பானவொன்றாக கருதப்படுவதில்லை.

தத்துவங்களின் கைகுலுக்கல்கள்

பௌத்தமும் வைதீக மதங்களும் அரசியல் ரீதியாகவும் பண்பாட்டு ரீதியாகவும் மத்திய காலச் சமூகத்தில் தத்தம் நிலைகளை உறுதி செய்துகொள்வதற்கான போராட்டங்களில் பல நூற்றாண்டுகளாக ஈடுபட்டுப் பல விரும்பத்தகாத விளைவுகளை ஏற்படுத்தின என்பது உண்மை. ஆனாலும், இன்னொரு விதப் போராட்டங்களும் அறிவுசார் தளங்களில் நிகழ்ந்துகொண்டிருந்தன. சைவம், வைணவம், பௌத்தம், ஜைனம் போன்ற மதங்கள் தத்தம் தத்துவ செழுமையை நிலைநிறுத்தும் வண்ணம் வார்த்தைப் போர்களில் ஈடுபட்டன. இந்த போர்களில் எழுந்த வாதங்கள் கூர்மையும் துல்லியத்தன்மையும் கொண்டவையாய் இருந்தன. இந்தச் சமயங்களின் ஆச்சாரியர்கள் தத்தம் தத்துவக் கருத்துகளை இத்தகைய வாதங்களில் உராய்ந்து அவற்றின் மதிப்பைச் சரிபார்த்துக்கொண்டனர். இந்த வாத மரபு பன்னெடுங்காலமாகத் தழைத்து நம் சமூகங்களுக்கும் சமயங்களுக்கும் ஆழமான தத்துவப்பிண்ணனியைத் தந்துகொண் டிருந்தது. இந்த வாத மன்றங்களில் நிலை நிற்காத தத்துவங்கள் காலாவதியாகின. உலகின் பழம்பெரும் பல்கலைக்கழகங்களாகிய தக்ஷசீலமும், நாலந்தாவும் இந்த வாதங்களுக்கு அரங்கமைத்துக் கொடுத்தன. மாற்று எண்ணங்கள் மீதான சகிப்பிலாத் தன்மை மிகுந்து வரும் இன்றைய நாட்களில், முன்னரே ஒத்துக்கொள்ளப்பட்ட தர்க்க விதிகளுக்கு உட்பட்டுத் தத்துவம் சார்ந்த கருப்பொருட்களில் அறிவு பூர்வ விவாதங்கள் நடைபெற்றதை எண்ணிப்

பார்க்கையில் நம் காலத்து ஊடகங்களும் 'ஜன நாயக' அரசியல் வாதிகள் பயணிக்க வேண்டிய தூரமும் எத்தனை என்ற கேள்வி எழாமல் இருக்காது.

❍

அத்வைதமும் பௌத்தமும் எதிரெதிர் தத்துவங்கள். நிலையான ஆத்மன் என்னும் கருப்பொருளை அடிப்படையாகக் கொண்டுள்ள தத்துவம் அத்வைதம். அனாத்ம வாதத்தைத் தன் முதுகெலும்பாகக் கொண்டது பௌத்தம். மகாயான பௌத்தத்துக்கு மிக நெருக்க மான தத்துவக் கருத்துகளை அத்வைதம் கொண்டுள்ளது என்று துவைதிகளும் விசிஷ்டாத்வைதிகளும் குறை சொன்னாலும் (ஆதி சங்கரர் ஒரு மறைமுக புத்தரென்பது இவர்கள் குற்றச்சாட்டு), நித்தியத்தன்மை கொண்ட பரப்பிரம்மம் எனும் வைதீக மதங்களின் கருத்தியலையே அத்வைதம் கொண்டுள்ளது. மகாயான பௌத்தத்தின் மூலக்கருத்தான காரணங்களையும், நிபந்தனைகளையும் சார்ந்தெழும் தோற்றக் கோட்பாட்டின் அடிப்படையிலான சாரமற்ற, வெறுமையான தர்மங்களை *(Phenomena)* ஷூன்யதா என்று கூறுகிறது. அத்வைதமோ மாயை காரண–காரியத் தொடர்புக்குட்படாதது என்றும் கூறுகிறது. ஆழமான வாசிப்பு இரு தத்துவ அமைப்புகளுக்கிடையேயான உட்கிடையான பல வித்தியாசங்களை அறிய உதவும்.

❍

ஒரு நூல். மண்டூக்ய உபநிஷத்தின் விளக்க உரை. இதை எழுதியவர் கௌடபாதர். இவர் ஐந்தாம் நூற்றாண்டிலோ ஆறாம் நூற்றாண்டிலோ வாழ்ந்திருக்கலாம் என்று ஆய்வாளர்கள் கருதுகிறார்கள். ஆதி சங்கரர் இவரை குருக்களுக்கெல்லாம் குரு என்று புகழ்கிறார். ஆதி சங்கரரின் குரு கோவிந்த பாதரின் குரு கௌடபாதர் என்பது ஸ்மார்த்தர்களின் நம்பிக்கை. மண்டூக்ய உபநிஷத்துக்கு விளக்கமாக எழுதப்பட்ட இந்த உரை நூல் மண்டூக்ய காரிகை என்றும் கௌடபாத காரிகை என்றும் அழைக்கப்படுகிறது. அத்வைத வேதாந்திகளுக்கு மிக முக்கியமான நூல் இது. ஆனால் இதை ஸ்ருதி என்று அவர்கள் வகைப்படுத்துவதில்லை.

நூலில் நான்கு பிரகரணங்கள் (அதிகாரங்கள்). முதல் மூன்று அதிகாரங்களிலிருந்து மட்டுமே வேதாந்த நூல்களில் பரவலாக மேற்கோள்கள் காட்டப்படுகின்றன. அத்வைதிகளி லிருந்து தத்துவ நிலைப்பாடில் வேறுபடும் பிற வைதீக மதக்குழுக்களாகிய த்வைதிகளும் விசிஷ்டாத்வைதிகளும் முதல் அதிகாரத்துக்கு மட்டும் (அது மண்டூக்ய உபநிஷத்தின்

விளக்கத்தைக் கொண்டிருப்பதால்) சுருதி என்ற அந்தஸ்தைத் தருகிறார்கள். இரண்டாம், மூன்றாம் அதிகாரங்களை அறவே ஒதுக்கிவிடுவார்கள். இதற்குக் காரணம் இரண்டாம், மூன்றாம் அதிகாரங்கள் அத்வைத நிலைப்பாட்டை எடுத்துப் பேசுவதாக இருப்பதால்.

அத்வைதிகள் நான்காம் அதிகாரத்தை பகிஷ்காரம் செய்யக் காரணம்? கௌடபாதரின் மண்டூக்ய காரிகையின் மூன்று பிரகரணங்களை மேற்கோள் காட்டுவார்கள். நான்காம் அதிகாரத்தை மேற்கோளே காட்டமாட்டார்கள். காரணம், நான்காம் அதிகாரத்தில் கௌடபாதர் பௌத்தத் தத்துவத்தின் கலைச்சொற்களை (குறிப்பாக நாகார்ஜுனரின்) உபயோகித்து வேதாந்தத்துக்கு விளக்கமளித்ததுதான். ஒன்று இது வேறுயாரோ எழுதி இணைத்திருப்பார்களோ என்ற சந்தேகம். இது பௌத்த நூலோ என்ற ஐயம் வேறு! இந்த நான்காம் அதிகாரத்தைக் கௌடபாதரே எழுதவில்லை என்ற ஊகமும் இன்னொரு காரணம். சுழலும் தீப்பந்தத்தை நிறுத்துதல் – என்னும் தலைப்புள்ள அந்த நான்காம் அதிகாரத்திலிருந்து பல பௌத்த ஆசார்யர்கள் – பாவவிவேகர், சாந்தரக்ஷிதர் மற்றும் கமலசீலர் எனும் நாலந்தாவின் ஆசிரியர்கள் மேற்கோள் காட்டியிருப்பதும் பிற்கால அத்வைத ஆச்சார்யர்களுக்குக் கௌடபாதர் பௌத்தரோ என்கிற சம்சயத்தை இன்னும் வலுப்படுத்தியிருக்கலாம்.

கௌடபாதருக்கு பௌத்தச் சிந்தனை பற்றிய பரிச்சயம் இருந்திருக்குமா என்பது விவாதப்பொருளேயல்ல. ஓரளவு அவருடைய நூலின் மூன்றாம் அதிகாரம், மேலும் அதிக அளவு நான்காம் அதிகாரத்திலிருந்து தெளிவாகக் கௌடபாதருக்கு பௌத்த சிந்தனை பற்றிய ஆழ்ந்த புரிதல் உண்டு என்பது தெரிந்துவிடுகிறது. இது ஒன்றும் அதிசயப்படத்தக்க விஷயமொன்றுமில்லை. அவர் வாழ்ந்த காலம் (பொ.ஆ. 500), பௌத்தம் இந்தியாவில் அறிவுசார் ஆதிக்கம் செலுத்திய காலம். குறிப்பாக அந்தச் சமயத்தில் மாத்யமக மற்றும் யோகாசார பௌத்த சிந்தனைப்போக்கு வளர்ச்சி பெற்றிருந்தது. எனினும் கௌடபாதரின் சிந்தனை அவர் பௌத்தர் என்று கருத இடம் கொடுக்கவில்லை. நாகார்ஜுனரின் மாத்யமகம், யோகாசார பௌத்தம்–இவை முன்னெடுத்த வாதங்களை அவர் பயன்படுத்திக் கொண்டாலும் தன் சிந்தனைகளை பௌத்தத்திலிருந்து தூரத்தில் வைக்க அவர் தவறுவதில்லை. பௌத்தச் சிந்தனைகளில் இருந்து அவர் கருத்துகள் எப்படி வேறுபடும் என்ற விதத்தை அறிவதற்கு மகாயான பௌத்தத்தின் மாத்யமக பௌத்தம் மற்றும்

யோகாசார பௌத்தம் எனும் இரண்டு முக்கியச் சிந்தனைப் போக்குகளைப் பற்றித் தெரிந்துகொள்வது அவசியம்.

பௌத்த தர்க்கத்தின் அஸ்திவாரம் பிரதீத்ய சமுத்பாதம் எனும் சார்பியல் தோற்றக்கோட்பாடு. இதைப் பற்றி புத்தர் சொன்னது: "இதை யார் புரிந்துகொள்கிறார்களோ அவர்கள் தர்மத்தைப் புரிந்துகொள்கிறார்கள். தர்மத்தைப் புரிந்து கொள்பவர்கள் இதைப் புரிந்துகொள்கிறார்கள்." இந்தத் தத்துவத்தைக் கீழ்க்கண்ட சொற்சமன்பாட்டால் விளக்குவார்கள்.

இது இருக்கிறது, ஏனென்றால் அது இருக்கிறது
இது இல்லை ஏனென்றால் அது இல்லை
இது இல்லாமல் போகிறது, ஏனென்றால் அது இல்லாமல் போகிறது.

(சம்யுத்த நிகாயம் S.II.28,65)

பௌத்தச் சிந்தனையின் மையம் பிரதீத்யசமுதபாதக் கோட்பாடு எனும்போது பனிரெண்டு நிதானங்கள் வாயிலாக விளக்கப்படும் இருப்பின் சுழற்சியை மட்டும் அது குறிப்பதில்லை. அனைத்தும் ஒன்றையொன்று சார்ந்து, காரணம், நிபந்தனை சார்ந்து எழுகின்றன எனும் பொதுக் கோட்பாட்டையும் குறிக்கிறது. புத்தரின் கருத்து அவர் காலத்தில் நிலவிய இரு தீவிர நிலைப்பாடுகளுக்கிடையிலான மத்தியப் பாதையானது. ஒரு தீவிர நிலைப்பாடு – என்றும் நிலையானதாக ஒன்று இருக்கிறது (சாஸ்வதவாதம்). இன்னொரு தீவிர நிலைப்பாடு – எதுவும் நீடிப்பதில்லை (உச்சேதவாதம்). புத்தரின் நிலை இவ்விரண்டுக்குமிடையிலான வழியாக எப்படி இருக்கிறது? அனைத்துக் காரணிகளும் ஒரு தொடர்ச்சி; இந்தத் தொடர்ச்சி மாறிக்கொண்டேயிருக்கும் ஒரு வரிசைக்கானது. இந்த வரிசையின் ஒவ்வொரு உறுப்பினரும் நிரந்தரமற்றவர். இந்த வரிசையின் உறுப்பினர் முன்னால் இருப்பவரைச் சார்ந்து எழுகிறார். அதே சமயம், பிந்தைய உறுப்பினரின் எழுதலுக்கு நிபந்தனையாகவும் இருக்கிறார். இவ்விதத்தில் "இன்மை" மற்றும் "இருப்பு" இவ்விரண்டுக்கும் இடையிலான மத்தியப் பாதையை பௌத்தம் போதிக்கிறது.

புத்தரின் மறைவுக்குப் பிறகு பௌத்தத்தின் பல பிளவுச் சிந்தனைப் போக்குகள் தோன்றின. சர்வாஸ்திவாத பௌத்தர்கள் எனும் சிந்தனைப் பிரிவு யதார்த்தப் பன்மைவாதத்தைத் தூக்கிப் பிடித்தது. இருப்பின் தனிமங்கள் (*Dharmas*) அநித்யமானவை என்றாலும் அவைகளுக்கு அடிப்படை இயல்பு (ஸ்வபாவம்) இருக்கிறது என்று சர்வாஸ்திவாத பௌத்தம் வாதாடியது. மாத்யமக பௌத்தப் பள்ளியை நிறுவிய நாகார்ஜுனர் (150–250

பொ.ஆ.) சர்வாஸ்திவாத பௌத்தர்களின் கருத்தைக் கடுமையாக எதிர்த்தார். பிரதீத்யசமுத்பாதத்தை அடிப்படையாக எடுத்துக் கொண்டு அதன் தர்க்கரீதியான முடிவுக்கு இட்டுச் சென்றார். ஒரு பொருளுக்கு அடிப்படை இயல்பு இருக்கிறதென்று சொல்லப்படுமானால் அது தன்னளவில் சுயாதீனமான இயல்புடன் இருந்தாக வேண்டுமென்று நாகார்ஜுனர் வாதாடினார். ஆனால் பௌத்தத்தைப் பொறுத்தவரை ஒவ்வொன்றும் பிறவற்றைச் சார்ந்தே தோன்றுகின்றன. *A*-யின் இருப்பு *B*-யின் இருப்பைச் சார்ந்ததாக இருப்பின் *A*-வுக்கு சுயாதீனமான இருப்பு இருக்கிறதென்று எப்படிச் சொல்ல முடியும்? ஒன்றைச் சார்ந்து எழும் காரணிகளுக்கு அடிப்படை இயல்பு என்பது இல்லை. அனைத்துமே பிறவற்றைச் சார்ந்து எழுபவையாக இருக்கும் பட்சத்தில் அனைத்துமே அடிப்படை இயல்பற்றவை (நிஸ்வபாவம்), அதாவது அனைத்துமே அடிப்படை இயல்பற்று வெறுமையானவை (ஸ்வபாவஷுன்யா). இப்படியாக நாகார்ஜுனர் ஆதி பௌத்தத்தின் மையக் கருத்தை எடுத்துக்கொண்டு அனைத்துக் காரணிகளின் 'வெறுமையை' (ஷுன்யதா) நிரூபித்துக் காட்டினார். மாத்யமகப் பள்ளியைப் பின்பற்றியவர்கள் ஷுன்யதா தத்துவம் 'மத்தியப் பாதையின்' சரியான புரிதல் என்று கொண்டாடினர். ஏனெனில் இது 'நித்யம்' (*Permanence*) அல்லது 'அழிவு' (*Annihilation*) என்னும் இரு தீவிரங்களுக்கு இடைப்பட்டது. ஒரு பொருளுக்கு உண்மையான இருப்பு (*Bhava*) இல்லையெனில், அதன் இன்மையும் (*Abhava*) நிறுவப்படமுடியாது. எனவே, 'இடது' எப்படி 'வலது'டனான தொடர்பு ரீதியாகவும் 'வலது' எப்படி 'இடது'டனான தொடர்பு ரீதியாகவும் இருக்கின்றனவோ, இன்மை – இருப்பு, சம்ஸாரம் – நிர்வாணம் என்னும் கருத்தியல்கள் எல்லாமும் தொடர்பு ரீதியாக மட்டுமே இயங்குகின்றன.

யோகாசார பௌத்தச் சிந்தனையாளர்களுக்கு உணர்வு மட்டுமே உண்மையானது. பொருள்களல்ல. உணர்வு உண்மை யானது என்பது மாத்யமக சிந்தனைக்குப் புறம்பானது. மாத்யமகச் சிந்தனையாளர்களுக்கு அறியும் உணர்வு, அறிந்த பொருள் இரண்டுமே ஒன்றுக்கொன்று தொடர்புள்ளவை. எனவே வெறுமையானவை. பொருள்களை உண்மையென்று ஏற்றுக் கொள்ளும் யதார்த்தவாதிகள் ஒரு கேள்வியும் எழுப்பாமல் பொருள், உணர்வு இரண்டையும் உண்மை என்று ஏற்றுக் கொள்வார்கள். இரண்டுமே தீவிரமான நிலைப்பாடுகள். யோகாசாரம் இரண்டு நிலைப்பாடுகளுக்கும் நடுவே செல்லும். யோகாசாரம் உணர்வுகளின் பாய்வுக்கு முக்கியத்துவம் கொடுக்கிறது. மாத்யமக பௌத்தம் போலவே யோகாசாரமும்

பொருட்களின் ஸ்வபாவமிலாத் தன்மையை ஏற்கிறது. ஆனால் மாத்யமகச் சிந்தனையாளன் போலல்லாது யோகாசார பௌத்தன் பொருளை அகவயமாக நோக்குகிறான். பொருள் அதாகவே தனியாக இருப்பதில்லை என்று உணருகிறான். பொருள் அவன் உணர்வின் அடுக்கின் மேல் படிந்திருப்பதாக உணர்கிறான் (பரிகல்பிதா). இந்த உணர்வு மாறுதலுக்குள்ளாகலாம். அதன் மேல் படிந்திருக்கும் இருமையை அதுவாகவே களைந்து தன்னைச் சுத்தப்படுத்திக் கொள்ளலாம்.

அத்வைத நூலான கௌடபாத காரிகையின் நான்காம் அதிகாரத்தில் மகாயானப் படைப்புகளின் எந்தெந்த நுட்பங்கள் எடுத்தாளப்படுகின்றன ?

– கலைச்சொற்களின் பயன்பாடு – பௌத்த இலக்கியத்தில் காணப்படும் பௌத்தத் தத்துவத்தின் முக்கிய அம்சங்களை விவரிக்கும் பல சொற்கள் இதில் உள்ளன.

– கிட்டத்தட்ட மாற்றம் செய்யப்படாத மேற்கோள் செய்யுட்கள் – பிரபலமான மாத்யமக மற்றும் யோகாசார இலக்கியப் பிரதிகளின் வரிகளைக் கையாளுதல்.

– கோட்பாடுகள் – தோன்றாத்தன்மை (non-origination), மன அதிர்வினால் படைக்கப்படும் பொருட்கள் (chittaspandana), முதலான பல பௌத்தக் கோட்பாடுகள்

இவற்றை விபத்துகள் என்றோ தற்செயல் என்றோ கூறிவிட முடியாது. கௌடபாதர் என்னும் அத்வைத வேதாந்தி மத்யமிக மற்றும் யோகாசாரக் கோட்பாடுகளின் வெளிச்சத்தில் வேதாந்தத்திற்கான அத்வைத மறுவிளக்கம் தர முயல்கிறாரென்று தான் நாம் முடிவெடுக்க வேண்டியிருக்கிறது. ஒரு வேதாந்திக்கு மாத்யமக பௌத்தத்தின் நுட்பமும் வாதங்களை அடுக்கும் முறையும் நன்கு உதவியிருக்கிறது. பரமார்த்த, சம்விருத்தி என்னும் ஈரடுக்கிலான உண்மைகளின் மாறுபாடு (Conventional and Ultimate), உண்மையற்ற தோற்றத்தை மறுத்துக்கொண்டே (Negation) உண்மையை அடையும் வழிமுறை என மாத்யமகப் பள்ளியின் வாத அடுக்கு முறையைக் கௌடபாதர் நன்கு உபயோகித்திருக்கிறார். பௌத்தத்தின் மாத்யமகச் சிந்தனையின் அறிதல் அந்த வேதாந்தியைத் தம்முடைய நூல்களை மறுவாசிப்பு செய்ய ஊக்குவித்து உபநிஷத்தில் உள்ள அத்வைத வாதத்தின் சாத்தியங்களை உணர வைத்திருக்கிறது என்று சொல்வது தகும்.

செய்திகளில் பௌத்தம்

First Post இணைய தளத்தில் மே 11, 2012இல் வெளியான ஒரு செய்திக் குறிப்பு:

சாதுவான முகங்கொண்ட பிக்குகள் காசு வைத்துச் சீட்டாட்டம் விளையாடும், மது அருந்தும், புகைக்கும் காட்சிகள் கொண்ட காணொளிப் பதிவுகள் வலைதளங்களில் வெளியாகி வைரலான தைத் தொடர்ந்து தென் கொரியாவின் மிகப் பெரிய பௌத்த சமயக் குழுவின் ஆறு தலைவர்கள் தம் பொறுப்புகளில் இருந்து விலகினர். கொரியர்கள் பௌத்தர்களின் அதிமுக்கியப் பண்டிகையான புத்தர் பிறந்த நாளன்று தேசிய விடுமுறையை அனுபவிக்கத் தயாராகும் சில நாட்கள் முன்னதாக இந்த ஊழல் குற்றச்சாட்டு எழுந்திருக்கிறது.

ஒரு கோடிப் பேர் பின்பற்றும் (அதாவது தென் கொரியாவின் மொத்த மக்கள் தொகையில் ஐந்தில் ஒரு பங்கு) ஜோக்யே* என்னும் பௌத்த சமயக் குழுவின் தலைவர் வெள்ளிக்கிழமையன்று பொது மன்னிப்பு கேட்டுக்கொண்டார்.

தென் கொரிய தொலைக்காட்சிகள் சாதுக்கள் சீட்டு விளையாடும் காட்சியைத் திரும்பத் திரும்ப ஒளிபரப்பின. ஒளிபரப்பப்பட்ட காட்சிகளில் சில சாதுக்கள் புகைத்துக்கொண்டிருந்தனர். இறந்துபோன ஒரு சாதுவின் நினைவுக் கூட்டத்தில்

---

* ஜோக்யே பௌத்தப் பிரிவு 11ஆம் நூற்றாண்டில் தொடங்கியது. இப்பிரிவு கொரியாவின் மரபார்ந்த பௌத்தப் பிரிவுடன், சியோன் என்றழைக்கப்படும் கொரிய 'ஜென்' பௌத்தத்தின் கொள்கைகள் மற்றும் Pure Land பௌத்தத்தின் கூறுகள் சேர்த்து உருவாக்கப்பட்டது.

கலந்துகொள்வதற்காக அவர்கள் வந்து தங்கியிருந்த ஓர் ஏரிக்கரை சொகுசு விடுதியில் இந்த வீடியோ படம் பிடிக்கப்பட்டுள்ளதாகத் தெரிகிறது. சியோங்கோ என்று தன் முதல் பெயரை மட்டும் தெரிவித்த ஒரு சாது ராய்ட்டர் செய்தி நிறுவனத்துக்கு அளித்த பேட்டியில் "பதிமூன்று மணி நேரத்துக்கும் மேலாக நடந்த அந்தச் சூதாட்டத்தின் பரிசுப் பணம் ஒரு பில்லியன் வோன்" என்றார். இந்தச் சம்பவத்தைப் பற்றிப் போலீசாருக்குத் தெரிவிக்கப்பட்டுள்ளதாகவும் சியோங்கொ சொன்னார்.

உரிமம் பெற்ற சூதாட்ட அரங்கு மற்றும் குதிரையோட்டக் களங்களைத் தவிர வேறெங்கும் சூதாட்டம் தென் கொரியாவில் தடை செய்யப்பட்டுள்ளது. தென் கொரியாவின் சமயத் தலைவர்கள் சூதாட்டத்தைக் கீழ்த்தரமான செயலாகக் கருதுவது வழக்கம்.

"அடிப்படையில் பௌத்த விதிகள் திருடக் கூடாதென்று சொல்கின்றன. ஆனால் இந்தச் சாதுக்கள் செய்த காரியத்தைப் பாருங்கள். பௌத்தர்கள் கொடுத்த காணிக்கைப் பணத்தை துஷ்பிரயோகம் செய்திருக்கின்றனர்." என்றார் சியோங்கொ.

மிதமான அளவில் மது அருந்தியதாகச் சொல்லும் இந்த சாதுக்களின் செய்கைகளால் சமயக் குழுவினுள் அதிகாரப் பிளவு நிகழ்ந்துள்ளதாகச் சொல்லப்படுகிறது.

ஓட்டலினுள் மறைத்து வைக்கப்பட்ட காமிராவினுள் பதிந்த வீடியோ க்ளிப்பை ஒரு பென் டிரைவ்வில் பெற்றதாக சியோங்கொ மேலும் தெரிவித்தார். அவர் மேல் கொலை மிரட்டல் உள்ளதால் அவருக்குத் தகவலை வெளிப்படுத்திய மூலம் யார் என்பதைச் சொல்ல மறுத்துவிட்டார்.

திசைமாறிப் போன சாதுக்கள் கொரியாவில் பலரையும் அதிர்ச்சிக்குள்ளாக்கியிருக்கின்றனர் என்று தெரிகிறது.

"சூதாட்டம், மதுப்பழக்கம், புகைப்பிடித்தல் – இத்தனையையும் மூடிய ஓட்டல் அறைக்குள் செய்யும் சாதுக்கள் அனைவரும் களங்கமுற்றவர்கள் என்றே இந்தத் தேசத்து மக்களால் கருதப்படுவார்கள்" என்று பௌத்தச் சீர்த்திருத்தத்தின் ஒருங்கிணைவு என்னும் குடிமையியல் குழு தன் அறிக்கையில் சொன்னது.

21.9.2017 அன்று இங்கிலாந்தில் வெளிவரும் தி டெலிகிராப் நாளிதழில் வெளியான பத்தியின் ஒரு பகுதி:

தலாய் லாமா என்னும் இனிமையான, என்றென்றும் சிரித்த முகமாக இருக்கும் ஓர் ஆளுமையின் காரணமாக திபெத்திய பௌத்தம் இன்று பல்வேறு மேலை நாடுகளில் கிட்டத்தட்ட

முப்பது வருடங்களாக மிகப் பிரபலமுற்றிருக்கிறது. பிற சமய நிறுவனங்களை பீடிக்கும் ஊழல் நோய் பெருமளவில் திபெத்திய பௌத்த நிறுவனங்களைப் இது நாள் வரை பீடிக்காமல் இருந்திருக்கிறது.

பௌத்தக் குழுக்களினிடையே சோக்யால் ரின்போசே* என்னும் பெயர் சர்ச்சைக்குரிய பெயராக இருந்தது. பல வருடங் களாக அவரின் நடத்தை குறித்த வதந்திகள் இணையத்தளங்களில் உலவி வந்தன. 1990இல் அவர் மேல் போடப்பட்ட பாலியல் மற்றும் உடலியல் முறைகேடு வழக்குக்கு நீதிமன்றத்துக்கு வெளியே தீர்வு காணப்பட்டது.

எனினும் மேற்கில் வசிக்கும் முக்கியமான பௌத்த ஆசான் என்ற அவருடைய நிலை சமீப காலம் வரை ஆட்டம் கண்டதில்லை. ஜூலை 2017இல் அவருடைய நெடு நாளைய, முன்னாள் மற்றும் இந்நாளைய எட்டு மூத்த சீடர்கள் சோக்யாலுக்குப் பனிரெண்டு பக்கக் கடிதம் ஒன்றை அனுப்பினர். “வெகு நாட்களாக உங்கள் நடத்தையைக் குறித்துக் கொதித்துக்கொண்டிருக்கும் பிரச்னைகள் இனிமேலும் ஒதுக்கித் தள்ளப்படவோ மறுக்கப்படவோ முடியாதவை” என்று தொடங்கும் இந்தக் கடிதம் சோக்யால் மீதான தீவிரமான பல குற்றச்சாட்டுகளை வரிசைப்படுத்துகிறது.

சோக்யாலின் வாடிக்கையான உடல் ரீதியான தாக்குதல்கள் பிற சாதுக்கள், பிக்குணிகள் மற்றும் உபாசகர்களான மாணவர்கள் ஆகியோருக்கு ரத்தக் காயங்களையும், நிரந்தர வடுக்களையும் ஏற்படுத்தியிருக்கின்றன என்று அக்கடிதம் சொன்னது. ஆசான் என்ற தன் ஸ்தானத்தைப் பயன்படுத்தி “இளம் பெண்களை அணுகுதல், அவர்களை வற்புறுத்தி, மிரட்டி, தந்திரமாகக் கையாண்டு பாலியல் ஆதாயங்களைப் பெற்றிருக்கிறீர்கள்.” மாணவர்கள் தம் “பிறப்புறுப்புகளை உங்களுக்குக் காட்டுவதற்காக” “வாய்வழிப் புணர்ச்சியை உங்களுக்குத் தருவதற்காக” “உங்களின் காட்சியின்பத்திற்கென தத்தம் பாலியல் கூட்டாளிகளுடன்

* சோக்யால் ரின்போசே எழுதிய The Tibetan Book of Living and Dying மிகப் பிரசித்தமான புத்தகம். உலகெங்கும் முப்பது லட்சம் பிரதிகளுக்கும் மேலாக விற்றிருக்கிறது. சரளமாக ஆங்கிலம் பேசக் கூடிய சோக்யால் ரின்போசே அறுபதுகளிலேயே ஐரோப்பாவுக்குச் சென்ற திபெத்திய லாமா. ரிக்பா என்னும் நிறுவனத்தை நடத்தினார். உலகின் பல்வேறு நாடுகளிலும் ரிக்பாவுக்குக் கிளை உண்டு. ஐரோப்பாவின் மிகப்பெரிய திபெத்திய பௌத்தக் கோயிலை பிரான்சில் நிறுவியதில் சோக்யாலுக்கு மிகப்பெரும் பங்குண்டு. 2008இல் நடந்த அதன் திறப்பு விழாவில் தலாய் லாமா, அப்போதைய பிரான்சு ஜனாதிபதியின் மனைவி கார்லா ப்ரூனி, பிரான்சு நாட்டின் மந்திரிகள் எனப் பல பிரபலங்கள் கலந்துகொண்டனர். அவர் மேல் பாலியல் புகார்கள் 2017 ஜூலையில் வலுக்கத் தொடங்கியவுடன் ரிக்பாவின் தலைமைப் பொறுப்பில் இருந்து ஆகஸ்டு 2017இல் விலகினார்.

உங்கள் படுக்கையில் உடலுறவு கொள்வதற்காக" உடையைக் களையக் கட்டளையிடப்பட்டிருக்கிறார்கள்.

சோக்யால் "மிக வசதியான, சொகுசுமிக்க, பெருந்தீனிக்கார வாழ்க்கை வாழ்ந்திருக்கிறார்" என்று அந்தக் கடிதத்தில் கூறப்பட்டுள்ளது. "இது அவரைப் பின்பற்றுபவர்களுக்குத் தெரியா வண்ணம் பல வருடங்களாக மறைக்கப்பட்டும் வந்தது" எனவும் "இந்த வசதியான வாழ்க்கைக்கான நிதி அவருடைய மாணவர்கள் அவருக்களிக்கும் நன்கொடைகளிலிருந்து வருகின்றன" எனவும், "காணிக்கை தரும் அப்பாவி மாணவர்கள் அவர்களின் காணிக்கை ஞானத்தையும் கருணையையும் உலகெங்கும் பரப்புவதற்கெனவே பயன்படுத்தப்படுவதாக எண்ணிக்கொண்டிருக்கிறார்கள்" எனவும் கடிதத்தில் குறிப்பிடப்பட்டுள்ளது.

"எங்களையும் மற்றோரையும் அடிப்பதும் கிள்ளுவதும், உங்களுடைய மாணவர்களுடனும் திருமணமான பெண்களுடனும் உடலுறவு கொள்வதும், மாணவர்களின் காணிக்கைகளை உங்களுடைய சொகுசு வாழ்க்கைக்கான நிதியாகக் கையாள்வதும், ஒரு பௌத்த குருவின் அறப்பூர்வமான, கருணை வழியிலான நடத்தை என்று நீங்கள் சொல்வீராயின், அது எப்படி என்பதை விளக்குவீராக"

கடிதத்தின் பிரதி தலாய் லாமா அவர்களுக்கும் அனுப்பப் பட்டுள்ளது. கடிதம் பற்றிய செய்தி காட்டுத்தீயெனப் பரவியது. சோக்யால் தலைமையேற்று நடத்திவரும் 'ரிக்பா' அமைப்பின் அஸ்திவாரம் ஆட்டம் கண்டது. சோக்யால் ரின்போசே தன்னுடைய மிக உயர் ஸ்தானத்திலிருந்து வீழ்வதற்கான முதல்படி இந்தக் கடிதம்.

மேலே கண்ட இரு செய்திக் குறிப்புகளும் மத அதிகாரத்தைத் தவறாகச் சுய நலத்துக்காகப் பயன்படுத்திக்கொள்ளும் போக்கு பௌத்தச் சமயத்தில் மட்டும்தான் காணப்படுகிறதென்று சுட்டுவதற்காக அல்ல. பல்வேறு புராதன மதங்களும் பொருளியல் சார்ந்த நவீனத்துவ வாழ்க்கை காலத்தில் சந்திக்கும் அதே சவால்களைத்தான் பௌத்தச் சமூகங்களும் சந்திக்கின்றன. சமயம் சொல்லும் நெறிகளை நவீன வாழ்க்கையில் பயன்படுத்துவதில் ஏற்படும் சிக்கல்கள், மத உட்பிரிவுகளுக்கிடையிலான வேற்றுமை களை நிலைமைக்கேற்றபடி மறு விளக்கம் செய்துகொண்டு சுயநலத் தேவைகளைப் பூர்த்திசெய்து கொள்ளல், போலி மத குருக்களின் ஏமாற்று வேலைகள் என்பவை போன்ற பிரச்னைகள் இன்றைய காலத்தில் எந்தச் சமயத்தில் இல்லை? சமயங்களின் சரியான நோக்கம் பற்றிய தெளிவில்லாமல் மந்திரமாயத்தால்

முக்தி நிலையை அடைந்துவிடலாம் என்னும் ஆன்மத் தேடலில் ஈடுபடுவோரின் குழந்தைத்தனமான நம்பிக்கையும் இத்தகைய சம்பவங்கள் நிகழ்வதற்கான தோற்றுவாய். பெரும்பாலானோரின் வாழ்வில் சமயம் வெறும் நம்பிக்கை என்ற அளவில் மட்டுமே இருப்பதால் எது சரியான மத நடைமுறை என்பதில் நவீனக் காலத்து ஆசாரமான பயிற்சியாளர்களுக்கு நடுவே இருக்கும் கருத்து பேதங்கள்; குழப்பங்கள்; அவற்றின் காரணமாக எழும் அணுகுமுறை வித்தியாசங்கள் என்பன போன்ற பிரச்சனைகளில் இருந்து பௌத்தம் போன்ற தர்க்க பூர்வச் சமயவியல்கள் கூடத் தப்ப முடிவதில்லை.

ஹாங்காங்கில் இருந்து வெளிவரும் தினசரியான South China Morning Post – இல் 29.5.2018 அன்று வெளிவந்த பத்தி ஒன்றைப் படிக்க நேர்ந்தது. ஹாங்காங்கின் புறநகரில் இருக்கும் ஒரு பௌத்தக் கோயிலின் பெண் பிக்குணி ஒருவர் விசா காரணங்களுக்காக ஒரு சாதுவுடன் போலித் திருமணம் செய்துகொண்டார் என்று ஒரு மாஜி திரைப்பட நடிகை வழக்கு தொடுத்தார். அந்தப் பிக்குணி போலித் திருமணம் செய்துகொண்டது ஊர்ஜிதம் ஆனதும் தக்க நடவடிக்கை எடுக்கப்பட்டது. ஹாங்காங் ஊடகங்கள் பரவலாக இவ்வழக்கு பற்றிய செய்திகளைப் பதிவு செய்தன. அந்த மாஜி நடிகை சில மாதம் முன்னர் லண்டன் சென்றிருந்தார். அங்கு சீன அகதி ஒருவர் போலித் துறவாடை போட்டுக்கொண்டு சாலையில் சென்று கொண்டிருந்தவர்களிடம் காணிக்கை கேட்டுத் தொந்தரவு செய்துகொண்டிருந்தார். மாஜி நடிகைக்கு இதைப் பார்த்ததும் பொறுக்கவில்லை. அந்தச் சீனாக்காரரிடம் வாக்குவாதத்தில் இறங்கினார். "நீ சாது என்பதை நிரூபி" "ஏதாவது ஒரு புத்த மந்திரத்தைச் சொல் பார்ப்போம்" "உன் பாஸ்போர்ட்டைக் காட்டு" என்றெல்லாம் சரமாரியாகக் கேள்விகளை அடுக்கினார். அவருடன் கூட வந்திருந்த நண்பர் ஒருவர் நடிகையின் ரோட்டோர விசாரணையைக் கைத்தொலைபேசியில் காணொளியாகப் பதிவு செய்யலானார். நடிகையின் கேள்விகளைக் கேட்டு அந்தச் சீன அகதி பயந்து போகவும் நடிகையின் உக்கிரம் மேலும் அதிகமானது. சீனாக்காரரின் மேலங்கியை நடிகை இழுத்தார். போலிச் சாது மன்னிப்புக் கேட்கிறார், பௌத்தம் பற்றி வாசிப்பேனென உறுதிமொழி கொடுக்கிறார். காணொளி வைரலாகிறது. சமூக வலைதளங்களில், இணைய நாளிதழ்களில் பகிரப்படுகிறது.

அந்த நடிகை செய்தது சரியா? என்ற கேள்வி ஷாங்காய் நகரில் ஒரு சின்ன உணவு விடுதி வைத்திருக்கும் ஒருவரிடம்

கேட்கப்படுகிறது. "அந்தச் சீனாக்காரர் செய்தது சரியில்லை; அவரைப் போலப் பல போலிகள் துறவாடை பூண்டு பாத்திரத்தை எடுத்துக்கொண்டு அலைகிறார்கள். காசு கேட்கிறார்கள். அவர்களுக்குப் பௌத்தமும் தெரிவதில்லை. ஒரு மந்திரமும் அவர்களுக்கு தெரிவதில்லை. நடிகை செய்தது ரொம்பச்சரி" என்கிறார் ஷாங்காய் நகரத்து உணவுவிடுதி உரிமையாளர்.

'போலிப் புத்தபிக்குகள்' பிரச்சனை தென்கிழக்காசியாவில் பரவலாகக் காணப்படும் பிரச்சனை என்று அந்தப் பத்தியின் ஆசிரியர் குறிப்பிடுகிறார். சீனாவின் பெரும் நகரங்களில் இருக்கும் புத்தக் கோவில்கள் சுற்றுலாப் பயணிகளிடமிருந்தும், கோயிலுக்கு வருபவர்களிடமிருந்தும் வணிக ரீதியாக லாபமீட்டும் நடவடிக்கைகளைச் சில மாதங்களுக்கு முன்னால் சீன அரசு தடை செய்திருக்கிறதாம். சாது போல உடையணிந்து அப்பாவி மக்களிடமிருந்து பணத்தைப் பிடுங்கும் போலிச் சாதுக்களின் மீதும் சீன அரசு சமீப காலங்களில் கடும் நடவடிக்கை எடுத்துவருகிறதாம்.

பிக்குகள் பணத்தைக் கையாளலாமா? என்பது பௌத்தச் சமூகங்களில் காலந்தோறும் இருந்துவரும் கேள்வி. இதற்கு மகாயான பௌத்தம் பின்பற்றப்படும் வடக்கு பௌத்த நாடுகளில் அளிக்கப்படும் வழக்கமான பதில் – தேரவாதம் எனப்படும் தெற்கு பௌத்தத்தில்தான் பிக்குகள் பணத்தைத் தொடக்கூடாது; மகாயானத்தில் அப்படியில்லை; பிரயாணத்துக்குத் தேவையான பணத்தை மகாயான பிக்குகள் கேட்டு வாங்கிக்கொள்ளலாம் – என்பது.

பெய்ஜிங் நகரில் கட்டிட நிறுவனம் ஒன்றில் வேலை செய்யும் சாம் லீ என்பவர் நடிகை செய்தது தவறு என்கிறார். அவரின் கருத்துப்படி தெற்கு பௌத்தத்தின் நியமங்கள் மற்றும் கட்டுப்பாடுகள் வடக்கு பௌத்தத்தில் திணிக்கப்படக்கூடாது.

முன்னாள் நடிகை தான் செய்தது சரியென்பதில் மிக உறுதியாய் இருக்கிறார்.

"முக்தி நிலையை அடைய, பௌத்தச் சாதகர்கள் ஞானம், கருணை – இவ்விரண்டையும் கொண்டிருத்தலோடு பிரிவினை இதயம் இல்லாதவராய் இருத்தலும் அவசியம். உட்பிரிவுகள் இல்லாத மூல பௌத்தத்தை மீட்டெடுத்தலே எனது லட்சியம்" என்று முழங்குகிறார்.

பனித்துளியின் உலகம்

சொர்ரிப்பூக்களென
நேற்று பொழிந்த பனி
மீண்டும் நீரானது
– கோஸான்

பனித் துளியின் உலகம்
ஒவ்வொரு துளிக்குள்ளும்
போராட்டங்களின் உலகம்
– இஸ்ஸா

பௌத்தம் பற்றி அறிய விழைவோருக்கான ஆரம்ப நூல்கள்

1. What Buddha Taught / by Rahula Walpola
2. மணிமேகலை – மூலத்தைப் படிக்க முடியாதோர் தகுந்த உரையைப் படிக்கலாம். பௌத்தத்தின் சீரிய தத்துவங்களை மணிமேகலை போன்று வேறெந்த நூலும் அழகுத் தமிழில் சொல்ல முடியாது.
3. புத்தச் சரிதம் / அசுவகோசர் – ஏறக்குறைய இரண்டாயிரம் ஆண்டுகளுக்கு முன்னர் இயற்றப்பட்ட இந்த சமஸ்கிருத காவியத்துக்கு நிறைய உரைகள் வந்துள்ளன. தமிழில் வந்துள்ளனவா என்று தெரியவில்லை. S C Johnston எழுதிய ஆங்கில உரை எனக்கு மிகவும் பிடித்தது.
4. தம்மபதம் – இதற்கு ஏராளமான மொழிபெயர்ப்பு நூல்கள் உள்ளன.
5. ஜாதகக் கதைகள்

    மேற்கண்டவற்றை வாசித்த பிறகு பௌத்தத்தின் மூல நூல்களை வாசிக்கத் தொடங்கலாம். ஏறத்தாழ அனைத்துப் பௌத்த மூல நூல்களுக்கும் தரமான ஆங்கில மொழிபெயர்ப்பு இணையத்தில் கிடைக்கிறது.

நூற்பட்டியல்

1. 'மணிமேகலை மூலமும் உரையும்' – ந.மு. வேங்கடசாமி நாட்டார் – ஔவை சு.துரைசாமிப் பிள்ளை – சாரதா பதிப்பகம் – 2007
2. 'மணிமேகலை' – உ.வே.சா பதிப்பு
3. The Way of the Bodhisattva : A translation of Bodhicharyavatara - Shantideva - Padmakara Translation Group - Shambhala Classics - 2006
4. Imagining a Place for Buddhism - Anne E Monius - Oxford University Press - 2001
5. Buddhist Logic Volume I and II - Th.Stcherbatsky - Motilal Banarsidass Publishers - 2008
6. The Lotus-Born : The Life Story of Padmasambhava - Translated from Tibetan by Erik Pema Kunsang. Edited by Marcia Schmidt - Shambhala Publications - 1993
7. 'என் சரித்திரம்' – உ.வே.சா
8. Jataka Tales of the Buddha An Anthology Volume I to IV, - Retold by Ken and Vishakha Kawasaki, - Buddhist Cultural Centre, Sri Lanka
9. Burton Watson's Translation of The Lotus Sutra - Columbia University Press, 1993
10. The Stories of the Lotus Sutra - Gene Reeves (Wisdom Publications, Boston, 2010)
11. Mahayana Buddhism - The doctrinal foundations - Paul Williams - Routledge - 2008

12. *Studies in Lankavatara Sutra* - Daisetz Teitaro Suzuki - Munshiram Manoharlal Publishers Pvt Ltd - 1998

13. *Spring & Asura* - Poems by Kenji Miyasawa - Translated by Hiroaki Sato - Chicago Review Press - 1973

14. *Manimekhalai (The Dancer with the Magic Bowl)* - Translated by Alain Danielou - New Directions Publishing - 1989

15. *What The Buddha Taught* - Walpola Rahula - Buddhist Cultural Centre, Sri Lanka - 1996

16. *Journey to the West* - Volume I to IV - Wu Cheng'en - Translated by W J F Jenner - Foreign Languages Press, Beijing

17. I*n the Buddha's Words : an anthology of Discourses from the Pali Canon* - Edited and introduced by Bhikku Bodhi - Wisdom Publications, Boston - 2005

18. *Dialogues of Buddha (The Digha-Nikaya)* - Translated from Pali by T W Rhys Davids - Oxford University Press - 1899

19. *Buddhism among Tamils in Pre-colonial Tamilakam and Eelam Part I* - Edited by Peter Schalk - Uppsala University

20. 'கனவுச்சிறை' – நாவல் – தேவகாந்தன் – காலச்சுவடு பதிப்பகம்

21. *The Central Philosophy of Buddhism* - a study of Madhyamika System - TRV Murti - Munshiram Manoharlal Publishers - 2013

22. *Great Disciples of the Buddha,* Their Lives, Their Works, Their Legacy - Nyanaponika Thera and Hellmuth Hecker - Edited by Bhikku Bodhi - Buddhist Publications Society, Sri Lanka - 2003

23. *Masters of Mahamudra* - Songs and Histories of the Eighty-Four Buddhist Siddhas - Keith Dowman - State University of New York Press - 1985

24. *Thinking in Buddhism : Nagarjuna's Middle Way* - Jonah Winters - 994 - http://bahai_library.com

25. *The Dhammapada Commentary* - Bhaddantacariya Buddhagosa

26. *The Flower Ornament Scripture* - A translation of The Avatamsaka Sutra - Thomas Cleary - Sambhala publication - 1993

27. *The Life of Milarepa* - condensed and adapted from the original translation of W Y Evans-Wentz by Lobzang Jivaka - Rupa & Co - 2007

28. *Sixty songs of Milarepa* - Translation by Garma C C Chang - @ University Books Inc.,New York - First Published by Buddhist Publication Society - 1966

29. *Divine Stories : Divyavadana Part 2* - Translated by Andy Rotman - Wisdom Publication

30. *Science and Philosophy in the Indian Buddhist Classics Volume I The Physical World* - Conceived and Introduced by His Holiness the Dalai Lama ; Edited by Thupten Jinpa - Simon & Schuster - 2018

31. *Zen Mind, Beginner's Mind by Shunryu Suzuki* - Weatherhill - 2005

32. *The Method of Early Advaita Vedanta : A study of Gaudapada, Sankara, Suresvara and Padmapada* - Michel Comans - Motilal Banarsidass Publishers – 2000

33. *Nagarjuna : The Philosophy of the Middle Way* – David Kalupahana – State University of New York Press – 1986

34. *The Tibetan Book of Living and Dying* – Sogyal Rinpche – Rider - 2017

    பல்வேறு பௌத்தக் கட்டுரைகள், பத்திகள், காணொளிகள், சொற்பொழிவுகள்.